பாத்தியதை

பாத்தியதை

சண்முகலிங்கம் ராஜீஷன்

எழுத்து பிரசுரம்

Title: Paaththiyathai
Author's Name: Shanmugalingam Rajeeshan

Published by Ezutthu Prachuram

Ezutthu Prachuram
(An imprint of Zero Degree Publishing)
No. 55(7), R Block, 6th Avenue,
Anna Nagar,
Chennai - 600 040

Website: www.zerodegreepublishing.com
E Mail id: zerodegreepublishing@gmail.com
Phone: 89250 61999

Ezutthu Prachuram First Edition: September 2023
ISBN: 978-93-95511-99-5
TITLE NO EP: 461

Cover Design & Layout: Vijayan, Creative Studio

இது

ஹிரிசிவ்னுஷனுக்கு

கதைக் காலம்:

1983இலிருந்து, 2014ஆம் ஆண்டு வரை

1

ஒரு குட்டிக்கதை

எங்கேயென்று தெரியாத ஒரு தேசத்தில், சாமானிய அடாவடிகளிலிருந்து ஒதுங்கியிருந்தது ஓர் ஊர். அந்த ஊரில் ஒரு பயந்தாங்கொள்ளி வாழ்ந்துவந்தான்.

வயது வித்தியாசமின்றி அந்த ஊரிலிருந்தவர்கள் அவனை 'டேய் பயந்தாங்கொள்ளி' என்று அழைத்தார்கள். அவனும் 'இந்தா வந்திட்டன் அய்யா' அல்லது 'அம்மா' என்று பதறியடித்து ஓடிவந்து, அழைத்தவர் முன்னால் பணிவாக நிற்பான். அவர்கள் எதைச் சொன்னாலும் அதைச் சிரமேற்கொண்டு செய்வான்.

அவனது இயற்பெயரே பயந்தாங்கொள்ளிதானா? அல்லது அவனுக்கிருந்த வேறு பெயர் காலப்போக்கில் இவ்விதமாக மருவிவிட்டதா? என்ற விபரம் யாருக்கும் தெரியாது. அவனுக்கும் தெரியாது. 'பயந்தாங்கொள்ளி' என்று ஒரு பெயர் இருப்பதே அவனைப் பொறுத்தவரையில் பெரிய விசயம்தான். அப்படியாவது தன்னைப் பெயர்சொல்லி அழைக்கிறார்களே என்ற திருப்தி அவனுக்கு இருந்தது.

அதுவே அவனுக்குப் போதுமாயிருந்தது.

எதற்கெடுத்தாலும் பயப்படுவதும், பயத்தில் வாழ்வதுமே அவனது சுபாவம். அதனால் தனக்கு வேண்டியது எதையும் உரிமையோடு யாரிடமும் கேட்டுப்பெற்றதில்லை. யாரையும் தன் நெஞ்சுயர்த்தி, நேருக்கு நேர் பார்த்துப் பேசியதில்லை.

இது மற்றவருக்கு வசதியாகப் போயிற்று. எல்லோரும் அவன் முதுகின் மீதேறி நின்றார்கள். அவனும் அவர்களைத் தாங்கிக்கொண்டான். கூலிவேலை செய்தே அவன் பிழைப்பு நடந்தது. ஆனாலும் தான் செய்த வேலைக்குரிய கூலியை என்றுமே அவன் கேட்டுப் பெற்றதில்லை. எஜமானர்களாய்ப் பார்த்து எதைத் தந்தாலும் அதுவே அவனுக்குக் கூலி. அது அவர்களது விருப்பம். தராவிட்டாலும் அவனுக்குக் காரியமில்லை.

அவனது வாழ்க்கை பெருமளவில் மற்றவர் நியமித்ததாகவோ, அனுமதித்ததாகவோ அமைந்தது. மற்றவர் கால்களுக்குக் கீழே வாழ்ந்ததால், சொல்லிக்கொள்ளும்படி எதையும் அவனால் சாதிக்க முடியவில்லை. தனக்காக எதையும் சேர்த்துவைக்கவில்லை.

அவனுக்கென்றொரு வரலாறும் இருக்கவில்லை. சந்ததியும் நிலைக்கவில்லை. அவனுக்குக் கிடைத்திருக்கவேண்டிய அடிப்படை உரிமைகளை அவனுக்குப் பெற்றுக்கொடுத்து, அவனைக் கட்டிப் போட்டிருந்த அடிமைத் தளைகளை அறுத்தெறிவதற்கு, நல்லதொரு வழிகாட்டியாக, அவனுடைய குரலாக ஓங்கியொலிப்பதற்கு ஒரு மாமனிதர் வந்தார்.

ஆனால், அவர் அங்கு வந்துசேர்வதற்கு முன்னதாக, அவனது பரிதாபகரமான வாழ்வின் பாவப்பட்ட ஒரு நாளில், எதற்கோ பயந்து செத்துப்போனான் அந்தப் பயந்தாங்கொள்ளி. அவன் உயிரோடு இருந்தபொழுதே அவனையும் ஒரு சகமனிதனாகக் கண்டுகொள்ளாதவர்கள், இறந்த பிறகா அவனைத் தேடப்போகிறார்கள்?

அவனது இழப்பினால் யாருக்கும் எந்தத் துயரமுமில்லை.

ஓரிரு நட்களுக்குப் பிறகு, எல்லோராலும் அவன் மறக்கப்பட்டான்.

காலம் அவனை மறக்கடித்தது.

அவ்வளவுதான் அவனுடைய கதை. ஒருசில பக்கங்களில் அடங்கிப் போன குட்டிக்கதை.

அவனுடைய கதைக்கும், இனிவரும் கதைக்கும் துளியாவது தொடர்பிருக்குமோ என்னவோ, அவனை இத்தோடு மறந்துவிட்டு, மேலே செல்வதுதான் உசிதமாயிருக்கும்.

2

முன்கதை

பகுதி – 1

பருவத்திற்குப் பருவம் மாறி மாறி வனப்புக் காட்டி மயக்குகின்ற ஒண்டாரியோ ஏரியின் வடமேற்குக் கரையோரமாக அமைந்திருந்தது டொரொண்டோ பெருநகரம்.

பன்முகக் கலாச்சார நகரமான டொரொண்டோ, ஒரு ராட்சதக் கடிகாரத்தைப் போல ஓய்வின்றி இயங்கிக்கொண்டிருந்தது. யாருக்காகவும் காத்திருக்காத அசுரத்தனமான இயக்கம் அது. எதற்காகவும் நிறுத்தப்படாத சுழற்சியது.

இயந்திர வாழ்க்கை, அவசர வாழ்க்கை என்றெல்லாம் சொன்னதையே திரும்பத் திரும்பச் சொல்லிக்கொண்டு, அதையேதான் திரும்பத் திரும்பச் செய்துகொண்டும் இருக்கிறோம்.

காலத்தோடு போட்டிபோட்டுக்கொண்டு ஓடுவதொன்றும் நமக்குப் புதிதல்ல. நமது விருப்பு வெறுப்பிற்கு அப்பாற்பட்டு அதைத்தான் எல்லோரும் செய்யவேண்டியுள்ளது. தரப்பட்ட காலக்கெடு முடிந்துவிடுவதற்குள் ஓடிமுடிக்க வேண்டுமல்லவா? அந்த அவசரத்தில்தான் நாமெல்லாம் ஓடிக்கொண்டிருக்கிறோம். மனித வாழ்க்கையும் ஒரு வகை அஞ்சலோட்டந்தான். ஒருவர் பின் ஒருவராகச் சலிப்பின்றிக் கலந்துகொண்டாலும், போட்டியாளர்களில் எவருமே

அந்த ஓட்டத்தில் வென்றதாயில்லை. வெற்றியிலக்கையும் எவரும் அடைந்தபாடில்லை. இலக்கென்று ஒன்று இருக்குமா என்பதுகூட ஓடுபவர்களுக்குத் தெளிவில்லை.

அவரவருக்கு நியமிக்கப்பட்ட தூரத்தை மட்டும் ஓடிக் கடக்கிறார்கள். அந்தத் தூரத்தை ஓடி முடிப்பதையே தலையாய கடமையாகவும் கொண்டிருக்கிறார்கள். ஏதோ அவரவருக்குப் புரிந்தபடி வாழ்க்கை என்கிற ஓட்டமும் நில்லாமல் நிதானமாகத் தொடர்ந்துகொண்டிருந்தது.

தொழிற்சாலை ஒன்றில் 'சிஃப்ட் சேஞ்ச்' ஆவதுபோல, காலை, மாலை, இரவு, மீண்டும் அதிகாலையென்று, ஒரு வட்ட இயக்கமாகவே வேளைகளும் பொழுதுகளும் மாறின. ஆட்களும் தத்தமது பங்களிப்பினை முடிந்தவரை வழங்கினார்கள். பின்னர் அதையே புதிதாக வருபவருக்கு மாற்றிக் கொடுத்தார்கள். புதியவர்களும் பழையவர்களிடமிருந்து கடமைகளை ஏற்றுக்கொண்டார்கள். தத்தமது பணியைத் தொடர்ந்து செய்தார்கள். ஒரு வட்ட இயக்கமாகவே இதுவும் நடந்தது.

வாழ்வில் கடந்துபோன கணங்களெதுவும் திரும்பக் கிடைக்கவில்லை. கிடைத்ததெல்லாம் புத்தம்புது அனுபவங்களே. தனிப்பட்ட தெரிவுகளுக்குப் புறம்பாக, இயந்திரத்தனமான இந்த வாழ்க்கையானது, அம்மாந்தர்க்கெல்லாம் இயல்பாகவே பழகிப்போன ஒன்றுதான்.

2013ஆம் ஆண்டு, மார்ச் மாதத்தின் ஒரு நாள் காலைவேளை.

காலவோட்டத்தின் ஒரு புள்ளியாகவே அன்றைய நாளும் புலர்ந்தது. இயற்கையின் சலிப்பின்றிய இயக்கத்தின் ஒவ்வொரு புள்ளியும் ஒரு புதிய தொடக்கம். ஒவ்வொன்றும் ஒரு முடிவு. அரசியல் பிரச்சாரக்கூட்டமொன்றில் மேடைப்பேச்சு போல, இன்னமும் முடிந்துவிடாமல் நீட்டிக்கொண்டு சென்ற குளிர்காலத்தின் பிற்பகுதி அது. நேற்றைக்கு முன் தினம் பெய்த வெண்பனியின் கரைந்துபோகாத எச்சங்கள் நிலமெங்கும் திட்டுத் திட்டாய்ப் புற்களைப் பற்றிக்கிடந்தன. வெளியே தெரிந்த மிச்சத் தரையும் ஈரமாய்ச் சொதசொதத்தது.

தன்னைக் காட்டாமல் ஒளிந்திருந்த சூரியனைத் தேடிப்பிடிக்க முடியவில்லை. வானம் வனப்பிழந்து, மங்கிக் காணப்பட்டது. பிரகாசமின்றிச் சோர்ந்திருந்த அந்தப் பொழுது எவர் மனதிலும் புத்துணர்ச்சியைத் தரவில்லை.

வடக்கிலிருந்து சில்லென்று வீசிய காற்றில் குளிர் கொஞ்சம் தூக்கலாகவே இருந்தது. வெளியே வெப்பநிலை ‘மைனஸ்’ ஐந்து ‘டிகிரி செல்சியஸ்’ ஆக இருந்தபோதும், வீசுகின்ற காற்றின் காரணமாக மனிதத்தோலில் அது மேன்மேலும் குளிரையே உணர்த்தியது.

இனிவரும் நாட்களில் டொரொண்டோவின் காலநிலை இதுவரை இருந்ததைவிடச் சௌகரியமாக அமையலாம் அல்லது உறைமழையோ, பனியோ பெய்யவும்கூடும். பனிப்புயலுக்கான சாத்தியமும் உண்டு.

டொரோண்டோவில் குளிர்காலமென்றாலே இப்படித்தான். எப்போது எது வருமென்று தெரியாமலேயே அவையெல்லாம் ஒன்றன்பின் ஒன்றாக வரிசைகட்டி வந்துநிற்கும். வந்தால் சாதாரணமாகப் போய்விடாது. ஒரு காட்டு காட்டி விட்டுத்தான் போகும். எப்படித்தான், எது வந்துபோனாலும், டொரொண்டோவாசிகளுக்கு இதெல்லாம் பழகிப்போனதே.

திரும்பிய இடமெல்லாம் ‘காங்கிறீட்’ காடு. வான்தொடும் கட்டடங்கள். ஊடறுத்தோடும் நெடுஞ்சாலைகள். இவற்றிற்கெல்லாம் நடுவில் அமைந்திருந்தது அந்தப் பழைய குடியிருப்பு. அங்கிருந்த பல நவீன குடியிருப்புகளிலிருந்தும் சற்று ஒதுக்கமாயிருந்தது. டொரொண்டோ பெருநகரின் சந்தடிகள் எவையும் அந்தக் குடியிருப்பை அண்டவில்லை.

சுமார் நூறு வருடங்கள் பழமையான அந்தக் குடியிருப்பிலிருந்த வீடுகள் யாவும் ‘விக்டோரியன்’ காலத்துக் கட்டடப்பாணியில் அமைக்கப்பட்டிருந்தன. அடர்ந்து வளர்ந்து நிழல் பரப்பிய மரங்கள், சுற்றுப்புறச் சூழலைத் திறந்தவெளிப் பூங்காவாக்கின. பேணப்பட்டிருந்த பழமையும், பசுமையும் அவ்விடத்திற்கு மேலும் அழகூட்டின.

அந்தக் குடியிருப்பு வாசிகள் யாவரும் தங்களை உயிர்ப்புள்ளதோர் பழைய ஓவியமொன்றின் அங்கமாகவே பாவித்தனர். அங்கே தாம் வசிப்பதையிட்டுப் பெருமிதம் கொண்டிருந்தனர். அங்குதான் கௌரி என்கிற கௌரிமணி சங்கரலிங்கமும் தனது மகன் குடும்பத்தோடு வசித்துவந்தாள். சில நாட்களுக்கு முன்னர் தனது அறுபத்தேழாவது பிறந்த தினத்தை மகிழ்வுடன் கொண்டாடினாள்.

மகன் ஷிவா, மருமகள் ஷோபி மற்றும் பேரன் விஷ்ணு ஆகியோருடன் ‘ஹேப்பி 67 அப்பம்மா’ என்று இளஞ்சிவப்பு ஐசிங்கால் எழுதப்பட்ட, அழகிய ‘சொக்கலேட் ஐஸ்கிரீம் கேக்’ வெட்டிக் கொண்டாடினாள்.

அவர்கள் எல்லோரும் குதூகலமாக அவளைச் சுற்றிநின்று 'ஹேப்பி பேர்த்டே டூ யூ' பாடினார்கள். அவளும் அவர்களுக்குத் தனது கையால் கேக் ஊட்டி மகிழ்ந்தாள்.

அன்று இரவு உணவுக்காக நகர்ப்புறத்திலிருந்த பிரபல தென்னிந்திய உணவு விடுதியொன்றிற்கு அவர்கள் எல்லோரும் சென்றார்கள். விதம் விதமான உணவுகளை வரவழைத்து உண்டார்கள். ஷிவாவும், விஷ்ணுவும் தமக்காக ஆர்டர் செய்த உணவுகளில் நெய்யும், உறைப்பும் அளவிற்கதிகமாகவே இருந்தது.

"இதையெல்லாம் சாப்பிட்டுப்போட்டு வயிறு எரியுது, நோகுது என்று சொல்லிக்கொண்டு யாரும் என்னிடம் வரக் கூடாது சொல்லிட்டன்" கடிந்துகொண்டாள் ஷோபி.

"இருந்துவிட்டு ஒரு நாள்தானே? இப்ப 'என்ஜோய்' பண்ணுங்க. மிச்சத்தைப் பிறகு பார்த்துக்கொள்ளலாம்" என்று மழுப்பினான் ஷிவா.

"அப்பா 'பிரிவென்சன் இஸ் பெட்டர் தான் க்யோர்' என்று தெரியாதா உங்களுக்கு?" என்று நக்கலாகச் சிரித்தான் விஷ்ணு.

"அப்பாவாச்சு, மகனாச்சு, நீங்க என்னவாவது செய்யுங்கோ" என்று அலுத்துக்கொண்ட ஷோபியைக் கையமர்த்தி, "என் பிறந்தநாளன்று மட்டும் அவங்கட விருப்பத்துக்குச் சாப்பிடட்டும். பிளீஸ் விடு ஷோபி. என்னோட அடுத்த பிறந்தநாள் எங்கயோ, எப்படியோ?" என்று ஷோபியைச் சமாதானப்படுத்த முயன்றாள் கௌரி.

"அப்பம்மாட அடுத்த பிறந்தநாளுக்கு நாங்கள் 'மெக்சிகன் ஃபூட்' சாப்பிடுவோம்" என்று கூறிச்சிரித்தான் விஷ்ணு. எல்லோரும் அவனோடு சேர்ந்து சிரித்தார்கள்.

'டெசெர்ட்'டுக்கு குலாப்ஜாமுனும், வட்டிலப்பமும் சுவைத்தார்கள்.

அன்றைய நாள், என்றென்றும் அவர்களது நினைவில் கொள்ள வேண்டியதொரு இனிய நாளாகவே கழிந்தது. அதுபோலவே, ஒரு சில நாட்களுக்குப் பிறகு வந்த இன்றைய நாளும் கௌரியின் வாழ்வில் மிக முக்கியத்துவம் வாய்ந்ததொரு நாளே.

யாருக்கும் சிரமந்தராமல், தனது மகனின் மடியில் தலைவைத்து, அமைதியாக இறந்துபோனாள் கௌரி.

3

முன்கதை

பகுதி – 2

இலங்கையைப் பூர்வீகமாகவும் கனடாவை வாழிடமாகவும் கொண்டவள் கௌரி.

இலங்கையிலிருந்து கனடாவிற்குப் புலம்பெயர்ந்து செல்வதற்கு ஒருசில வருடங்களுக்கு முன்னைய காலம்வரை, அவளது வாழ்க்கை சுமுகமாயிருந்தது. சாதாரணமாக ஒருவர் வாழ்வில் இருக்கக்கூடிய பிக்கல்களும் பிடுங்கல்களும் அவள் வாழ்விலும் இருந்தன. அவையெல்லாம் அவளுடைய வாழ்வைச் சுவாரசியமானதாக ஆக்கின.

கற்பனைக் கதைகளில் வருவதுபோல, அழகியதோர் குட்டிக்கிராமம் அவளுடையது. அங்கே சின்னதாய் ஒரு வீடு. அன்பான கணவன், ஆசைக்கு ஒரு மகன் எனச் சின்னக் குடும்பம். தேவைக்கேற்ப வசதி. கொஞ்சமாய்க் குடும்பப் பொறுப்புகள். இவற்றையெல்லாம் சுற்றிச் சின்னச் சின்ன ஆசைகள். எதிர்காலம்பற்றிய அளவான கற்பனைகள். ஆசாபாசங்களுக்கு உற்றார், உறவினர், நண்பர்கள். அப்பப்போ திருவிழாக்களும், கொண்டாட்டங்களும் கலந்த இனிப்பான வாழ்க்கை.

இதைவிட அவளுக்கு வேறென்ன வேண்டும்?

தனக்குக் கிடைத்த வாழ்வை அக்கக்காக ரசித்து வாழ்ந்தவள் கௌரி.

பின்னிரவில் பூத்து, அந்தப் பொழுதையே நறுமணத்தால் நிரப்பும் பவளமல்லியானது விடியுமுன்னமே உதிர்ந்து விடுவதைப் போலத்தான் வாழ்க்கையில் எதுவும் நிரந்தரமானதில்லை.

இன்பமோ, துன்பமோ எதுவுமே நீண்டு நிலைப்பதில்லை.

கௌரியின் வாழ்க்கையும்கூட, அவள் எதிர்பாராத தருணத்தில் குட்டிக்கரணமடித்து, அதலபாதாளத்தில் இறங்கியோட ஆரம்பித்தபொழுது அவளுக்கு வயது முப்பத்தேழு மட்டுமே.

எங்கிருந்தோ வந்து குதித்த 'வன்செயல்' எனும் அரக்கனிடம், தனது கணவனை இழந்தாள். அவனோடு சேர்ந்த வாழ்வையும் அகாலமாகத் தொலைத்தாள் கௌரி.

அதுவரையிலும் சுகத்தை மட்டுமே அனுபவிக்கப் பழகியிருந்தவளுக்கு வாழ்வின் அல்லை தொல்லைகளைத் தனியனாக எதிர்கொள்வதென்பது முதலில் கடினமாகத்தான் இருந்திருக்கும்.

என்ன செய்வது? வாழ்வின் நெளிவுசுளிவுகளைக் கற்றுத்தானே தேறவேண்டியுள்ளது.

மகனும் அவளுமாகக் கனடாவுக்குப் புலம்பெயர்ந்து சென்றார்கள். அவர்களுக்கு இலங்கையில் அமையப்பெறாத வாழ்க்கையைக் கனடாவில் கட்டியமைத்தாள் கௌரி. அம்முயற்சியின்போது அவள் எதிர்கொண்ட பல்வேறு சவால்களிலும் தேர்ந்து வாழ்வதொன்றும் வெறுமனே தக்கனப் பிழைத்தலாக இருக்கவில்லை.

ஆரம்ப காலத்தில் வெளிநாடொன்றுக்குப் புலம்பெயர்ந்து சென்று வாழ்வதொன்றும் லேசுப்பட்ட காரியமில்லை.

தெரியாத இடம், புதிய மொழி, அறியாத கலாச்சாரம், வித்தியாசமான உணவுப் பழக்கவழக்கங்கள் என்று புதிது புதிதாகக் கற்றுத்தேர்வதற்கு அம்பாரம் பண்புகள் அங்கேயிருந்தன. அவற்றையெல்லாம் எதிர்கொண்டு வெற்றிபெற்று விஞ்சுவதற்கு உதவியும் தேவைப்பட்டது.

ஆத்திர அவசரத்திற்கு உதவியென்று கேட்டுச் செல்வதற்கோ யாரும் இருக்கவில்லை. கனடாவில் கௌரிக்குச் சொந்தபந்தமென்று சொல்லிக்கொள்ளவும் யாருமில்லை. இருந்த ஒரு சிலரும் அவளுக்கு

உடனடிச் சொந்தக்காரர்களில்லை. அவர்களெல்லாம் ‘இன்னாரின் இன்னாருக்கு இன்னார்’ எனும் ரீதியிலான தூரத்துச் சொந்தங்களே.

ஆனாலும் உதவி செய்வதற்கு நண்பர்கள் இருந்தார்கள்.

கனடாவில் தான் வாழ்ந்த இருபத்தெட்டு வருடங்களில் நண்பர்கள், தெரிந்தவர்களென்று பலரையும் சம்பாதித்து வைத்திருந்தாள் கௌரி. அவர்களில் பலர் டொரொண்டோவிலும், மற்றவர்களெல்லாம் வான்கூவரிலிருந்து, மொண்ட்ரியல் வரை, கனடாவின் பல்வேறு மாநகரங்களிலும் வாழ்ந்திருந்தார்கள்.

கனடாவிற்கு அப்பால் அமெரிக்காவிலும், லண்டன், சுவிஸ், பிரான்ஸ், ஜெர்மனி, அவுஸ்திரேலியாவிலுங்கூடத் தெரிந்தவர்கள் இருந்தார்கள்.

இதில் வேடிக்கை என்னவென்றால், இலங்கையில் இருப்பதைவிடவும் தெரிந்தவர்களில் அதிகம்பேர் வெளிநாடுகளில்தான் இருந்தார்கள்.

வெவ்வேறு நாடுகளைத் தளமாகக் கொண்டியங்கிய வானொலி, தொலைக்காட்சி, பத்திரிகை போன்ற ஊடகங்களினூடாக கௌரியின் மரணச்செய்தி எல்லோருக்கும் அறிவிக்கப்பட்டது.

சமூக வலைத்தளங்கள் ஊடாகவும் அச்செய்தி பகிரப்பட்டது.

ஒரு வாழ்க்கையின் ஆரம்பமானது எங்காகிலும், எப்படி வேண்டுமானாலும் அமையலாம். ஆனால் அதே வாழ்வின் முடிவானது எங்கு, எப்படி நேர்ந்ததென்பதைப் பாரபட்சமின்றித் தெரிவிக்கவேண்டியது அவசியமாகும். தொடர்ந்து வந்த நாட்களில், கௌரியின் அந்திமச் சடங்குகள் யாவும் திட்டமிட்டு நடாத்தப்பட்டன.

அவற்றைச் செய்துமுடிப்பதற்கென்று டொரொண்டோவில் ஆட்களிருந்தார்கள். அவர்கள் ‘இறுதிச்சடங்கு இயக்குநர்கள்’ என்று அழைக்கப்பட்டார்கள். ஒரு பிறந்தநாளை, பூப்புனித நீராட்டுவிழாவை அல்லது ஒரு திருமணத்தை எப்படியெல்லாம் திட்டமிட்டு நடத்துவோமோ அதுபோலவே, கௌரியின் மரணச்சடங்கும் செவ்வனே நடாத்தப்பட்டது.

டொரொண்டோவில் உள்ள ஓர் ஆடம்பர ‘பியுனரல் ஹோம்ஸ்’ மண்டபத்தில், கார்னேஷன், லில்லி, ஓர்க்கிட் போன்ற அழகிய வெண்ணிற மலர்களாலான அலங்காரத்திற்கு நடுவே, பிரத்தியேகமாகத் தயாரிக்கப்பட்ட பிரேதப்பேழை ஒன்றில் கௌரியின் உடல் பார்வைக்காக

வைக்கப்பட்டது. உற்றவர், உறவினர்கள் யாவரும் கௌரியின் பூதவுடலுக்குத் தமது இறுதி மரியாதையைச் செலுத்தினார்கள். அந்த மண்டபத்தை நிறைத்திருந்த லாவெண்டர் வாசத்தோடு, கௌரியின் நினைவுகளும் அவர்கள்தம் மனதில் சேமிக்கப்பட்டன.

மண்டப வாசலில் வைக்கப்பட்டிருந்த 'அதிதிகள் இரங்கல்' புத்தகத்தில் தத்தமது மனதில் தோன்றிய அனுதாபங்களைப் பதிந்தார்கள்.

மிக அமைதியான சூழலில், மேலைத்தேயக் கலாச்சாரத்தின் பண்புகளோடு இழைந்ததாக, அதேவேளை தமிழ் சம்பிரதாயங்களைப் பின்பற்றியதாகவும் நடைபெற்றது அவ்விறுதி நிகழ்வு.

அங்கே யாரும் வாய்விட்டு அழவில்லை. அழுவதற்கான தேவையும் இருக்கவில்லை. இறுதிக் கிரியைகளைத் தொடர்ந்து, அருகிலிருந்த மயானத்தில் கௌரியின் உடல் தகனஞ்செய்யப்பட்டது.

ஷிவா, ஷோபி மற்றும் விஷ்ணுவோடு, நண்பர்களும், உறவினர்களுமாகச் சுமார் இருநூறு பேர்வரை இந்நிகழ்வுகளில் கலந்துகொண்டார்கள்.

தவிர்க்க முடியாத காரணங்களால், இறுதி நிகழ்வுகளில் கலந்துகொள்ள முடியாதவர்கள் தமது இரங்கல்களைக் குடும்பத்தினருக்கு அனுப்பி வைத்திருந்தார்கள். அவர்கள் சார்பில் மலர் வளையங்களும், மலர்க் கூடைகளும் வந்துசேர்ந்தன. இறுதி நிகழ்வுகளில் கலந்து கொண்டவர்களுக்கு நன்றி பாராட்டுமுகமாக, அன்று மாலை 'பாங்குவெட்' மண்டபமொன்றில் அவர்களுக்கு இரவு உணவு வழங்கப்பட்டது.

வந்தவர்கள் எல்லாரும், சிறிது நேரம் கௌரியைப் பற்றியும், மிச்ச நேரமெல்லாம் தமது வாழ்க்கைப் பிரயத்தனங்கள் பற்றியும், நாட்டு நடப்புகள் பற்றியும், குறிப்பாக அவர்களை அலைக்கழித்த காலநிலை பற்றியும் கதைத்திருந்துவிட்டுத் தத்தமது வீடுகளுக்குத் திரும்பினார்கள்.

போகும்போது ஷிவாவின் குடும்பத்தினரின் கையைப் பற்றிப்பிடித்து, ஆறுதல் கூறிச் செல்ல மறக்கவில்லை. ஆர்ப்பாட்டமின்றி ஆனால் ஆடம்பரமாக அதேவேளை அமைதியாகவும் நடந்துமுடிந்தது கௌரியின் இறுதிநிகழ்வு. யாருக்கும் எந்தவொரு குற்றங்குறையும் இருக்கவில்லை. அமோகமாக வாழ்ந்துமுடிக்கப்பட்ட மனித வாழ்வைக் கொண்டாடுதல் என்பது இதுவே.

4

முன்கதை

பகுதி – 3

இலங்கையில் தென்னமரவடியைப் பிறப்பிடமாகவும், கனடாவில் டொரொண்டோவை வதிவிடமாகவும்கொண்ட அமரர் சங்கரலிங்கத்தின் அன்பு மனைவியும், ஷிவாவின் அன்பு அம்மாவும், ஷோபியின் நேசமிகு மாமியாரும், விஷ்ணுவின் பாசமிக்க அப்பம்மாவும், விமலாமணியின் அன்புச் சகோதரியுமான கௌரிமணியின் இறுதிச்சடங்குகள் யாவும் டொரொண்டோவில் சிறப்பாக நடந்துமுடிந்தன.

எட்டாம் நாள் சடங்கை வீட்டிலேயே செய்தார்கள். கௌரிக்குப் பிடித்தமான உணவுப்பண்டங்களைத் தெரிந்து சமைத்துப் படையல் வைத்தார்கள். நெருங்கிய ஒருசிலர் மட்டும் எட்டுக்கு வந்து உணவருந்திச் சென்றார்கள்.

சடங்கு, சம்பிரதாயங்களில் ஆர்வமில்லாதவனாயினும், பெரியவர்களின் அறிவுரைப்படி, அம்மாவிற்குச் செய்யவேண்டிய காரியங்களைச் செய்துமுடித்தான் ஷிவா. கௌரி காலமாகிப் பதினான்கு நாட்களுக்குப் பிறகு வந்த நாள், அதிக குளிராயிராமல், மனதிற்குப் புத்துணர்ச்சியைத் தருகின்ற பொழுதாக அமைந்திருந்தது. பனிக்காலத்திலிருந்து விட்டு விடுதலையாகும் உற்சாகமான மனப்பாங்கை எல்லோர் மனதிலும் தோற்றுவித்திருந்தது.

காலநிலையின் கட்டினின்று விடுபடுதலும் ஒருவகைச் சுதந்திரந்தான்.

அன்று காலை, தபால்காரர் ஷிவாவிற்கு முகவரியிடப்பட்ட சிறிய பொதியொன்றை விநியோகித்துச் சென்றிருந்தார். அதிலே பதிக்கப்பட்டிருந்த 'போஸ்டல் மார்க்'இன்படி, ஒரு சில தினங்களுக்கு முன்னர்தான் அது 'கனடா போஸ்ட்'டில் சேர்க்கப்பட்டிருந்தது.

சூரியனின் கிரணக் கைகள் பட்ட மாத்திரத்தில் பனி உருகுவதைப் போல, அந்தப் பொதியைக் கண்ட கணத்தில் ஷிவாவின் இயல்பு திடீரென மாறியது. அதுவொன்றும் சாதாரண தபாற்பொதியல்ல என்பதை உடனடியாகப் புரிந்துகொண்டான்.

பேரமைதி சூழ்ந்திருந்த கானகத்து மரங்களில் அக்கடாவென்று தூங்கிக்கொண்டிருக்கின்ற பறவைகளெல்லாம் அந்த அத்துவானத்திற்குப் பொருத்தமில்லாத ஒரு சிறு ஓசையினால் கலைந்தெழும்பிக் கூச்சலிட்டுப் படபடவெனச் சிறகடித்துப் பறந்தபோது, பெருங்காட்டின் அமைதி கலைந்ததுபோல, சலனப்புயலடித்ததான மனநிலையே ஷிவாவிடம் காணப்பட்டது.

ஏன், எதற்கு, எப்படி இது நிகழ்ந்ததென்ற புரிதலின்றிய குழப்பமான மனநிலை அவனைச் சுழற்றியெடுத்தது. தலை சுற்றுமாப்போலிருந்தது. இருந்தாலும், மனதில் இனம்தெரியாத எதிர்பார்ப்பும், ஆர்வமும்கூட ஏறி அமர்ந்துகொண்டன.

"ஷோபீ... ஷோபீ..." மனைவியை உச்சத்தொண்டையில் கத்தியழைத்தான். அவ்வேளையில் அவளும் தன்னருகில் இருப்பதையே விரும்பினான் போலும். ஆனால், அந்த நேரம் பார்த்து அவளோ வீட்டிலில்லை.

"தேவையான நேரத்தில் இவள் பக்கத்தில் இருக்கமாட்டாளே" என்று தனக்குள் புறுபுறுத்தான்.

விஷ்ணுவைப் பாடசாலையில் விட்டுவருவதற்காக அவள் வெளியே சென்றிருந்தது அவனது நினைவுக்கு வந்தது. அவள் வரும்வரையிலும் காத்திருக்கும் பொறுமை அவனிடத்திலில்லை. அந்தத் தபால்பொதியை உடனடியாக உடைத்துத் திறந்து, அதனுள் என்ன இருக்கிறதென்பதை அறிந்துவிட அவசரப்பட்டான். மிகச்சாதாரணமாக அவனில் ஏற்பட்டிருந்த பதட்டம், பரபரவென்று அவனுடலெங்கும் பரவிப்பெருகியது.

மிக நேர்த்தியாகப் பொதிசெய்யப்பட்டிருந்த அந்த ரசனைமிக்க செய்முறை அவனுக்கு மிகவும் பரிச்சயமானது. இது போன்ற பரிசுப்பொதிகளை இதற்கு முன்பும் அவன் பெற்றிருக்கிறான். ஒரு தடவையல்ல, இரு தடவைகளல்ல. எண்ணற்ற தடவைகள் பெற்றிருக்கிறான். அந்தச் சந்தர்ப்பங்கள் ஒவ்வொன்றும் அவனுக்குக் களிப்பினை ஊட்டியவை. உற்சாகத்தை அள்ளி வழங்கியவை. அவை யாவும் அவனது வாழ்வில் என்றும் மறக்கமுடியாத இனிய அனுபவங்கள்.

ஆனால் இன்று அப்படியல்ல.

இன்றைய அனுபவம் அவனுக்கு மட்டில்லா மனவேதனையைத்தான் தோற்றுவித்தது. அவனது அம்மாவின் மறைவுக்குப் பின்னரான, இனி வருங்காலத்தில் இது போன்ற இன்னுமொரு பரிசு தனக்குக் கிடைக்குமென்று அவன் கனவிலும் நினைத்துப் பார்க்கவில்லை.

அப்படி நடப்பதற்கான சாத்தியமும் இல்லை.

பொதியின் உறையின் மேலிருந்த கையெழுத்திலிருந்து தனது பார்வையை அகற்றமுடியாமல், அதையே கண்வெட்டாமல் பார்த்தபடியிருந்தான் ஷிவா. அவனையும் அறியாமல் அவனது கண்களிலிருந்து கண்ணீர் துளிர்த்தது.

வலப்புறமாகச் சிறிது சாய்த்துச் சுழிக்கப்பட்ட தனியெழுத்துக்களால் அவனது பெயரும், வீட்டின் முகவரியும் எழுதப்பட்டிருந்தது. அவ்வெழுத்துக்களில், எழுதியவருடைய கைவிரல்களில் காணப்பட்ட நலிவினால் ஏற்பட்ட நடுக்கத்தையும் கவனிக்கமுடிந்தது.

அது ஷிவாவிற்கு மிகவும் பழகிய கையெழுத்து.

அவனுக்கு மிகவும் பிடித்தமான கையெழுத்து.

அவனது வாழ்வோடு பின்னிப் பிணைந்த கையெழுத்து.

இரு வாரங்களுக்கு முன்னர் இறந்துபோன அவனுடைய அம்மாவின் கையெழுத்து! என்னவென்றே விவரிக்கமுடியாத விசித்திரமானதொரு உணர்வின் பிடியில் அகப்பட்டிருந்தான் ஷிவா. தனது தாயுடன் தொடர்புடைய எதுவோ அந்தப் பொதியினுள் உள்ளது எனும் அறிதலே அந்த உணர்விற்குக் காரணமாயிருக்கும்.

அதுவே அவன் மனதில் ஏக்கம்கலந்த எதிர்பார்ப்பையும் விதைத்திருந்தது.

உள்ளே என்ன இருக்கிறது என்பதை அறிந்துவிடும் ஆர்வம் மேலிட, கனத்த மனதோடும், பதட்டத்துடனும், அந்தப் பொதியை மெதுவாகப் பிரிக்கலானான்.

அவனது உதடுகள் ‘அம்மா’ என்று முணுமுணுக்கத் துடித்தன.

உள்ளே, ‘ஷிவாவுக்கு’ என்று பெயரிடப்பட்ட ஒரு கடிதமும், நாளேடு போன்றதொரு நோட்டுப்புத்தகமும் வைக்கப்பட்டிருந்தன. அவற்றை மிகுந்த கவனத்தோடு வெளியிலெடுத்தான்.

அதுவொரு பழுப்பு நிற, லெதர் மேலுறையிடப்பட்ட பழைய நோட்டுப்புத்தகம். அதன் தாள்களும் பழுப்பேறியிருந்தன. இதற்கு முன்னால் இந்த நோட்டுப் புத்தகத்தைத் தனது தாயிடத்தில் கண்டிருக்கிறான். அவ்வப்போது அதில் எதையாவது எழுதுவதை வழக்கமாகக் கொண்டிருந்தாள் அம்மா. அதில் அப்படி என்னதான் எழுதுகிறாள் என்று ஒருபோதும் அவன் கேட்டதில்லை. அவளும் சொன்னதில்லை.

அது தனது தாயின் அன்னியோன்யமான உடைமை என்பது அவனுக்குத் தெரிந்திருந்தது. அவ்வாறானதொரு தனித்துவமிக்க பொருள் தன்வசத்தில் தரப்பட்டிருப்பதைப் புரிந்துகொண்ட பொழுதில், அவனுடைய மனது பரவசத்தில் மூழ்கியது.

அம்மாவின் கைகள் பட்ட அந்த நோட்டுப்புத்தகத்தைத் தனது நெஞ்சோடு சேர்த்து அணைத்துக்கொண்டான் ஷிவா. அது கொண்டிருந்த தனது தாயின் மிச்சசொச்ச ஸ்பரிசத்தையும் அதனிடமிருந்து உறிஞ்சியெடுப்பது போலிருந்தது அவனது அந்தச் செயல்.

அம்மாவிடமிருந்து தனக்கான பிரத்தியேகச் செய்திகள் ஏதேனும் அந்த நோட்டுப்புத்தகத்தில் இருக்கலாமென்று எண்ணினான். அதில் இருப்பவை எல்லாவற்றையும் அப்போதே, அந்த நிமிடத்திலேயே ஒரே மூச்சாகப் படித்துவிடும் ஆர்வமும் அவன் மனதில் எழுந்தது.

அதற்கு முன்னதாகத் தாயின் கடிதத்தைப் படிக்கவேண்டுமென்று அவசரப்பட்டான்.

அம்மாவின் நோட்டுப்புத்தகத்திற்கு வலிக்குமென்று எண்ணினானோ என்னவோ, தனது கையிலிருந்ததைக் கவனமாக மேசைமேல்

வைத்துவிட்டுத் தனது நடுங்கும் விரல்களால் கடிதத்தை எடுத்துப் பிரித்துப் படிக்க ஆரம்பித்தான்.

அந்தக் கடிதத்திலிருந்த ஒவ்வொரு வசனமும், அதிலிருந்த ஒவ்வொரு சொற்களும், ஒவ்வொரு எழுத்துகளும் அவன் மனதில் பாறாங்கல்லாய்க் கனத்தன.

அந்தக் கடிதத்தைப் படித்து முடிப்பதற்கு அவனுக்கு ஒரு யுகம் தேவையாயிருந்தது.

அன்பு மகனே,

அம்மாவின் ஆசிகள் என்றென்றும் உனக்குண்டு.

இந்தக் கடிதம் உனது கைகளுக்குக் கிடைக்கும்பொழுது நான் இறந்து போயிருக்கக்கூடும்.

என்னை இழந்த கவலை இன்னும் தீர்ந்திருக்காது. கவலையில் நீ களைத்துப்போயிருப்பாய். அது எனக்குத் தெரியும்.

மகனே,

உனது கவலை தோய்ந்த முகத்தைக் காண்பதற்கு எனக்கே சகிப்பதில்லையடா. அப்படியிருக்க, மற்றவர்களுக்கு எதற்காக அந்தக் கொடுமையை நீ கொடுக்க வேண்டும்?

யோசித்துப் பார். நடந்தது எதுவுமே தவிர்க்க முடியாதவை. உனக்கு இது தெரியாததா? கவலைப்படாமலிரு.

நீ கொடுத்துவைத்தவனடா. உனக்கொரு தேவதை மனைவியாக வாய்த்திருக்கிறாள்.

எனது செல்லப்பேரனுக்கு மட்டுமல்லாமல் இனிவருங்காலம் உனக்கும் அவளே தாயாக இருந்து பார்த்துக்கொள்வாள்.

அதுவும் எனக்குத் தெரியும்.

ஷிவா, 'நான் உன்னைப் பிரிவதுமில்லை' என்ற வாசகத்தை ஞாபகப்படுத்திப்பார். அதுபோலத்தான் மகனே, நான் உன்னைவிட்டு எங்கும் சென்றுவிடவில்லை. நினைவுகளாக உன்னில் நிறைந்திருக்கிறேன். உன்னால் நான் வாழவும் செய்வேன்.

ஷிவா, இப்பொழுதெல்லாம் முன்புபோல் என் மனதில் உற்சாகமில்லை. நினைவுகளில் துன்பம் நிறைந்திருப்பதை என்னால் உணரமுடிகிறது.

எனது கடைசிக் காலங்கள் என்னைவிட்டுக் கழன்று போய்க்கொண்டிருக்கின்றன. எனது மன உபாதையுடன் சண்டையிட்டுக் கொண்டிருக்கிறேன். என்னால் இந்தச் சண்டையில் தொடர்ந்து ஜெயிக்க முடியும் என்று தோன்றவில்லை.

'உன்னைத் தோற்கடித்துக் காட்டுகிறேன் பார்' என்று என்னோடு மல்லுக்கு நிற்கிறது காலம். அல்லது காலத்தின் நியதிகளைப் புரிந்துகொள்ளாமல் நான்தான் அதனோடு தேவை இல்லாமல் முரண்டு பிடித்துக்கொண்டு நிற்கிறேனோ தெரியவில்லை.

ஆனால் எனக்கு ஒன்றுமட்டும் மிக நிட்சயமாகப் புரிகிறது. எனக்கென மிச்சமிருக்கும் நேரம் குறுகிக்கொண்டே வருகிறது.

சுற்றி வளைக்காமல் சொல்ல வந்த விசயத்தைச் சொல்லிவிடுகிறேன். உனக்குச் சுற்றிவளைத்துப் பேசுவது பிடிக்காதென்று எனக்குத் தெரியும்.

'அம்மா பிளீஸ் கம் டு த பொயின்ற்' என்று நீ சொல்லுவது என் கண்முன் வருகிறது.

இதோ வந்துவிடுகிறேன் மகனே.

நான் சொல்வதைக் கவனமாகக் கேள்.

நீண்ட காலமாகவே எனக்கொரு ஆசை இருக்கிறது. அது எனது நிறைவேறாத ஆசை. உன்னால் மட்டுமே நிறைவேற்றப்படக்கூடிய எனது கடைசி ஆசை.

அதை நிறைவேற்றி வைப்பாயா மகனே?

ஆறுதலாக யோசித்துச் சொல். எந்த அவசரமுமில்லை.

இனி எனக்கு நிறைய நேரமிருக்கிறது.

இப்படிக்கு,

என்றும் உனதன்பு அம்மா.

அடுத்து வந்த நாட்களில், ஆயிரந்தடவைகளுக்கு மேல் அந்தக் கடிதத்தை வாசித்திருப்பான் ஷிவா. இன்னும் எத்தனை தடவைகள் அதை மறுபடியும் வாசிப்பானோ என்று அவனுக்கே தெரியாது.

அது என்ன ஆசை அம்மா?

அதை நான் எப்படி நிறைவேற்றுவது? போன்ற அடிப்படையான கேள்விகளையெல்லாம் தாண்டி, ‘உங்கள் ஆசையைக் கட்டாயம் நான் நிறைவேற்றி வைப்பேனம்மா’ என்று தனது தாயிடம் இப்பொழுது அவனால் எப்படிக் கூற முடியும்?

அதற்கான சாத்தியப்பாடுகள் ஏதேனும் உண்டா?

தனது மனதில் எழுந்த எந்தக் கேள்விக்கும் அவனிடம் பதிலிருக்கவில்லை.

அது மிகவும் துரதிர்ஷ்டவசமான நிலைப்பாடு.

5

முன்கதை

பகுதி – 4

தாயிடமிருந்து அந்தக் கடிதப் பொட்டலம் கிடைக்கப்பெற்றுச் சரியாகப் பத்து நாட்களுக்குப் பிறகு வந்த வேறொரு காலைப்பொழுது.

டொரொண்டோவில் இளவேனிற்காலம் மெல்ல எட்டிப்பார்க்கத் தொடங்கியிருந்தது. பருவமாற்றத்தின் அழகு சுற்றுப்புறச்சூழலெங்கும் பிரதிபலித்தது. இயற்கையின் இயல்பான மாற்றம் அது. காணுமிடமெங்கணும் புதுப்பொலிவு பெறத்தொடங்கின.

இளவேனிற் பருவத்தின் கைவண்ணத்தால் மொட்டை மரங்களில் புத்தம்புதுத் துளிர்களால் பச்சை நிறத்திலே தீட்டப்பட்ட ஓவியமானது, கண்ணுக்குக் குளிர்ச்சியான, மனதிற்கு இனியதான, காணுதற்கு அரியதான காட்சி.

பார்ப்பவர் மனதில் பொங்கியெழுந்த புத்துணர்ச்சிக்கு அளவேயில்லை.

பருவகால அற்புதங்களில் இதுவுமொன்று.

இதுவரை காலமும் ஷிவா, ஷோபி, விஷ்ணு ஆகிய மூவரையும் பொருத்திப்பிடித்து அசையும் சுழலிடமாகத் திகழ்ந்தவள் கௌரி. அவளது மறைவினால் ஏற்பட்ட வெற்றிடம் அவர்கள் மூவரின் இயக்கத்தையும் பாதித்திருந்தது.

அதுவரையில் அவர்களுக்காகவே இருந்தவள் திடீரென்று இல்லாமல் போனதை அவர்களால் ஏற்றுக்கொள்ளமுடியவில்லை. அவளிடமிருந்து அளவின்றிக் கிடைத்த அன்பை இழந்தவர்களாக வாடினார்கள். அந்த வெறுமையின் வேதனையைக் கடப்பதொன்றும் சாதாரணக் காரியமாக இருக்கவில்லை.

விஷ்ணுவின் சின்னஞ்சிறு உலகின் பென்னாம்பெரிய பகுதி அவனது அப்பம்மாவினால் நிரம்பியிருந்தது. அவன் பிறந்ததிலிருந்தே, அவனது ஒரு நாள் பொழுதில் பெரும்பகுதி அப்பம்மாவோடுதான் கழிந்தது. அம்மாவும், அப்பாவும் அவரவர் வேலைகளைப் பார்த்துக்கொண்டு திரிந்த வேளைகளில் அப்பம்மாவே கூடவிருந்தாள். அப்பம்மாவுடைய இழப்பின் தாக்கம் அவனை வெகுவாகப் பாதித்திருந்தது.

அந்தத் துன்பம்சூழ் பயணத்தில் ஒருவருக்கு மற்றவரே ஆறுதலாக இருந்தார்கள். இதில் ஷோபியின் பங்கு அளவற்றது. தனது குடும்பத்தின் ஆண்கள் இருவரைப்பற்றியும் அவள் நன்கு அறிந்திருந்தாள். அவர்கள் மென்மையான மனமுடையவர்கள், எளிதில் உணர்ச்சிவசப்படக்கூடியவர்கள் என்பதைத் தெரிந்து வைத்திருந்தாள்.

ஷிவாவை மட்டுமல்லாமல், விஷ்ணுவையும் தேற்றவேண்டிய பொறுப்பு அவளிடம் இருந்தது.

தனது முழுக்கவனத்தையும் அவர்கள் இருவரையும் கவனிப்பதில் செலுத்தினாள் ஷோபி.

எவ்வளவுதான் பாரதூரமானதாக இருந்தாலும், மனதிலேற்படுகின்ற காயத்தை முழுதாக ஆற்றக்கூடிய சக்தி காலத்திற்கு உண்டல்லவா? அதுவே அவர்களுக்கும் மருந்தாக அமைந்தது.

‘எதுவுமே கடந்துபோகும்’ என்பதற்கமைய, கடந்துவந்த நாட்களில் அவர்களுடைய மனவுளைச்சல் கொஞ்சங்கொஞ்சமாக ஆற்றுப்பட்டுத் தீர்ந்தது.

அந்தக் குடும்பத்தின் இயல்புநிலை மெதுவாக சுஜத்திற்குத் திரும்பியது.

ஷிவாவும், ஷோபியும் தமது நாளாந்த வேலைகளுக்கு மீண்டிருந்தார்கள். விஷ்ணுவும் வழமைபோலப் பாடசாலைக்குச் செல்லத் தொடங்கியிருந்தான்.

வீட்டின் அடைப்பிலிருந்து வெளியேறிப் புற அலுவல்களில்

கவனத்தைச் செலுத்தியபொழுதுகளில், என்னதான் மனதிலிருந்த கவலையும், துக்கமும் தற்காலிகமாகக் காணாமல்போயிருந்தாலும், வெளி வேலைகளையெல்லாம் முடித்துக்கொண்டு மீண்டும் வீட்டை அடைந்ததும், எங்கேயென்று காத்திருந்து அந்தக் கவலைகளும், துன்பங்களும் மீண்டும் தலைமேலேறிக் குந்திவிடுவதை அவர்களால் தவிர்க்கமுடியவில்லை.

பேரிழப்பின் தாக்கத்திலிருந்து வெளிவருதல் என்பது சாதாரணக் காரியமில்லை.

மேலைத்தேய வாழ்க்கைமுறையானது கீழைத்தேய வாழ்க்கைப் பண்பிலிருந்து வேறுபட்டது. விசித்திரமானது. ஆழ்கடலின் நீலம்போல எவரையும் தன்னை நோக்கிக் கவர்ந்திழுக்கக்கூடியது. அதன் சுழலினுள்ளே அகப்பட்டதன் பிறகுதான் அது தனது ஆழத்தின் இருளை எவருக்கும் காட்டுகிறது. தனிமனித விருப்பு, வெறுப்பிற்கு அப்பாற்பட்டு, மேலைத்தேய வாழ்க்கைமுறையானது முதலில் வியக்கப்பட்டுப் பிறகு வெறுக்கப்பட்டுக் காலத்தின் கட்டாயத்தினால் அதுவே பழகியும்போய்விடுகிறது.

சூழ்நிலையின் கடப்பாட்டின்படி தத்தெடுக்கப்பட்ட மேலைத்தேய வாழ்க்கையின் இயந்திரத்தனத்திலிருந்து விடுபட்டுப் பழைய வாழ்விற்கு மீண்டுவிடும் ஏக்கமானது வெளிநாடொன்றில் புலம்பெயர்ந்து வாழ்கின்ற முதலாவது சந்ததியினரில் எவருக்கும் இருக்கக்கூடியதே.

அவர்களுடைய அவ்வேக்கம் தீர்ந்துபோவதற்கு முன்னமே அந்த வாழ்விலிருந்து வெளியேற முடியாதபடிக்கு ஒன்றோடு மற்றது பின்னிப்பிணைந்து கண்ணியாகவும் மாறிவிடுகிறது.

ஆனால், அவர்களுக்கும் ரட்சிப்பென்பது சாத்தியமானதே. புலம்பெயர்ந்தவரின் மறுசந்ததியினரின் ஆதரவோடு அவர்களுடைய ஏக்கம் எதிர்காலத்தில் ஒருவேளை தீர்ந்தும்போகலாம். அப்படியொரு எதிர்காலத்தைக் காலத்தின் கருணைக்கு ஒப்புக் கொடுத்துவிட்டுக் காத்திருப்பதே புலம்பெயர்ந்த முதலாவது சந்ததியினரின் கொடுப்பனவு.

சாதாரண வேலை நாளொன்றில், குடும்பத்தில் உள்ள ஒருவரைப் பார்ப்பதற்கு மற்றவருக்கு வேளையிருப்பதில்லை. சாவி கொடுக்கப்பட்ட குரங்கு பொம்மைகளைப் போல அவரவர் கடமைகளைச் செய்யக் கிளம்பிவிடுகிறார்கள். யாரும் யாருக்காகவும் காத்திருப்பதில்லை.

அவர்களால் அப்படிக் காத்திருக்கவும் முடியாது.

ஒருவரை மற்றவர் காண்கின்ற சந்தர்ப்பத்தில், ஒரு 'ஹாய்' அல்லது 'பாய்' அவ்வளவுதான். அதுவே அடுத்துச் சந்திக்கின்ற பொழுதுவரைக்கும் தேறும்.

மாலையில் அவர்கள் வீடு வந்து சேர்ந்தபிறகுதான் அன்றைய நாள் எவ்வாறு கழிந்ததென்று ஆர அமரப் பேசுவதற்கு நேரங்கிடைக்கிறது.

அதுவும்கூடக் குறுஞ்செய்தி ஒன்றைப் போலச் மிகச்சுருக்கமானதாகவே அமைந்துவிடுகிறது. மீண்டும் மறுநாள் காலையில் எழுந்து தத்தமது வேலைகளைத் துரத்திக்கொண்டு ஓட வேண்டும் எனும் எண்ணமே அவர்களைச் சும்மாவிருக்க விடாது. நேரத்தோடு படுக்கைக்குத் திரத்திவிடும்.

வார இறுதி நாட்களும், இடைக்கிடையே வந்துபோகின்ற பொது விடுமுறை தினங்களும்தான் குடும்பமாகக் கூடிக்குலாவுவதற்கான பொழுதைத் தருவன. பொழுதுபோக்கிற்காக வெளியே செல்வதும், வேறு எந்தக் கொண்டாட்டங்களென்றாலும் இந்த நாட்களில்தான் அமைவன. அப்படியொரு விடுமுறை நாளுக்காகக் காத்திருப்பதே அவர்களுடைய நடைமுறை வழக்கம். 'நீண்ட வார இறுதி நாட்கள்' வந்தால் இரட்டிப்புக் கொண்டாட்டம்.

டொரொண்டோவில் ஷிவாவின் குடும்பமும் இதற்கு விதிவிலக்கல்ல. இருந்தாலும், இலங்கையிலிருந்து புலம்பெயர்ந்த இரண்டாவது சந்ததியினர் என்ற காரணத்தால் அந்த வாழ்க்கைமுறை அவர்களுக்கு அன்னியமானதாகத் தோன்றவில்லை.

முன்பெல்லாம், வீட்டிலுள்ளவர்கள் வேலைக்கென்றும், பாடசாலைக்கென்றும் சென்றபிறகு கௌரி வீட்டிலிருந்தாள். அவர்களுக்கு வேண்டியதையெல்லாம் அவளே செய்தும் வைத்தாள். அவளுக்கு ஏதாகினும் வேலைகள் இருந்தால் வெளியே சென்றுவருவாள். மற்றும்படி, ஆளாளுக்குப் பிடித்தமான உணவுகளைச் சமைத்து வைத்துவிட்டு, அவர்கள் வரும்வரையில் வீட்டிலே காத்திருப்பாள்.

ஒவ்வொருவருக்கும் ஒவ்வொன்று பிடிக்கும். ஆளுக்கொரு நேரத்திற்கு வீடு வந்துசேருவார்கள். வந்ததும் கௌரிதான் அவர்களுக்குரிய உணவைப் பரிமாறுவாள். உணவருந்தி முடிக்கும்வரையிலும் அருகிலே காத்திருப்பாள். அன்றைய நாளில் நடந்தவைபற்றிக் கேட்பாள்.

அவர்களுக்கும் அதுவே திருப்தியாக இருக்கும்.

ஆனால் இப்பொழுதோ, அவர்களுக்காகச் சமைத்துவைத்துக் காத்திருப்பதற்கும், அவர்கள் வீடு வந்து சேர்ந்ததும் ஆறுதலாகப் பேசுவதற்கும் அவள் இல்லை.

கௌரி இறந்துபோய் இன்னும் ஒரு மாதம் ஆகவில்லை.

அன்றைய நாள் பொதுவிடுமுறை தினமென்ற காரணத்தால் எல்லோரும் வீட்டிலிருந்தார்கள்.

ஆனால், வழமையாக அவர்கள் எதிர்கொள்ளும் விடுமுறை நாட்களைப் போல அன்றைய நாள் அவர்களுக்கு மகிழ்ச்சியைத் தரவில்லை. அந்த நாளை கொண்டாடிக் களிக்கும் மனநிலையும் அவர்களிடம் இருக்கவில்லை.

இருந்தும், தாம் உழன்றுகொண்டிருந்த துன்பத்தின் பிடியிலிருந்து கழன்று விடுபட்டு வழமையான வாழ்விற்குத் திரும்பிவிடவே அவர்கள் மூவரும் விரும்பினார்கள். அதற்கான முயற்சிகளிலும் ஈடுபட்டார்கள்.

எங்காவது வெளியில் சென்றுவரலாம் என்ற யோசனையை ஷோபிதான் முன்வைத்தாள். எங்கே போவதென்பதை விஷ்ணுவே தீர்மானித்தான். அதை எல்லோரும் ஒருமனதாக ஏற்றுக்கொண்டார்கள்.

அன்று காலை, நேரத்தோடு எழுந்து வெளியே செல்வதற்கு ஆயத்தமானார்கள். கொண்டுசெல்வதற்குத் தேவையான இன்னபிற பொருட்களையெல்லாம் நேற்றே எடுத்து வைத்தாகிவிட்டது.

ஷிவா எல்லோருக்கும் முன்பாகவே எழுந்து ஆயத்தமாகியிருந்தான். தான் செய்யவேண்டியதையெல்லாம் செய்தும்முடித்திருந்தான்.

ஷோபியும் குளித்துமுடித்துப் புறப்படும் வேலைகளில் மும்முரமாக ஈடுபட்டிருந்தாள்.

விஷ்ணு குளியலறையிலிருந்து இன்னும் வெளியே வரவில்லை. சாதாரணமாக அவனை அங்கிருந்து கிளப்பி வெளியிலெடுக்கும் பொறுப்பு ஷிவாவினுடையது.

'விஷ்ணு ஹறியப்' என்று ஆயிரந்தடவைகளாவது குரல் கொடுக்கவேண்டியிருக்கும். ஆயிரத்தோராவது தடவையாகக் கத்தும் பொழுதுதான் அவன் வெளியே வருவான்.

என்னதான் முன்கூட்டியே திட்டமிட்டிருந்தாலும், இறுதி நேரத்தில் அரக்கப்பரக்கப் புறப்படுவதே அவர்களது நடைமுறை.

ஷோபியும், விஷ்ணுவும் தயாராகி வரும்வரையில் காத்திருந்து, அவர்கள் வந்ததும் அங்கிருந்து இறங்குவதுதான் மிச்சம். அதுவரையில் பொறுத்திருக்கவேண்டியது ஷிவாவின் தலையாய கடமை.

ஷோபி வருவதற்கிடையில் சமையலறைக்குச் சென்று தனக்கும் அவளுக்குமாகக் கோப்பி தயாரித்தான். அந்த நேரத்திற்குத் தேவையான புத்துணர்ச்சியை அது அவனுக்கு வழங்கக்கூடும்.

அவனுக்கென்றில்லை, வெளிநாடுகளில் வசிக்கும் எவருக்கும், கோப்பி தயாரிப்பதொன்றும் மலையைப் புரட்டிப்போடும் வேலையில்லை.

கோப்பி என்ன, ஷிவாவுக்கு விதம்விதமாகச் சமைக்கவும் தெரியும். இது தனது தாயிடமிருந்து அவன் கற்றுத்தேர்ந்த கலை.

அடிக்கடி இல்லாவிட்டாலும், இருந்துவிட்டு ஒரு தடவை ஷிவா தாயாரித்துக் கொடுக்கும் கொத்துரொட்டியை ரசித்து, ருசித்து உண்பதற்குக் குடும்பத்தில் அனைவருக்கும் பிடிக்கும்.

“என் மகன் செய்யிற கொத்துரொட்டியை சாப்பிட்டுப் பார்த்தீங்கெண்டால் பிறகு விடமாட்டீங்க. திரும்பச் செய்துதரச்சொல்லிக் கேட்பீங்க” என்று பெருமை பேசாமல், தெரிந்தவர்களுடனான கௌரியின் சம்பாசணை அமைந்ததேயில்லை.

தான் தயாரித்த கோப்பியை இரண்டு கோப்பைகளில் ஊற்றியெடுத்து அதில் ஒன்றைத் தனது மனைவிக்காகச் சமையலறை மேசைமேல் மூடிவைத்தான். அவளுக்குப் பிடித்தமாதிரி கோப்பி போட்டுத்தர அவனுக்குத் தெரியும். அவளுக்கு ஒரு தேக்கரண்டி சீனி போட்டு, பால் கலக்காத கருப்புக் கோப்பியே அருந்த பிடிக்கும். மிகுந்த சூடும் அவளுக்குப் பிடிக்காது. ஷோபி ஆயத்தமாகி வரும்பொழுது, கோப்பி அவளுக்குப் பிடித்தமான சூட்டிற்கு ஆறியிருக்கும்.

ஷிவாவுக்கோ சீனி சேர்க்காத, பால் கலந்த கோப்பியைச் சுடச்சுட அருந்துவதே பிடித்திருந்தது. கோப்பையிலிருந்து மேலெழும்பும் சூடான ஆவியில் கலந்திருக்கும் வறுத்த கோப்பியின் மணம் அவனது நாசியைத் தொடுவது அவனுக்குப் பிடித்திருந்தது. கண்களை மூடியபடி அதை ரசித்து ருசிப்பான்.

விஷ்ணுவுக்குக் காலையில் கோப்பி அருந்தும் பழக்கமில்லை. தேவைப்பட்டால் 'பிரிட்ஜி'லிருந்து எதையாவது எடுத்துக் குடிப்பான்.

ஷிவா காலையில் மட்டும்தான் கோப்பி அருந்துவான். மற்ற எல்லா நேரமும் அவனுக்குத் தேநீர்தான். வேளைக்கு ஏற்றபடி வெறும் தேநீரோ பால்தேநீரோ அருந்துவான். வெவ்வேறு தரங்களிலான பல்வேறு சுவையூட்டப்பட்ட தேநீரை ரசித்துக் குடிப்பதில் அவன் கைதேர்ந்தவன். இதுவும் அவனது அம்மாதான் அவனுக்குப் பழக்கித்தந்த வழக்கம்.

"தேத்தண்ணியை ரசித்துக் குடிக்கத் தெரியாமல், நாமெல்லாம் இலங்கையரெண்டு சொல்லுறது எவ்வளவு வேடிக்கையான விசயம் தெரியுமா?" என்று அம்மா சொல்வாள்.

அது மட்டுமா சொன்னாள்?

தேயிலைத்தோட்டம் செய்விக்கவென்று இந்தியாவிலிருந்து இலங்கைக்குக் கொண்டுசெல்லப்பட்ட தமிழர்கள் மலையகத்தின் உரமாகிப்போனதையும் கதை கதையாகச் சொன்னாள்.

"தேநீர் அருந்தும்பொழுது உனக்கு எவ்வகை உணர்வு ஏற்படுகிறது?" என்று தன்னிடம் கேட்ட கனேடிய நண்பர் ஒருவரிடம், "நான் அருந்துகின்ற தேநீரின் ஒவ்வொரு துளியும் எனது நாவைச் சுட்டுக்கொண்டு தொண்டைவழியே இறங்கும்பொழுது, அந்தத் தேயிலைச் செடிகளை வளர்த்தெடுப்பதற்காகச் சிந்தப்பட்ட உயிர்களின் சாரத்தை என்னால் உணரமுடிகிறது" என்று சொன்னது, வெறுமனே அவருடைய கேள்விக்கான அவனுடைய பதிலில்லை.

சுமார் இருநூறு சொச்சம் வருடங்களுக்கு முன்னர்தான் தேயிலைத் தோட்டம் செய்விப்பதற்காக அவர்கள் தென்னிந்தியாவிலிருந்து கூலிகளாக அழைத்து வரப்பட்டார்கள். உரிமை மறுக்கப்பட்ட 'தோட்டக்காட்டார்' என்ற சுட்டுதலைத் தகர்த்து இந்திய வம்சாவளித் தமிழர்கள் என்றும், மலையகத் தமிழர் என்றும் பரிணமித்து வளர்ந்ததொன்றும் சும்மா விசயமில்லை. இலங்கை வரலாற்றில் மட்டுமன்றி, தமிழீழ வரலாற்றிலுங்கூட மலையகத் தமிழரின் அயராத பங்களிப்பு அபரிமிதமானது.

இருந்தும், அவர்களுக்குக் கிடைக்கவேண்டிய அடிப்படை வசதிகளும், உரிமையும் வழங்கப்படாமல், அவர்களில் பலர் இன்றும்கூடப்

பல்வேறு சுரண்டல்களுக்கும், அநீதிகளுக்கும் ஆளாகி மாள்வதைச் சாதாரணமாகக் கடந்துபோய்விட முடியாது.

தனது கோப்பி மக்கைக் கையில் எடுத்துக்கொண்டு, சோபாவில் ஆசுவாசமாகச் சென்று அமர்ந்தான் ஷிவா. அவனுக்கு முன்னாலிருந்த குட்டை மேசையிலிருந்த அன்றைய ‘டொறொன்டொ ஸ்டார்’ பத்திரிகையைக் கையிலெடுத்து அதன் முன் பக்கச் செய்திகளை மேலோட்டமாக அலசினான்.

அப்பொழுதுதான் ஷிவாவின் கைபேசிக்கு அந்த அழைப்பு வந்தது.

‘கிர்ர்ர்... கிர்ர்ர்...’ என்று அதிர்ந்து சிணுங்கிய ஐபோனைக் கையிலெடுத்தான். பிரத்தியேக இலக்கமொன்றிலிருந்து யாரோ அவனை அழைத்தார்கள்.

வழமையில் தனக்கு அறிமுகமில்லாத பிரத்தியேக இலக்கங்களிலிருந்து மேற்கொள்ளப்படுகின்ற எந்த அழைப்பையும் அவன் ஏற்றுக்கொள்வதில்லை. அவ்வாறான அழைப்புகளில் அனேகமானவை வியாபார முகவர்களிடமிருந்து, ‘அது வேண்டுமா?, இது வேண்டுமா?’ என்று கேட்டு வருகின்ற தேவையற்ற அழைப்புகளாகவே இருக்கும்.

அந்த அழைப்புகளில் ஒன்றில் அகப்பட்டுக்கொண்டால் அவ்வளவுதான். அவர்கள் விற்கின்ற எதையாவது ஒன்றைத் தலையில் கட்டும்வரை ஓயமாட்டார்கள். ஷிவாவைப் போன்ற இளகிய மனதுடையவர்கள் அகப்பட்டால் சொல்லவே வேண்டாம்.

‘அந்த முகவர்களும் எம்மைப் போல மனிதர்கள்தானே? அவர்களும் தமது குடும்பத்திற்காகத்தானே இப்படியெல்லாம் முயற்சி செய்கிறார்கள்’ என்று கூறி, அவர்கள் விற்கின்ற தேவையற்ற ஏதோவொன்றை வாங்கித் தீர்த்த பிறகே அந்தத் தொலைபேசி அழைப்பு முடியும்.

எல்லாம் முடிந்த பிறகு தன்னுடைய முட்டாள்தனத்தை எண்ணி அவன் மன உளைச்சல் படுவதும் உண்டு. இது போன்ற இன்னோரன்ன பிற காரணங்களுக்காக அவ்வாறான அழைப்புகளைக் கூடியவரையில் தவிர்த்தே வந்தான் ஷிவா.

ஆனால் அன்றைய நாள் அவனது வழமைக்கு மாறாக அமைந்தது. ‘டொறொண்டோ ஸ்டார்’ பத்திரிகையின் முன் பக்கத்திலிருந்து தனது பார்வையை அகற்றாமல் தனக்கு வந்த அழைப்பை எதேச்சையாக

ஏற்றுக்கொண்டான்.

‘ஷிவா ஹியர்’ கைபேசிக்குள் சொன்னான்.

‘............’ பதிலில்லை.

‘ஹலோ...?’ மீண்டுமொரு தடவை கேட்டான்.

‘...........’ அப்பொழுதும் மறுபுறத்தில் எந்தப் பதிலுமில்லை.

அதற்குமேல் அந்த அழைப்பில் நீடித்திருப்பதற்கான பொறுமையை இழந்தவனாக, ‘நியுசன்ஸ்’ என்று முணுமுணுத்தபடி, தனக்கு வந்த அழைப்பை முடிக்கச்சென்றன்.

அந்தக் கணத்தில்...

‘ஷிவா....?’ மறுபக்கமிருந்து, ஷிவாவின் காதுகளில் மிகத் துல்லியமாக வந்து விழுந்தது அந்தக் குரல்.

அவனுடைய தாயின் குரல்.

6

இனி கதை

2014ஆம் ஆண்டு, மார்ச் மாதம்.

லண்டன் ஹீத்ரூ விமான நிலையத்தின் மூன்றாவது டேர்மினலிலிருந்து கிளம்பிய 'யு.எல்.504 சிறிலங்கன்' விமானம் வந்துசேருமென்று எதிர்பார்த்த நேரத்திற்குச் சரியாகப் பண்டாரநாயக்கா சர்வதேச விமான நிலையத்தை வந்தடைந்தது.

அந்த 'எயார்பஸ் ஏ330-300' வகை விமானத்தின் சக்கரங்கள் விமான நிலையத்தின் ஓடுதளத்தைத் தேய்த்துத் தரையிறங்கியபொழுது இலங்கையில் நேரம் அதிகாலை மணி 4:20 ஆகியிருந்தது.

அப்பொழுது இருட்டு பூசிய வானம் நீலத்தைக் காட்டாமல் ஒளித்து வைத்திருக்க, நமக்கேன் வம்பென்று விடிகாலை வெளிச்சமும் இன்னமும் வெளியே வராமல் காத்திருந்தது.

விமானத் தளத்தின் சுற்றுப்புறமெல்லாம் தேவைக்கு மிச்சமாய்ப் பொருத்தப்பட்டிருந்த 'ஹலஜன்' மின்விளக்குகள் துப்பிய மஞ்சள் ஒளியில் சொட்ட நனைந்திருந்தும், ஆங்காங்கே அம்மிக்கிடந்த பனிப்புகார்களின் ஆட்சிப்பரப்புகளும் கைவிடப்படாமலேயிருந்தன.

மெத்தென்ற தரையிறக்கத்தைத் தொடர்ந்து சில நிமிடங்கள் நீண்ட 'டக்சி' ஓட்டத்துடன், அதற்கென்று ஒதுக்கப்பட்டிருந்த தொங்கு வாயில் தளத்திற்குச் சென்று தன்னைப் பொருத்திக்கொண்டது விமானம். அந்த உலோகப் பறவையின் இயந்திராதி இயக்கங்களைத் தேர்ந்த லாவகத்துடன் கையாண்டு, அதில் பயணித்த அத்தனை பேரையும் பாதுகாப்பாகத் தேசங்கள், மலைகள், கடல்கள் கடந்து, அவர்கள் சேரவேண்டிய இடத்திற்குச் சேரவேண்டிய நேரத்தில் கவனமாய்க் கொண்டுவந்து சேர்த்த முகந்தெரியாத விமானிகளின் அனுபவத் திறமையைப் பயணிகளில் எவரும் மெச்சியதாகத் தோன்றவில்லை.

விமானத்திலிருந்த அனைவரது முகங்களிலும் பத்து மணித்தியாலங்களுக்குச் சற்று நீடித்த வான் பயணத்தின் சோர்வே மண்டியிருந்தது. இருந்தும், அவர்கள் யாவரும் அந்த விமானத்தின் அடைப்பிலிருந்து வெளியேறிப் புதிய காற்றைச் சுவாசிப்பதற்கு முண்டியடித்து அவசரங்காட்டினார்கள்.

*38 'பீ'*யில் அமர்ந்திருந்த ஷிவாவுக்கு எந்த அவசரமுமில்லை. அடித்துப் பிடித்து வெளியேறுபவர்கள் போய்த் தீரும்வரை அமைதியாகக் காத்திருந்தான். விமானத்தின் ஜன்னலூடாக வெளியே தெரிந்த காட்சியில் லயிப்பதற்கு எதுவுமிருக்கவில்லை. நல்ல வேளையாக அவனுக்கு அருகிலிருந்த இருக்கை காலியாகவே இருந்ததால், அவனுடைய இந்தக்கட்டப் பயணம் எந்தவொரு தொல்லையுமின்றி அமைதியாகவே கழிந்திருந்தது.

ஆனால் டொரொண்டோவிலிருந்து லண்டன்வரையான அவனது முதற்கட்டப் பயணம் இதுபோல அமையவில்லை.

அவனருகில் ஒரு 'லத்தீனோ' முதியவர் அமர்ந்திருந்தார். அவருக்கு அறுபத்தைந்து அல்லது அதற்குமேல் வயதிருக்கும். தனியாகத்தான் பயணம்செய்தார். அரட்டையடிப்பதற்கென்றே பிறந்தவர்போலப் பயணம் முழுவதும் ஏதாவது ஒன்றைப் பற்றிப் பேசிக்கொண்டே வந்தார்.

'நான் பேசிக் களைப்பேனா பார்' என்று சளைக்காமல் சம்பாசித்தார். பேசுவதைத் தவிர வேறெதுவும் அவருக்குத் தெரியவில்லை.

தனக்குத் தெரிந்ததை மிகை உற்சாகத்தோடு செய்தார் என்றே கூற வேண்டும். தனது சம்பாசணையின் மறுபக்கத்தில் இருப்பவர் தன்னைக்

கவனிக்கிறாரா, இல்லையா என்பதைக்கூட அவர் கவனித்ததாகத் தெரியவில்லை. அதை அவர் பொருட்படுத்தவுமில்லை.

டொரோண்டோவில் வசிக்கும் சின்ன மகள் வீட்டில் சிலகாலம் தங்கியிருந்துவிட்டு, லண்டனிலிருக்கும் தனது இரண்டாவது மகனிடம் செல்கிறாராம். அங்கேயும் சில மாதங்கள் தங்கிய பிறகு இத்தாலிக்கும் பின்னர் 'யூஎஸ்' செல்லவும் உத்தேசமாம்.

கடைசியாகத் தானும், மனைவியும் வாழ்ந்த வீட்டில் சில நாட்கள் தங்கியிருந்துவிட்டு அடுத்த வருடமும் இதே பயணங்கள் மீண்டும் தொடருமாம். பயணங்கள் முடிவதில்லை என்று கூறிச் சிரிப்புக் காட்டினார்.

தனது மனைவி உயிரோடு இருந்தவரை எங்கு செல்வதென்றாலும் தாம் இருவரும் சேர்ந்தே செல்வார்களாம். கடந்த சில வருடங்களாகத்தான் தன்னுடைய பயணங்கள் தனிமையில் தொடர்கின்றதாம். தன்னைத் தனியாகப் பயணம்செய்ய விட்டுவிட்டு இறந்துபோன தனது மனைவியைச் செல்லமாகக் கோபித்துக்கொண்டார்.

டொரொண்டோ மருமகனில் ஆரம்பித்து அண்டை அயலில் வசிக்கும் அத்தனை பேரையும் பற்றிச் சொல்வதற்கு அவரிடம் ஏதோவொரு கதையிருந்தது. ஒவ்வொரு கணத்தையும் ஒரு கதையாகக் கோர்த்துச் சொன்னார்.

அந்த முதியவர் சொன்ன கதைகளைக் கேட்டதில், தனது பயணத்தின்பொழுது வாசிப்பதற்காக எடுத்துவைத்த 'காலிட் ஹொசைனி'யின் "அண்ட் த மௌன்டன்ஸ் எக்கோட்" நாவலைப் பிரித்துப் பார்க்கவேண்டிய தேவை ஷிவாவுக்கு இருக்கவில்லை.

ஷிவாவைப் பார்த்தால் அச்சொட்டாகத் தனது டொரொண்டோ மருமகனைப் போலவே இருப்பதாகக் கூறினார். தனக்கு இன்னொரு மகள் இருந்திருந்தால் ஷிவாவுக்கே கட்டிவைத்திருப்பேன் என்றும் கூறினார். அவரின் விருப்பத்திற்கு ஷோபி ஒத்துக்கொண்டால் சரிதான் என்று கூறி ஷிவாவும் அவருடைய சிரிப்பில் கலந்துகொண்டான்.

லண்டன் வந்து சேர்ந்ததும், அவனைப் பிரிய மனமில்லையென்று கூறிப் பிரிந்து சென்றார் அந்த முதியவர். அவர் சொன்ன கதைகள் யாவையும் சுவாரசியமாகவே இருந்தன என்பதைத் தவிர்த்து, சுமார் எட்டு

மணித்தியாலங்கள்வரை நீண்ட அந்தப் பயணத்தின் பெரும்பாலான பொழுதில் அவரை எப்படித் தன்னால் பொறுத்துக்கொள்ள முடிந்ததென்பது ஷிவாவுக்கே புரியாத புதிராக இருந்தது.

'வாவ் யூ ஆர் டூயிங் கிரேற் ஷிவா' என்று மனதிற்குள் தன்னைத்தானே புகழ்ந்துகொண்டான்.

சாதாரணமாக எங்கேனும் பயணிப்பதாயிருந்தால், தாம் பயணிக்கின்ற வாகனத்திலிருந்து தங்குமிடங்களைத் தெரிவுசெய்வதுவரை தமது இயல்புக்கு ஏற்றபடி சொகுசானதாக இருக்க வேண்டுமென எதிர்பார்க்கும் பிரத்தியேகமான கூட்டத்தைச் சேர்ந்தவன் ஷிவா.

தனக்குத் தெரியாத, அறிமுகமில்லாத இடங்களில் தங்குவதை வசதிக் குறைவாகவே கருதினான்.

ஆனால் சிறிலங்காவிற்கான இந்தப் பயணம் அவசர அவசரமாக ஏற்பாடு செய்யப்பட்ட காரணத்தினால், கடைசி நேரத்தில் அவனுக்கு ஏற்றவாறு 'பிசினஸ் கிளாஸ்' இருக்கையொன்றை ஷோபியால் பெற்றுத்தர முடியாமல் போனது.

ஓர் 'எக்கனமிக் கிளாஸ்' பயணியாக நீண்டதொரு பயணத்தை மேற்கொள்வது இதுவே அவனுக்கு முதல் தடவை. அவனே எதிர்பாராத வகையில், அதுவொன்றும் அவனுக்கு அசௌகரியமான பயணமாக இருக்கவில்லை.

லண்டனிலிருந்து கொழும்பு நோக்கிய இரண்டாங்கட்ட விமானப்பயணம் ஷிவாவிற்கு ஏற்றவாறு அமைந்தது. அமைதியாகவும் அதேவேளை மிக வசதியோடும் இருந்தது.

நிறைய வாசித்தான். சிறிலங்கன் விமானத்தின் 'இன்ஃபிளைட் என்டர்டைன்மென்ட்' இல் நேரத்தைச் செலவிட்டான். சிறிது நேரம் பாடல்களைக் கேட்பதிலும் கழித்தான்.

இருந்தாலும் அந்த லத்தீனோ முதியவரையும் ரொம்பவே 'மிஸ்' பண்ணியதாக உணர்ந்தான். உள்ளார்ந்ததாக அவருடைய குணவியல்புகளில் எதுவோ தனக்கு நெருக்கமாக இருந்ததுபோல் அவனுக்குத் தோன்றியது.

சிறிலங்காவில் வந்து தரையிறங்கியதும், ஒருவரையொருவர் முண்டியடித்து வெளியேறிக்கொண்டிருந்த பயணிகள் கூட்டத்தின்

நெரிசலில் தானும் சிக்கிக்கொள்வதைத் தவிர்த்துக் கடைசி சில பயணிகளுடன் இணைந்து வெளியேறினான் ஷிவா.

விமானத்தின் முற்பக்க வெளியேறும் வாயிலருகே தனது முகத்தில் செயற்கைப் புன்னகை பூசிய பொம்மைபோலச் சிங்களத்தில் வணங்கினாள் ‘சிறிலங்கன்’ விமானப் பணிப்பெண். அவளுக்கும் நன்றி கூறுவதற்கு அவன் மறக்கவில்லை.

பண்டாரநாயக்கா சர்வதேச விமான நிலையத்தின் பன்னிரண்டாவது வாயிலினூடாக, எதிர்பார்ப்புகள் நிறைந்த மனதுடன் சிறிலங்கா வந்திறங்கினான் ஷிவா.

தனது வாழ்க்கைப் புத்தகத்தின் தூசிபடிந்த பட்டாப்பழைய பக்கமொன்றைப் புதிதாய் புரட்டிப் பார்ப்பதற்கென்று அங்கே வந்து சேர்ந்திருந்தான்.

அவன் உடலிலும், மனதிலும் பல்வேறு பழைய உணர்வுகள் பிரவாகமாய் முகிழ்க்கவாரம்பித்தன.

7

கௌரியின் நாளேட்டிலிருந்து

இதுவொன்றும் அறிவுரையல்ல.

உனக்கான ஆலோசனையும் இதுவல்ல.

இவற்றால் உனக்குப் பயனெதுவும் இல்லை.

ஏனென்றால் இது 'எனது' அனுபவம் மட்டுமே. அதைத்தான் உனக்குக் கூற விளைகிறேன்.

அனுபவங்களே எம்மைச் செதுக்குவன எனக்கொள்வாயாகில், இவற்றையும் கவனி.

அனுபவங்கள் தந்த வடுக்களே எம்மை வடிவமைக்கின்றன. அவைதான் எம்மைச் செம்மையாக்குகின்றன.

நமது செயல்களனைத்திற்கும் அடிப்படையாகத் திகழ்கின்றன.

அனுபவங்கள் தந்த எந்த ரணத்தையும் ஆற்றக்கூடிய அற்புத சக்தி காலத்திற்கு மட்டுமே உண்டு.

காலத்தைக் கவனியாமல் கடந்துபோவதற்கு யாராலும் முடியாது. அது உன்னாலும் முடியாது.

காலம் உன்கூடவே ஒட்டிக்கொண்டு ஓடிவரும். அதுவொரு தவிர்க்கமுடியாத ஓட்டம்.

ஆகவேதான் நீ உனது கடந்தகாலத்துடன் சமாதானம் செய்துகொள்ள வேண்டும்.

அது ஒன்றுதான் வழி. அதுவே உனக்கு நன்மை பயக்கும்.

அவ்வாறு செய்வதன்மூலம் நீ தப்பிப் பிழைக்கக்கூடும்.

கடந்த காலத்தின் மகிழ்ச்சியற்ற அனுபவங்கள் எதுவும் உனது நிகழ்காலத்தைச் சீரழிப்பதையும், உனது எதிர்காலத்தை நிர்ணயிப்பதையும் உன்னால் தவிர்க்கவும் முடியலாம்.

கவனமாகக் கேள்.

இது உனது நம்பிக்கை சார்ந்த செயல்முறை வாழ்வினால் மட்டுமே சாத்தியமாகக்கூடியது.

வேறெதுவும் உனக்கு உதவாது!

8

இடக்குறிப்பு – கட்டுநாயக்கா

இலங்கையின் 'பிரதான வான்வழி வாசல்' என்று சிறப்பித்து அழைக்கப்படுகின்ற நீர்கொழும்பின் புறநகர்ப்பகுதியான கட்டுநாயக்கா கொழும்பிலிருந்து வடக்காக முப்பது சொச்சம் கிலோ மீற்றர்கள் தூரத்தில் அமைந்திருக்கிறது.

இங்கேதான் இலங்கையின் பிரதான விமான நிலையமான பண்டாரநாயக்க பன்னாட்டு வானூர்தி நிலையம் அமையப்பெற்றுள்ளது.

இலங்கை வானூர்தி வரலாற்றில் மட்டுமன்றி இரண்டாம் உலகப்போரிலும் இவ்விமானத்தளத்தின் பங்களிப்பு அளப்பரியது.

நெல்லுக்கு அள்ளியிறைத்த நீர் சுற்றியிருந்த புல்லுக்கும் பொசிவதைப் போல, பிரித்தானிய காலனித்துவ ஆட்சிக்கு உட்பட்டிருந்த இலங்கை, இந்தியா போன்ற நாடுகளும், இரண்டாம் உலகப் போரின் விளைவுகளை எதிர்கொண்டன.

ஜப்பானியப் போர் விமானங்களின் எதிர்பாராத குண்டுவீச்சுத் தாக்குதல்களுக்கும் உள்ளாயின.

கிழக்காசியப் பிராந்தியத்தில் அமைந்திருந்த தமது மூலோபாயப் பிரதேசங்களை ஜப்பானியரின் தாக்குதல்களிலிருந்து பாதுகாக்கவேண்டிய நிர்ப்பந்தத்தின் அடிப்படையில், இலங்கையில் பதினைந்துக்கும் மேற்பட்ட ரோயல் படைத்தளங்கள் பிரித்தானியாவால் அமைக்கப்பட்டன.

பிரித்தானியாவின் ரோயல் விமானப்படை மற்றும் கடற்படையின் பல்வேறுபட்ட பாதுகாப்புத் தேவைகளுக்காக இப்படைத்தளங்கள் பயன்படுத்தப்பட்டன.

கட்டுநாயக்கா விமானத்தளமும் அவ்வாறு அமைக்கப்பட்ட ரோயல் வானூர்திப் படைத்தளங்களில் ஒன்றுதான்.

இலங்கை சுதந்திரமடைந்ததன் பின்னர், இலங்கையில் அமைக்கப்பட்டிருந்த ரோயல் விமானப்படைத்தளங்கள் யாவுமே இல்லாமல் ஆக்கப்பட்டு, 1957இல் ரோயல் சிலோன் விமானப்படைக்குக் கையளிக்கப்பட்டன.

இதனைத் தொடர்ந்து வந்த பத்து வருடங்களின் பின்னரே இதுவொரு சர்வதேச தரத்திலான வானூர்தி நிலையமாக மாற்றப்பட்டு அப்போதைய இலங்கையின் விமான சேவை வழங்குநரான எயார் சிலோனின் சேவைகள் இங்கிருந்து ஆரம்பிக்கப்பட்டன.

பண்டாரநாயக்கா சர்வதேச விமானநிலையமானது பலதரப்பட்ட பயணிகள் விமானங்களையும், சிறிய ரக விமானங்களையும் சரக்கு விமானங்களையும் கையாளத் தக்கது. இரண்டு ‘டேர்மினல்’கள் எனப்படும் முனையங்களைக் கொண்டது.

வருடாந்தம் சுமார் பத்து மில்லியன் விமானப் பயணிகளுக்குத் தனது சேவைகளை வழங்கி வருகிறது.

இவை தவிர, பண்டாரநாயக்கா விமான நிலையம் தொடர்பாகச் சொல்லத்தக்க வேறுசில புதினங்களும் உண்டு.

பண்டாரநாயக்கா விமான நிலையத்தோடு அண்டியதாக ‘வானத்தின் பாதுகாவலர்’களான இலங்கை விமானப் படையினரின் தளமும் அமைந்துள்ளது.

இதுவே இலங்கையில் உள்ள விமானப்படைத் தளங்களில் பெரியதும், ஏனைய தளங்களுக்கான பிரதான படைத்தளவாட வழங்குநரும் ஆகும்.

சிறிலங்கா அரசினால் மேற்கொள்ளப்பட்ட 'தமிழ்ப் பயங்கரவாதத்திற்கு' எதிரான போரின்போது, வழித் தாக்குதல்கள் பலவற்றை நடாத்திய சிறிலங்கா விமானப்படையின் 'சுப்பர் சோனிக்' போர் விமானங்களெல்லாம் இங்கிருந்தே புறப்பட்டுப் பறந்தன.

பேரிரைச்சலோடு சீறிவந்த புக்காரா, மிக், கிபீர் போன்றவையெல்லாம் தமிழர்கள்மீதும், தமிழ்ப் பிரதேசங்களின் மீதும் வான் வழியாக அள்ளியள்ளிக் கொட்டி, எண்ணிலடங்கா அப்பாவித் தமிழ்ச்சனத்தைக் கொன்றொழித்த குண்டுகள் யாவும் இங்கிருந்தே காவிச்செல்லப்பட்டன.

'தன் கடன் பணிசெய்து கிடப்பதே' என்பதற்கு அமைய, கொன்றொழித்துப் பணிசெய்த பிறகு அந்தப் போர் விமானங்கள் யாவும் மீண்டும் இங்கேதான் வந்து பாதுகாப்பாகப் பதுங்கின.

பண்டாரநாயக்கா சர்வதேச விமான நிலையம் ஆரம்பிக்கப்பட்ட காலத்திலிருந்தே அது பல்வேறு வகையான விபத்துக்களையும், ஆபத்து நிலைமைகளையும் எதிர்கொண்டு வந்துள்ளது. எதிர்பாராத விமான விபத்துகள், தீ விபத்துகள் மற்றும் சூறாவளியினால் ஏற்பட்ட அனர்த்தங்கள் போன்றவையே அவை. அவ்வாறான சந்தர்ப்பங்களிலெல்லாம், பெருமளவிலான உயிர்களும், உடைமைகளும் சேதமுற்றதாகவே வரலாற்றில் பதிவாகியுள்ளது.

உள்நாட்டு யுத்த சூழ்நிலை காரணமாகக் கடுமையான பாதுகாப்பு வேலிக்குள்ளும் பதுங்கிக் கிடந்தது கட்டுநாயக்கா விமானநிலையம்.

1987ஆம் ஆண்டில் தமிழீழ விடுதலைப் புலிகளினால் மேற்கொள்ளப்பட்ட வெடிகுண்டுத் தாக்குதலின்போது அங்கே நிறுத்தப்பட்டிருந்த ஒரு விமானம் சேதமடைந்தது.

2001ஆம் ஆண்டு ஜூலை மாதம் பதினான்கு பேர்களடங்கிய தமிழீழ விடுதலைப் புலிகளின் கரும்புலித் தற்கொலைத் தாக்குதல் அணியினர் விமானநிலையத்தின் அதிதீவிர பாதுகாப்புக்களையும் மீறி உள்ளே நுழைந்து வர்த்தக மற்றும் போர் விமானங்கள் பலவற்றை அழித்தொழித்தனர்.

2007ஆம் ஆண்டில் மீண்டுமொரு தடவை தமிழீழ விடுதலைப் புலிகளின் விமானப்படை அணியினரான வான் புலிகளால் விமான நிலையத்தோடு இணைந்திருந்த இலங்கை விமானப் படைத் தளம்மீதான குண்டுத்தாக்குதல் ஒன்றும் மேற்கொள்ளப்பட்டது.

9

சமையல் ஓர் அற்புதமான கலை. ஒரு சிலருக்கு அது கைவந்த கலை. வேறு சிலருக்கோ 'அதையும் இதையும்' சேர்த்துப் போட்டு, வேகவைத்து இறக்குவது. மிச்சமாயிருப்பவருக்குச் சமையல் சுட்டுப்போட்டாலும் வராது.

அதுபோலத்தான் சாப்பிடுவதும். எங்கே சாப்பிடுகிறோம்? எப்போது சாப்பிடுகிறோம்? எதைச் சாப்பிடுகிறோம்? எப்படிச் சாப்பிடுகிறோம்? எதையெல்லாம் சேர்த்துச் சாப்பிடுகிறோம்? எனும் கேள்விகளுக்கெல்லாம் விடை தெரிந்தவர்கள் சாப்பிடுவதை ரசனை மிக்கதொரு செயலாகவே செய்கிறார்கள்.

எதைச் சாப்பிட்டாலும் அது உடலில் ஒரேயொரு வழியாகத்தான் இறங்குகிறது என எண்ணுபவர்களும் இருக்கத்தான் செய்கிறார்கள்.

சமைக்கும்பொழுது சேர்க்கப்படுகின்ற எந்த ஒரு சரக்கிற்கும் ஒரு தனித்துவமான பண்பு உள்ளது. அதுவே அந்த உணவிற்குப் பிரத்தியேகமான சுவையையோ, அந்தச் சுவையின் பரிமாணத்தில் ஒரு பகுதியையோ தருகிறது. அந்த உணவை ருசிக்கும்போது சுவையரும்பின் ஏதோவொரு நரம்பு முனையைத் தூண்டியெழச் செய்கிறது. சுவையின் பரவசத்தை அது அள்ளிவழங்குகிறது.

இலங்கைத் தமிழர் வாழ்வியலும் இதுபோன்றதுதான்.

அது பன்முக சமூக, பண்பாட்டு, கலாச்சார, அரசியல் விழுமியங்களையும் அவற்றின் மாண்புகளையும் ஆக்கக்கூறுகளாகக் கொண்டமைந்தது.

அவை யாவும் ஒன்றை விடுத்து வேறொன்றில்லை எனும் பண்பிலானவை. ஈழத்தமிழர் வாழ்வியல் வரலாற்றை விளங்கிக்கொள்வதென்பது வெறுமனே தட்டில் உள்ள எல்லாவற்றையும் ஒன்றாகச் சேர்த்துக் குழைத்து விழுங்குவது போன்றதல்ல.

ஏன்? எதற்கு? எப்படி? போன்ற பல கேள்விகளை ஆதாரமாகக்கொண்டு ஆராய்ந்து அறியப்படவேண்டியவை அவை. அது எளிதானதல்ல. ஏனென்றால், இலங்கையில் தமிழர் வரலாற்றில் நடந்த காரியங்கள் யாவற்றிற்கும் இடையிலே ஆழமான தொடர்புகள் வேரோடியுள்ளது.

அந்தத் தொடர்புகளுக்கெல்லாம் உள்ளார்ந்த காரணங்களும் உண்டு.

ஈழத்தமிழர் வரலாற்றில் முக்கிய அம்சங்களை ஊள்ளடக்கிய பல நேர்வுகளைக் கொண்டதாக 1983ஆம் மற்றும் 84ஆம் ஆண்டுகள் விளங்குகின்றன.

இந்தக் கதையையும் அதன் போக்கிலே நகர்த்துகின்ற நிகழ்வுகளும் அதே காலப்பகுதிக்கு உரியவைதான்.

அப்போது நிகழ்ந்தவற்றில் சிலது தற்செயலானவை. மற்றவை பலதும் கவனமாகத் திட்டமிடப்பட்டு நடாத்தப்பட்டவை. அவ்வாறு நடாத்திமுடிக்கப்பட்ட ஒவ்வொரு செயலும், அந்தச் செயலுக்கான மூல காரணங்களும் தூரநோக்குச் சிந்தனையின் அடிப்படையில் அமைந்த மூலோபாய உத்தியினால் முடுக்கிச் செயற்படுத்தப்பட்டவை.

இந்தக் காலகட்டத்தில், உலகளாவிய ரீதியில் நடைபெற்றவை பலவும் வரலாற்றில் பொன்னெழுத்துக்களால் பதியப்பெற்றிருந்தாலும், சிறிலங்காவில் நிகழ்ந்தவையெல்லாம் கருப்பு, சிவப்பு வர்ணக் கறையாகவே படிந்தன.

உலகத் தமிழர் நெஞ்சங்களிலெல்லாம் காலாகாலத்திற்கும் அழியாமல் பதிந்துபோன காலங்கள் அவை. ஓர் இனத்திற்குப் பொதுவிலோ, தனிப்பட்ட ஒருவரின் வாழ்க்கையிலோ நிகழ்ந்தவையென்று குறிப்பிட்டுச் சொல்வதற்குப் பல்லாயிரக்கணக்கான கதைகள் இலங்கைத் தமிழரிடம் இருந்தன. அவை யாவுமே இனவாதத்தின் கோரைப்பற்களால் கொடூரமாகக் கடித்துக் குதறி எறியப்பட்ட சாமானிய ஜீவிதங்களையே சொல்லித் தீர்த்தன.

அவற்றில் எதுவுமே கொண்டாடப்படக்கூடிய கதைகளல்ல.

கௌரியின் கதையும் அவ்வகையினதுதான்.

அவளது வாழ்வில் துர்ப்பாக்கியம் நிறைந்த பக்கங்கள் பலதும் அந்தக் காலகட்டத்தில்தான் எழுதப்பட்டன.

அவையெல்லாம் துன்பியலையே பாடமாகக் கற்பித்துச் சென்றன. அவளும் சளைக்காமல் அவற்றையெல்லாம் அனுபவமாய் கற்றுத்தேர்ந்தாள். அப்பொழுது ஷிவாவுக்கு வெறும் ஐந்து அல்லது ஆறு வயதுதானிருக்கும்.

தனது வாழ்க்கை தொடர்பான எந்தக் கவலையும் இல்லாத பாலகன் அவன். அம்மாவின், அப்பாவின் அரவணைப்பில் பயமின்றித் துள்ளித் திரிந்த குறுமகன்.

'இனக்கலவரம்' எனும் சொல்லின் பொருளைப் பிரித்து அறிந்துகொள்வதற்கு முன்னமே 'இனக்கலவரம்' எனும் அரக்கத்தனத்தை நேரடியாகவே கண்டுகொள்ளவேண்டிய நிர்ப்பந்தத்தை அவன் விருப்பத்தோடு வேண்டிப் பெறவில்லை.

யார் செய்த புண்ணியமோ, நல்லவேளையாக நடந்தவற்றில் பலதும் அவனது ஞாபகத்தில் இல்லை. தாம் பிறந்து, வளர்ந்து, சுற்றங்கொண்டாடிய நாட்டிலே, தமது வாழ்க்கையைத் தொலைத்துப் போக்கிடமின்றி அலைந்த பல்லாயிரக்கணக்கானோரில் கௌரியும் ஷிவாவும் இருவர் ஆகினர்.

எந்த அலுக்கல் குலுக்கலும் இல்லாமல் அதுவரையிலே சுமுகமாகச் சென்றுகொண்டிருந்த அவர்களுடைய வாழ்க்கைப் பயணம் திடீரென்று காற்றுச்சுழலில் சிக்கி அலைக்கழிந்த இலவம்பஞ்சுபோலத் திக்குத்திசை தெரியாமல் அல்லாடியது. தறிகெட்டு ஓடிய அந்தப் பயணத்தில் ஏதேனுமொரு பிடிமானத்தைப் பற்றிப்பிடித்துவிட முடியாதா என்று திக்கித்திணறித் தவித்து, அந்தப் பேரவலத்திலிருந்து தப்புவதற்காக மூச்சைப்பிடித்துப் போராடவேண்டி இருந்தது.

எந்த உதவியுமின்றி, போராடுவது எப்படியென்பதையேனும் சொல்லித்தருவதற்கு யாருமின்றி அவர்கள் வாழ்ந்த வாழ்வே அவர்களுக்கு அனுபவமாகியது. அந்தத் துயர் சூழ்ந்த காலத்தில்தான், பெருமளவான அப்பாவித் தமிழரின் வாழ்வு பேரினவாதச் சிங்களக் காடையர்களினால் சூறையாடப்பட்டது. எந்தவொரு நியாயத்

தீர்ப்புமின்றி வெளிப்படையாகவே அத்துமீறப்பட்டது. காலகாலமாகத் தமிழர்கள் குடியிருந்த பிரதேசங்களிலிருந்து அவர்கள் யாவரும் துரத்தியடிக்கப்பட்டார்கள். அல்லது அடித்துத் துரத்தப்பட்டார்கள்.

மகாவம்சம் சொல்வதன்படி, புத்த பிரான் மகியங்கணைக்கு வருகைதந்தபோது நாகர்களுக்கும், இயக்கர்களுக்கும் போதித்த கருணையும், காருணியமும் மறந்து, அப்பாவிகள் பலரும் விலங்குகளைவிடவும் கேவலமாக நடுத்தெருவிலும், நடுவீட்டிலும் வைத்துச் சாகடிக்கப்பட்டார்கள்.

கொல்லப்பட்டவர்கள் செத்தொழிந்துபோக, காயப்பட்டவர்கள் தப்பிப் பிழைக்க, மிஞ்சியவர்களில் பலரும் தாம் இருந்த இடங்களை விட்டுத் தப்பியோடினார்கள். கல்லும் முள்ளும் கீறிக்கிழிக்கக் காடுமேடெல்லாம் ஓடியொளிந்தார்கள். வேறெங்கும் போக்கிடமின்றித் தாம் இருந்த இடம்விட்டு இடம்பெயர்ந்தார்கள். அங்குமிங்குமென அலைக்கழிந்தார்கள். தேசங்கள் தேடிப் புலம்பெயர்ந்தார்கள். எங்கோவெல்லாம் அகதிகளானார்கள்.

கௌரியும் ஷிவாவுங்கூடத் தாம் அனுபவித்த துயரங்களையும், கஷ்டங்களையும் அதற்கு மேலும் எதிர்கொள்ளும் சக்தியற்றவர்களாகத் தாய்நாட்டின் அணைப்பிலிருந்து வெளியேறிப் பல்லாயிரம் கிலோமீற்றர்களுக்கு அப்பால், கடல்களும், மலைகளும் கடந்து கனடாவுக்குப் புலம்பெயர்ந்தார்கள்.

கனடாவும் அவர்களைக் கருணையோடு ஏற்றுக்கொண்டு புகலிடம் தந்தது. அங்கே தமது வாழ்க்கையை மீளக்கட்டியெழுப்பினார்கள்.

வானிலே வட்டமிட்டுத் திரியும் பருந்தின் கூரிய பார்வையில் பட்டுவிடாமல் குஞ்சுகளைத் தனது செட்டைக்குள் பதுக்கிக்கொள்ளும் கோழியைப் போலத் தமது மகவையும் காத்தருளும் பண்பு தாய்மைக்குப் பொதுவானது. ஷிவாவிற்குப் பாதுகாப்பானதொரு வாழ்க்கையை அமைத்துக் கொடுப்பதையே எண்ணமும், மூச்சுமாகக்கொண்டு வாழ்ந்தாள் கௌரி.

அந்தக் கடமையைச் சரிவர நிறைவேற்ற வேண்டும் என்ற எண்ணமே அவள் இயங்குவதற்கான உந்துசக்தியையும், அள்ளிவழங்கியது. தனது மகனையே குவியப்புள்ளியாகக் கொண்டமைந்த வாழ்வு அவளுக்குப் பரம திருப்தியைத் தந்தது.

கனடாவில் வாழ்ந்த இருபத்தொன்பது வருடங்கள் ஷிவாவின் வாழ்வியலிலும் பல மாற்றங்களை ஏற்படுத்தியிருந்தது என்றால் அது மிகையில்லை.

அவனை வளர்த்தெடுத்த மேநாட்டு வாழ்க்கைமுறையின் தாக்கத்தால் அவனது வாழ்வு மீழக் கட்டமைக்கப்பட்டிருந்தது.

சமூகம், பண்பாடு, கலாச்சாரம், பாரம்பரியம் போன்ற பண்புகள்மீதான அவனது பார்வையிலும் மாற்றமிருந்தது.

சுதந்திரமான, வெளிப்படையான, எல்லைகள் தாண்டிய எண்ணம்கொண்ட சந்ததியினரில் ஒருவனாக அவன் வளர்ந்திருந்தான். வெற்றிகரமானதொரு வாழ்வினை முன்னெடுத்து வாழ்ந்துவந்தான்.

அவன் மாறியதுபோலவே, கடந்துசென்ற காலம் சிறிலங்காவிலும் பல தவிர்க்கமுடியாத மாற்றங்களை விதைத்துச் சென்றிருந்தது. அந்த மாற்றங்களில் பலதும் இலங்கை வரலாற்றிலும், ஈழத்தமிழர் வரலாற்றிலும் மாறாத வடுக்களாக நிலைத்துப்போனவை..

அவை தந்த வேதனைகளோ மக்கள் மனதிலே மறக்கமுடியாத வலிகளாக மீந்திருந்தன. அந்த வலி மிகுந்த அனுபவங்களின் தாக்கமானது இலங்கை மக்களின் வாழ்வியலில் இன ரீதியாகப் பாரபட்சமின்றிப் பல மாற்றங்களை ஏற்படுத்தியிருந்தது.

காலத்தின் கட்டாயமாக இலங்கையில் ஏற்பட்ட மாற்றங்களையெல்லாம் சீர்தூக்கிப் பார்ப்பதற்கான சாத்தியம் இதுநாள்வரையிலும் ஷிவாவுக்குக் கிட்டவில்லை. இன்றுதான் அந்தச் சந்தர்ப்பம் அவனுக்குக் கிடைத்திருக்கிறது. அந்தச் சந்தர்ப்பத்தை, சிறிலங்காவிற்கான இந்தப் பயணம் அவனுக்குத் தந்திருக்கிறது.

வெளிநாட்டுப் பயணங்கள் அவனுக்குப் புதியவையல்ல.

உலகநாடுகள் பலவற்றிற்கும், தெற்காசிய நாடுகளுக்கும் சென்றிருக்கிறான். அந்த வெளிநாட்டுப் பயணங்களெல்லாம் வேலை நிமித்தமாகவோ அல்லது விடுமுறையைக் கழிப்பதற்கென்றோ அமைந்தவை.

ஆனால், இன்றுவரையிலும், அவன் சென்றுவந்த, இனி செல்ல விரும்பிய நாடுகளின் பட்டியலில் சிறிலங்கா எனும் குட்டித்தீவு இடம்பெற்றிருக்கவில்லை. அப்படியொரு சந்தர்ப்பம் எப்போதும்

வரப்போவதில்லையென்றே அவன் இதுநாள் வரையிலும் எண்ணியிருந்தான்.

அவனுடைய அந்த எண்ணம் எழுந்தமானமானதோ, தற்செயலானதோ அல்ல. கடந்து போன காலங்களில் தனது தாய்நாட்டுக்கு ஒருமுறையேனும் வருவதைச் சுய அறிவுடனேயே புறக்கணித்து வந்திருந்தான் ஷிவா.

அப்படியொரு முடிவை எடுப்பதற்கு அவனிடம் பல தனிப்பட்ட காரணங்கள் இருந்தன. அவனைப் பொறுத்தவரையிலும் அவையெல்லாம் தனிமனித மற்றும் சமூக ரீதியில் நியாயமான காரணங்களே.

நினைவு தெரிந்த நாளிலிருந்தே தனது தாயின் மனத்துயருக்கெல்லாம் ஊற்றுக்கண்ணாயிருந்த எதையும் வெறுப்பதற்கு அவன் தயங்கியதில்லை. துரதிஷ்டவசமாகத் தனது தாய்நாடும் அதிலொன்று என்பது அவனுக்குக் குறிப்பிடத்தக்கதொரு இழப்பாகத் தோன்றவுமில்லை.

ஆனால் இன்றோ நிலைமை வேறாயிருந்தது. எல்லாமே தலைகீழாக மாறியிருந்தது. அவனது வாழ்வில் நேர்ந்த நிகழ்வுகளால், அவனுடைய முடிவுகளில் பல மாற்றங்கள் ஏற்பட்டிருந்தன. அல்லது அவனால் அந்த முடிவுகள் மாற்றியமைக்கப்பட்டிருந்தன. அதனால்தான் ஷிவாவின் சிறிலங்காவிற்கான இந்தப் பயணமும் வெகுவாகச் சாத்தியமாகியது.

அவனது விருப்பு வெறுப்பிற்கு அப்பாற்பட்டு, இன்று அந்தச் சந்தர்ப்பத்தைக் காலம் அவனுக்கு அமைத்துக் கொடுத்திருக்கிறது.

அது அபூர்வமானதொரு ஏற்பாடுதான். இதற்காக அவன் கொடுத்த விலையும் மிகப்பெரியதுதான்.

10

கௌரியின் நாளேட்டிலிருந்து

“அளவில் சிறியதாக,
ஒரு புள்ளியில்,
ஆழமற்று ஆரம்பித்த பிரவாகம்,
கிளைத்துப் பிரிந்து அத்துமீறும்,
கடல்வரை வளரும்,
மகாவலி கங்கை!”

- வில்லியம் ஷேக்ஸ்பியரின் கவிதையைத் தழுவி எழுதியது.

11

மனதைக் கவர்ந்தவளின் பக்கமாகச் சென்று, ஒரு வார்த்தையாகிலும் பேசிவிட மாட்டோமா எனும் ஆசை ஆடவர் மனதில் நிரம்பியிருக்கும்.

என்ன பேசலாம் என்பதை ஆயிரந்தடவைகளாவது மனதில் ஒத்திகை பார்த்திருந்தும், ஒவ்வொரு அசைவும் இப்படித்தான் இருக்க வேண்டும் என்று திட்டமிட்டிருந்தும், ஆர்வத்தால் உந்தித் தள்ளப்பட்டு அவள்முன்னால் சென்று நிற்கும்பொழுது நினைத்தது எதுவுமே நடப்பதில்லை.

ஒத்திகைகளும், திட்டமிடல்களும் அவர் எண்ணியதை நிறைவேற்றப் போதுமாயிராது. வார்த்தை வற்றிப்போனவராகச் சர்வாங்கமும் உறைந்துபோய், பேதலித்து நிற்றல் மிகச்சாதாரணமான நடத்தைதான்.

இதுபோலத்தான், நமது வாழ்வில் எளிதாகத் தோன்றும் பல விடையங்களும் அசைக்கவே முடியாத பாறைகளாகக் கனக்கின்றன.

என்னதான் மலையைப் புரட்டிப்போட்டுவிடும் துணிச்சல் இருந்தாலும், வாழ்வில் குறிப்பிட்டுச் சொல்லத்தக்க சில சந்தர்ப்பங்களில், அது நமக்கு உதவுவதேயில்லை. அந்த வேளைகளில் மிகவும் அவசியமான மன தைரியமும் நமக்குக் கிட்டுவதில்லை. இதன்பொருட்டு ‘அந்தச் செயலை ஆரம்பிப்பதே நமக்கெல்லாம் முடியாத காரியமோ?’ எனும் மாயத்திரை மனதில் தோற்றுவிக்கப்படுகிறது. இருப்பினும், அதையும்

தாண்டி, அந்தச் செயலை வெற்றிகரமாகச் செய்து முடிப்பதுகூட சாதாரண மனித நடத்தைக்கோலந்தான்.

சிறிலங்கா செல்வதென்ற முடிவை எடுத்தபொழுது, ஷிவாவுக்கோ அதுவொன்றும் இலகுவாகச் செய்து முடிக்கக்கூடிய காரியமாகத் தோன்றவில்லை. ஆனால், எப்படியாவது அதனைச் செய்துவிடும் உத்வேகம் அவனிடம் இருந்தது.

இதுவரை காலமும் தனது வாழ்வில், பெருமளவு தவிர்க்கப்பட்டு வந்த இந்தப் பயணத்திற்காகத் தன்னைத் தலைகீழாக மாற்றித் தயார்படுத்துவதென்பது அவனுக்கு இலகுவாயிருக்கவில்லை. அதற்காக ஒத்திகை பார்ப்பதற்கோ, பயிற்சி செய்வதற்கோ போதுமான அவகாசமும் அவனுக்குக் கிடைக்கவில்லை. இருப்பினும், ஷிவாவின் சிறிலங்காவிற்கான இந்தப் பயணம் மிகக் குறுகிய காலத்தினுள் திட்டமிட்டுச் செயற்படுத்தப்பட்டது.

கௌரியின் மறைவினால் ஷிவாவின் மனதில் அந்தகாரமாகக் கவிந்திருந்த மனவுழைச்சலைப் போக்குவதற்கு இந்தப் பயணம் உதவக்கூடும் என்று நம்பினாள் ஷோபி. பயணத்திற்கான முன்னாயத்தங்கள் சகலத்தையும் செய்தும் முடித்தாள்.

புறப்படுவதற்கான நாளைத் தேர்வு செய்வதிலிருந்து, விமானச் சீட்டுகளைக் கொள்வனவு செய்வது வரை சகலத் தேவைகளையும் ஏற்பாடு செய்தாள்.

"உங்களுக்குத் தேவையான உடுப்புகளையெல்லாம் 'அயர்ண்' பண்ணி அடுக்கி வச்சிருக்கிறன். ஆனால், நீங்க அங்கே போய்ச் சேரும்போது உடுப்பெல்லாம் கலைஞ்சு, கசங்கிப்போயிரும். அங்கே போனதும், பஞ்சியைப் பார்க்காமல் உடுப்புகளைத் திரும்ப ஒரு தரம் 'அயர்ண்' பண்ணிட்டு போடுங்க பிளீஸ்" என்று ஷிவாவிற்குத் தேவையான நாளாந்த உபயோகப் பொருட்களைப் பயணப்பெட்டியில் எடுத்துவைத்தபடி கூறினாள் ஷோபி. அருகில் அவள் செய்வதையெல்லாம் பராக்குப் பார்த்தபடி விஷ்ணுவும் அமர்ந்திருந்தான்.

"சரி சரி செய்கிறேன்." ஏதோ வேலையில் மும்முரமாக இருந்ததால், தலையை உயர்த்தாமல் பதில் சொன்னான் ஷிவா.

"யா யா, சரி சரி, செய்கிறேன் என்றுதான் அப்பா சொல்லுவாரம்மா. ஆனால் அவர் சொன்னதுபோலச் செய்யவே மாட்டார். எங்கேயாவது

வெளியே போகும்போது கசங்கின உடுப்பைத்தான் போட்டுக்கொண்டு போவாரம்மா. இது உங்களுக்குத் தெரியாதா?'' சிரித்தான் விஷ்ணு.

''எனக்குத் தெரியாமலா? நல்லா தெரியும். அப்பாவை மட்டுமா? உன்னையும் பற்றி எனக்கு நல்லாவே தெரியும். அப்பாவைப் போல மகன். மகனைப் போல அப்பா'' பதிலுக்கு முறைத்தாள் ஷோபி. எல்லோரும் சேர்ந்து சிரித்தார்கள்.

சிறிலங்கா சென்றதும் அவன் செய்யவேண்டிய சகலத்தையும் ஒரு பட்டியலாய்க் குறித்து ஷிவாவிடம் தந்திருந்தாள் ஷோபி. ஒன்றுக்குப் பத்துத்தடவைகளாவது அவற்றையெல்லாம் அவனுக்கு ஞாபகமூட்டினாள். அவன் தனியாளாக, சிறிலங்காவிற்குப் பயணிக்கிறானே என்ற உள்ளார்ந்த பதட்டம் அவளிடமிருந்தது.

இதுவே வேறொரு சந்தர்ப்பமாக இருந்திருந்தால், அவளும், விஷ்ணுவுங்கூட ஷிவாவோடு சிறிலங்காவுக்குப் புறப்பட்டிருப்பார்கள். ஆனால், அவர்கள் எவருமே எதிர்பாராத வகையில் திடீரென்று நேர்ந்ததால் இந்தப் பயணத்தைக் குடும்பச் சுற்றுலாவாக மேற்கொள்ள முடியாமற்போனது.

இது அவர்களுக்கு மனச்சோர்வைத் தராமலில்லை. ஷிவாவைத் தனியாக அனுப்பிவைப்பதில் ஷோபியைப் போல், விஷ்ணுவுக்கும் மனதளவில் இஷ்டமில்லை. ஷிவா பயணப்பட்ட அன்று அவனை வழியனுப்பி வைப்பதற்காக அவர்கள் இருவரும் டொரொண்டோ 'பியர்சன் டிபார்ச்சர்' வரை வந்திருந்தார்கள்.

''அப்பா, வில் யூ பி ஆல்ரைட் இன் சிறிலங்கா?'' கேட்டான் விஷ்ணு.

அவன் முகத்தில் சோகம் அப்பியிருந்தது. சோர்ந்திருந்தான்.

''ஐ திங் சோ மகன். எனக்கு அங்கே ஒரு பிரச்சினையும் இருக்காது. நீங்க எதுக்கும் கவலைப்படாதீங்க'' என்று கூறித் தனது மகனைத் தேற்றுவதற்கு முற்பட்டான் ஷிவா. வாஞ்சையுடன் விஷ்ணுவின் தலையைக் கோதியும்விட்டான்.

விஷ்ணுவோ தனது தந்தையின் பதிலில் திருப்தியடையவில்லை.

''அது நீங்க முன்பு வாழ்ந்த நாடு என்று எனக்குத் தெரியுமப்பா. பட், தட் வாஸ் லோங் டைம் எகோ. இப்போ அது வேற நாடு. மாறியிருக்கும். அண்ட், அப்பம்மாட துக்கத்துக்கும் அந்த நாடுதானே

காரணம்? ஐம் சோ வொறீட் அப்பா'' என்று தழுதழுத்த விஷ்ணுவின் குரலில் அக்கறை நிறைந்திருந்தது.

ஷிவாவிற்கோ தனது மகனை எவ்விதம் ஆறுதல்படுத்தலாம் என்று தெரியவில்லை.

உண்மையைச் சொல்வதானால் அவனுக்கே அவன் செய்வது எதுவும் தெளிவற்றிருந்தது.

நிலைமையைப் புரிந்துகொண்டவளாகத் தனது மகனிடம் ''டோண்ட் வொறி விஷ்ணு. அப்பா வில் பி ஃபைன். இந்த முறை மட்டும் அப்பாவை நாங்க தனியாகப் போக விடுவோம். அடுத்த தடவை சிறிலங்கா போகும்போது அப்பாவோட நாங்களும் கூடப்போகலாம். வீ வில் ஹாவ் ஃபண் டுகெதர்'' என்று கூறினாள் ஷோபி.

அவள்கூட விஷ்ணுவைத் தேற்றுவதற்காகத்தான் அவ்வாறு கூறினாளேயன்றி, அவளது முகமும் கவலையில் தோய்ந்திருந்ததை வெளிப்படையாகக் காணமுடிந்தது.

அவர்களிருவரையும் புரிந்துகொண்டவனாக, ''யேய்ய்! அடுத்த தடவை நாங்கள் எல்லோரும் ஒன்றாய் சிறிலங்கா போகலாம்'' என்று குதூகலமாகக் கூறியபடி அவர்கள் இருவரையும் ஒருசேர அணைத்துக்கொண்டான் ஷிவா.

அவனது இந்தப் பயணம் வெறும் ஏழு நாட்களே நீடித்திருந்தாலும் அவர்கள் ஆளையாள் வருடக்கணக்கில் பிரிவது போன்ற உணர்வே அவர்களிடமிருந்தது.

அம்மாவை இழந்த பிறகான யதார்த்தம் அவனுக்கு வாழ்வில் அன்பின் வழித்துணை அவசியமென்பதைத் தெளிவாகப் புரியவைத்திருந்தது.

இந்த உலகில் அவனுக்கென்று இருப்பதெல்லாம் ஷோபியும் விஷ்ணுவும் மட்டுமே எனும் எண்ணம் ஷிவாவின் மனதில் திடமாகப் பதிந்திருந்தது. அவர்கள் இருவரது அன்பும் அவனுக்கு மிகவும் தேவையானதாக இருந்தது. அதுவே அவனுக்கு மிகுந்த ஆறுதலையும் தந்தது. அவனுக்குத் தேவையான மனோதிடத்தையும் தராமலில்லை. அது அள்ளிவழங்கிய தைரியத்தோடு உற்சாகமாய் சிறிலங்கா நோக்கிப் புறப்பட்டான் ஷிவா.

டொரொண்டோவிலிருந்து சிறிலங்காவிற்கான அவனது பயணத்தின்

முதற்பாதி ‘எயார் கனடாவின் ஏசி-856 போயிங்’ விமானத்தில் லண்டனுக்குக் கிளம்பி, லண்டனிலிருந்து பிற்பாதிப் பயணத்தில் ‘யுஎல்-504 சிறிலங்கன்’ அவனை பண்டாரநாயக்கா சர்வதேச விமான நிலையத்திற்குக் கொண்டுவந்தும் சேர்த்தது.

அங்கே வந்து சேர்ந்தவனை விமான நிலையத்தின் உள்ளக வராந்தாவில், வெண்பளிங்குச் சிலையாக அமர்ந்திருந்து வரவேற்றார், சாக்கியமுனி.

புத்த பிரானின் வதனம் என்றுமே தீர்ந்துவிடாத சாந்தத்தில் தோய்ந்திருந்தது. பரிநிர்வாணத்தின் எழில் அவர் முகத்தில் புன்னகையாய்ப் பூத்திருந்தது.

சிறிலங்கா வருவதற்கான விசாவை முன்கூட்டியே ஒன்லைனில் பெற்றிருந்ததால், குடிவரவுத்துறையினரின் விண்ணப்பச் சடங்குகளை ஷிவாவால் சிரமமின்றிக் கடந்துசெல்ல முடிந்தது.

வெண்ணிறத்தில் சீருடை அணிந்த குடிவரவுக் கட்டுப்பாட்டு அதிகாரிகள் அந்த அதிகாலை நேரத்திலும் சுறுசுறுப்பாக இயங்கிக்கொண்டிருந்தார்கள்.

வந்திறங்கிய பயணிகள் வரிசையில் முண்டியடித்தார்கள்.

வெளிநாட்டுக் கடவுச்சீட்டினை வைத்திருக்கும் பயணிகளுக்கான வரிசையில் அதிகம்பேர் இருக்கவில்லை. ஷிவாவோடு சேர்த்து ஒரு சிலரே இருந்ததால் நெடுநேரம் அந்த வரிசையில் காத்திருக்கவேண்டிய தேவையும் இருக்கவில்லை.

ஷிவாவின் கடவுச்சீட்டை வாங்கிப் பரிசோதித்த குடிவரவுக் கட்டுப்பாட்டு அதிகாரி பார்ப்பதற்கு வயதில் குறைந்தவனாகத் தோன்றினான். தனக்கு முன்னாலிருந்த கணினியில் விபரங்களைச் சரிபார்த்தான். தன்னிடமிருந்த ‘அரைவ்ட்’ ரப்பர் முத்திரையைக் கடவுச்சீட்டின் வீசாப் பக்கத்தில் ‘டுப்’ என்று பதித்தான்.

‘வெல்கம் டு சிறிலங்கா’ என்று புன்னகைத்தான். பதிலுக்கு நன்றி கூறிவிட்டு அங்கிருந்து வெளியேறினான் ஷிவா. விமான நிலையத்தினுள் இருந்த ‘டியுட்டி ஃபிறி’ கடைத் தொகுதி அவனை வரவேற்றது. அந்தக் கடைகளில் நேரத்தைச் செலவிட வேண்டிய தேவை இருக்கவில்லை. அவற்றைக் கடந்துசெல்ல நினைத்தவன், எதற்கும் இருக்கட்டுமென்று அங்கிருந்த மதுபானக் கடையொன்றிலிருந்து ‘சிவாஸ் ரீகல்’ விஸ்கிக் குடுவையொன்றும், சாக்லேட் பெட்டிகளிரண்டும் வாங்கித் தனது

கைப்பையினுள் வைத்துக்கொண்டான்.

விமான நிலையத்தின் கீழ்த்தளத்தின் ஒரு பகுதியில் பயணப்பெட்டிகளைப் பெற்றுக்கொள்ளும் இடம் அமைந்திருந்தது.

அங்கே இயந்திரத்தனமாகச் சுற்றிக்கொண்டிருந்த 'கன்வேயர்' பட்டியிலிருந்து தன்னுடைய பாரமற்ற பயணப்பெட்டியைப் புறக்கியெடுத்தான்.

அருகிலிருந்த சுங்கப் பரிசோதனைப் பகுதியூடாக வெளியே பயணிகள் வரவேற்பு மண்டபம் நோக்கி நடந்தவனைச் சுங்கப் பரிசோதகர்கள் ஒரு பொருட்டாகக் கவனிக்கவில்லை.

யாரைப் பிடிக்க வேண்டும், பிடிக்கக்கூடாதென்று அவர்களுக்குப் பார்த்த மாத்திரத்தில் தெரியுமோ என்னவோ?

ஆங்காங்கே சீருடையணிந்த சிறிலங்கா விமானப்படை வீரர்கள், கையில் நவீனரகத் துப்பாக்கி தாங்கியவர்களாக, மிடுக்குடன் பாதுகாப்புக் கடமையில் ஈடுபட்டிருந்தார்கள்.

ஒரு தேசத்தின் இறைமையைப் பாதுகாக்கின்ற அளப்பரிய கடமையைக் கையிலெடுத்துப் பணிசெய்யும் எந்த வீரபுருஷரும் பெருமைக்குரியவரே. தோளில் தினவுடன், கூர்விழிப் பார்வையோடு நெஞ்சு நிமிர்த்தி நிற்பவர்களை ஏறெடுத்துப் பார்க்கின்ற பொழுதுகளில் அவர்களிடம் மீந்திருக்கும் வீரமும், தைரியமும் பார்ப்பவர் மனதிலும் பரவிப் பொங்கியெழும். மனது புளகாங்கிதமடையும். எமையறியாமலே எமது முகங்களில் பெருமிதம் தொற்றிக்கொள்ளும். பரவசத்தில் எமது தோள்களும் உயரும்.

இவ்வாறான உணர்வுகள் ஷிவாவிற்கும் ஏற்பட்டதுண்டு. கனேடிய பாதுகாப்புப் படையினரைக் கண்டு பெருமிதமடைந்திருக்கிறான். கார்த்திகை மாதங்களில் டொரொண்டோவில் நடைபெறுகின்ற மாவீரரைக் கொண்டாடும் நாட்களின்போது விடுதலைப் புலிப்படையினரின் பல்வேறு நிழற்படங்களைப் பார்த்தும் புல்லரித்துப் போயிருக்கிறான்.

ஆனால்... ஷிவாவின் மனதில் அங்கே நின்றிருந்த கடற்படை வீரர்களைக் கண்டபோது தோன்றிய எண்ணங்களையும் உணர்வுகளையும் அவனால் என்னவென்று விவரிக்க முடியவில்லை. அந்த உணர்வுகளைத் தனது நினைவில் ஏந்தி விஸ்தரிக்கவும் அவன் விரும்பவில்லை.

அவ்விடத்தைவிட்டு அகன்றுவிடவே விரும்பினான்.

வெளியே வரவேற்பு மண்டபத்தினுள் 'யாரையோவெல்லாம் அழைத்துப்போகவென்று யாரோவெல்லாம்' கூட்டங்கூட்டமாகக் காத்திருந்தார்கள்.

தமது கைகளில் வைத்திருந்த பெயரட்டைகளைத் தூக்கிப்பிடித்தபடி, மிஸ்டர் ஜேம்ஸையும், மிஸ் எமிலியையும் தேடினார்கள். சிறிலங்காவிற்கு உல்லாசப் பயணம் வந்த மிஸ்டர் ஜேம்ஸுக்கும், மிஸ் எமிலிக்கும் ஊதா நிற ஓர்க்கிட் மாலையணிந்து வரவேற்றார்கள். மிஸ்டர் ஜேம்ஸின், மிஸ் எமிலியின் முகங்களில் உற்சாகம் பொங்கி வழிந்தது. அவர்கள் கண்களில் சிறிலங்கா மாதாவின் இயற்கை வனப்பையெல்லாம் கண்டுகளித்திடும் அவசரம் தெரிந்தது.

சிறிலங்கன்ஸின் அதீத விருந்தோம்பலில் திளைத்திடும் ஆர்வமும் பொங்கி வழிந்தது.

நீண்ட காலத்திற்குப் பிறகு வெளிநாடுகளிலிருந்து வந்திருந்த உறவினர்களின் கட்டியணைப்புகளுக்கும், புகைப்படமெடுத்தல்களுக்கும் அங்கே குறைவிருக்கவில்லை. எல்லோரும் சிரித்தார்கள். மகிழ்ந்தார்கள். ஆனந்தக் கண்ணீர் வடித்தார்கள். யாருடைய முகத்திலும் கிஞ்சித்தேனும் சோகமில்லை.

சற்றே பின்னாக்கிச் சிந்தித்துப் பார்த்தான் ஷிவா.

இங்கே கட்டுநாயக்கா அரைவலில் இருப்பதுபோலவே டொரொண்டோ பியர்சன் டிபார்ச்சரிலும் உறவினர்கள், நண்பர்களின் கட்டியணைத்தல்களும், புகைப்படமெடுத்தல்களும் குறைவின்றியே காணப்பட்டன. ஆனால் அங்கோ பிரிவின் சோகமே நிறைந்திருந்தது. யாருடைய முகத்திலும் மகிழ்ச்சியில்லை. ஆனால் இங்கு அப்படியில்லை.

ஒரேயிடத்தில் அரைவல், டிபார்ச்சர் என்ற இரு வேறு படிமங்கள். இரு வேறு மனநிலையில் பொதிந்திருந்த மக்கள்கூட்டம். இரு வேறு முகங்கள். இரு வேறு உணர்வுகளின் வெளிப்பாடுகள். இம்முரண்நகையினை எண்ணிச் சிலிர்த்தான்.

தன்னை நெருங்கிவந்து "டக்சி வேண்டுமா?" என்று ரகசியம் பேசிய எயார்போர்ட் டக்சி தரகரால் சிந்தனை கலைக்கப்பெற்றவனாக, அந்தத்

தரகரையும் நாசூக்காகத் தவிர்த்துவிட்டு வரவேற்போர் கூடத்தின் மத்திய பகுதிக்கு நகர்ந்தான்.

அங்கே கூடியிருந்தவர்கள் அனைவருடனும், அன்னியோன்னியமாகத் தன்னையும் ஒருவனாகப் பொருத்திப் பார்ப்பதற்கே அவனுக்கு விருப்பமாயிருந்தது.

அந்தக் கூட்டத்தின் ஒரு பக்கத்திலிருந்து, "ஷிவாண்ணா!" என்று தன்னை அழைத்த குரலுக்குத் திரும்பிப் பார்த்தான்.

அங்கே மிகை உற்சாகத்தோடு தன்னை நோக்கிக் கையசைத்த ஒருவனைக் கண்டான். அவனை அடையாளம் கண்டு பதிலுக்குத் தானும் கையசைத்தான்.

அங்கே ஷிவாவின் வரவிற்காகக் காத்திருந்தான் குகன். ஷிவாவின் சிறிய தாயின் மகன். அவனை இன்னாரென்று முன்னமே தெரிந்திருந்தாலும், இன்றுதான் முதன்முதலாகச் சந்தித்தாலும் எதிர்பாராதவிதமாக அந்த ஒன்றுவிட்ட சகோதரனை அடையாளம் காண்பதில் எந்தவொரு சிரமமும் இருக்கவில்லை.

கொஞ்சம் புஷ்டியாக, கொஞ்சம் உயரமாக, மீசைவைத்து, நான்கைந்து நாள் மழிக்காத தாடியுடன், அதே வேளை அச்சொட்டாக ஷிவாவின் முகச்சாயலிலேயே இருந்தான் குகன்.

12

கடல்கடந்த தூரதேசத்திலிருந்து, வலிந்து மறக்கப்பட்ட தாய்நாட்டுக்குத் தன்னை மீள ஒருதடவை அறிமுகப்படுத்தும் நோக்குடன், சூழ்நிலை அமைத்துக் கொடுத்த பாதையில் வந்திருக்கிறான் ஷிவா. ஏறக்குறைய முப்பது வருடங்கள் நீண்ட அஞ்ஞாதவாசத்திற்குப் பிறகு, யாருமே கண்டுபிடித்துவிட முடியாத புதியதொரு அடையாளத்தோடு சிறிலங்காவிற்கு வந்திறங்கியிருந்தான்.

யாரேனும் தன்னை அடையாளம் கண்டுவிடமுடியுமா என்ற அங்கலாய்ப்போடு இருந்தவனைச் சரியாக அடையாளம்கண்டு அழைத்துச் செல்வதற்காக அங்கே ஓர் உறவினன் காத்திருக்கிறான் எனும் எண்ணமே அவன் மனதில் பரவசத்தைத் தோற்றுவித்திருந்தது.

"ஹாய் ஷிவாண்ணா!" என்று அழைத்தபடி அருகில் வந்தான் குகன்.

அவர்கள் இருவருமே இன்றுதான் முதன்முதலாக ஒருவரை மற்றவர் நேரில் காண்கின்ற போதிலும், அவர்கள் முகத்தில் ஒருவரையொருவர் கண்டதால் ஏற்பட்ட மாற்றத்தில் அந்நியமின்றி அன்னியோன்னியமே தெரிந்தது. அது அவர்களறியாமலே அவர்களிருவரையும் இணைத்த உறவின் பிணைப்பாயிருக்கலாம்.

தன்னருகில் வந்தவனுடன் ஆனந்தமாகக் கைகுலுக்கி மகிழுவென்று தனது வலது கையை நீட்டினான் ஷிவா. ஆனால் அதனைச்

சாவதானமாகத் தவிர்த்துவிட்டு, ஷிவாவைக் கட்டியணைத்தான் குகன். இதனைக் கொஞ்சங்கூட எதிர்பார்க்காத ஷிவாவோ முதலில் திகைத்தாலும் உடனடியாகச் சுதாரித்துக்கொண்டான். பதிலுக்குத் தானும் குகனை அணைத்தான். அவர்களது அணைப்பில் அன்பு இருந்தது. மகிழ்ச்சியும் இருந்தது. அவற்றோடு சேர்ந்து உறவும் வெளிப்பட்டது.

'ஹக்' பண்ணுவதொன்றும் ஷிவாவுக்குப் புதிய விசயமல்ல. அணைத்தலின் முக்கியத்துவத்தைத் தெளிவாகப் புரிந்தவன் அவன். அணைப்பதை அன்னியோன்னியத்தின் மேல்நிலைப் படிமமாகவும் கருதினான். இருந்தாலும், குகனின் அணைப்பில் பன்னெடுங்காலமாகக் கண்டிராத உறவைக் கண்டுமகிழ்ந்த உணர்வின் பிரதிபலிப்புக் காணப்பட்டது. சகோதர வாஞ்சையும் கலந்திருந்தது.

அந்த உணர்வு ஷிவாவுக்குப் புதியது. இருந்தாலும் முதல் தடவையிலேயே அவனால் அதனை உணர்ந்துகொள்ள முடிந்தது. அந்த உணர்வைப் பகிர்ந்துகொள்ள முடிந்தது. இதெல்லாம் அவனுக்குப் புதினமாயிருந்ததேயன்றி வேறில்லை. தனது தாய், மனைவி, மகனையும், ஷோபியின் குடும்பத்தினரையும் தவிர, நெருங்கிய உறவினர்களென்று வேறு யாருடனும் ஷிவாவுக்கு நேரடியாகப் பழக்கமில்லை.

சிறிலங்காவில் வசித்த ஒரேயொரு சித்தியைத் தவிர வேறு தாய் அல்லது தந்தை வழி உறவினர்கள் எவரையும் அவனுக்குத் Vதெரியாது. அவர்கள் எவரையும் தெரிந்து குலாவுவதற்கான ஆர்வமும் அவனிடம் இருந்ததில்லை. அம்மா உயிருடன் இருந்த காலத்தில் உறவினர்கள் என்று வருபவர்கள் யாவரும், அம்மாவோடுதான் தொடர்புபட்டார்கள். எதுவாயிருந்தாலும் அவளேதான் பார்த்துக்கொண்டாள்.

காரணத்தோடு இல்லாவிட்டாலும், முடிந்தவரையில் உறவுகளையும் தவிர்த்தே வந்தான் ஷிவா. இனந்தெரியாத ஓர் இடைவெளி இருக்கத்தான் செய்தது.

இதற்கும் அம்மாதான் காரணமாக இருக்க முடியும் என எண்ணினான்.

"ஷிவா இங்க ஒருக்கால் வாவென்" என்று அவசரமாக அவனை அழைப்பாள் கௌரி.

ஏதும் அவசரமோ என்றெண்ணி, தான் செய்துகொண்டிருந்த வேலையை அப்படியே போட்டுவிட்டு ஓடிவருவான் ஷிவா. அங்கே ஹாலில்

யாரோ விருந்தினர்கள் வந்திருப்பார்கள். அம்மாவைச் சுற்றி அமர்ந்து பேசிக்கொண்டிருப்பார்கள். வந்திருந்தவர்கள் எல்லோரும் சிரித்த சிரிப்பு மாறாமல் திடுமென அங்கே வந்து நின்ற ஷிவாவை ஏற இறங்கப் பார்ப்பார்கள்.

“இவரை உனக்குத் தெரியுமா ஷிவா?” என்றோ “இவர் யாரென்று சொல் பார்க்கலாம்?” என்றோ ஆரம்பிக்கும் அம்மாவின் கேள்விக்குப் பதில் தெரியாமல் அவதிப்படுவதே அவன் வழக்கமாயிருந்தது.

பெரும்பாலான வேளைகளில் அவர்கள் எவரையுமே ஷிவாவுக்குத் தெரிந்திருக்காது. சில வேளைகளில் எங்கோ கண்டதுபோலவே இருந்தாலும், மூளையை எவ்வளவுதான் கசக்கிப் பிழிந்தாலும் அவர்கள் யாரென்று ஞாபகத்திற்கு வராது.

அவர்களது பெயரோ, உறவுமுறையோகூட நினைவுக்கு வருவதில்லை.

“ஓ இவர் மகனே? நல்லா வளர்ந்திட்டாரென்ன? என்ன படிக்கிறார் அல்லது என்ன செய்கிறார்?” என்று மேற்கொண்டு தொடரக்கூடிய அவர்களுடைய சம்பாசணைப் பொறியில் அகப்பட்டுக்கொள்ளாமல் தப்பிப்பதற்காக, வலிந்து வரவழைத்துக்கொண்ட புன்னகையோடு மெள்ள அவ்விடத்தை விட்டு அகன்றுவிடுவான் ஷிவா.

வேறொரு சந்தர்ப்பத்தில் “இவர் எங்களுக்குத் தூரத்துச் சொந்தம். எங்கட இன்னாருக்கு இன்னார்” என்று யாரையாவது குறிப்பிட்டுச் சொல்வாள் அம்மா. அல்லது புத்தம் புதிதாக யாரையாவது அறிமுகப்படுத்தி வைப்பாள். அப்பொழுதெல்லாம் அவள் சொல்லும் விவரங்கள் எதையும் சிரத்தையோடு அவன் கிரகித்ததில்லை. அம்மா சொன்னதெல்லாம் இந்தக் காதால் கேட்டு, அடுத்த காதால் வெளியேறிவிடும்.

அம்மா சொன்னது எதுவும் அந்தந்தப் பொழுதோடு சரி. அதற்குப் பிறகு யாரையும் அவன் ஞாபகத்தில் வைத்திருப்பதில்லை, எந்த உறவுமுறையும் அவன் நினைவில் நிற்பதில்லை.

“உனக்கு எத்தன முறை சொன்னாலும் அது உன் ஞாபகத்தில் நிற்காது. பிறகு எதற்காக இதையெல்லாம் உனக்கு வேலை மினக்கெட்டு சொல்கிறேனோ தெரியாது. உனக்குச் சொல்வதைவிட அந்தா இருக்கும் மரக்கட்டைக்குச் சொல்லலாம்” என்று பல முறை அவனைக் கடிந்திருக்கிறாள் கௌரி.

“இந்த உறவுகள், சொந்தங்களெல்லாம் என்னோடையே முடிஞ்சு போயிருமோ எண்டு பயமா இருக்குது. எனக்குப் பிறகு என்ன ஆகுமோ தெரியல்ல. உறவுகள் இல்லாமல் நீ தனிச்சுப்போயிருவாயோ எண்டு கவலையா இருக்கு. அந்தக் கந்தசாமியும், வரசித்தி விநாயகரும்தான் உன்னைக் காப்பாத்தவேணும்” என்று புலம்புவாள் கௌரி.

அந்த வேளைகளில், தனது மனதிலிருப்பதை வெளிப்படையாகச் சொல்வது வேலைக்காகாது என்பது அவனுக்குத் தெரிந்திருந்தது. அவளுக்குப் பிடிக்காதது எதையாவது சொல்லி அம்மாவை மேலும் குழப்பிவிடுவதை விட, வாயை மூடிக்கொண்டு சும்மா இருப்பதே மேல் என்றெண்ணி அவள் சொல்வதையெல்லாம் கேட்டபடி, எதுவும் பேசாமல் தலையைக் குனிந்தபடி நிற்பான் ஷிவா.

அவனைப் பொறுத்தவரையில் அவளுக்குப் பிறகு, வேறு எந்த உறவுமுறைகளிலும் தன்னால் அக்கறை காட்ட முடியாது என்பது அவனுக்குத் தெளிவாகத் தெரிந்திருந்தும், அது சார்பாகத் தன்னால் செய்யக்கூடியது எதுவுமில்லை என்றே அவனுக்குத் தோன்றியது.

அன்று, கந்தசாமியாரும், வரசித்தி விநாயகரும் இதையெல்லாம் பார்த்துப் புன்னகைத்திருப்பார்களோ என்னவோ?

தற்பொழுது சிறிலங்காவில் தனது தாய்வழி, தந்தைவழி உறவென்று சொந்தம் கொண்டாடுவதற்கு யாராகிலும் இருப்பார்களா என்பதுகூட ஷிவாவுக்குத் தெரியாது.

அப்படி யாராவது இருக்கலாம். இல்லாமலும் போகலாம். அதனால் ஏதும் பயனிருக்குமோ என்பதுகூட அவனுக்குத் தெரியாததே. அப்படி யாரேனும் இருக்கும் பட்சத்தில், அவர்களை அங்கே போய்த்தான் தேடிப்பிடிக்க வேண்டும். கடந்துபோன இவ்வளவு காலத்தில் அவர்களையெல்லாம் தான் மறந்ததுபோலவே, அவர்களும் தன்னை மறந்துபோயிருக்கக்கூடும். இவ்வெண்ணங்கள் எதுவும் அவனது மனதில் சமாதானத்தைத் தோற்றவில்லை.

‘அடடா, பிழை விட்டுட்டியேடா ஷிவா! அம்மா சொல்லித்தந்த நேரத்தில் அதைக் கவனமாகக் கேட்டிருந்தால், யாராகிலும் ஒருத்தரையாவது நினைவில் வைத்திருப்பாயே? பிழை விட்டுட்டியேடா!’ என்ற எண்ணமே மேலோங்கியது.

ஆனால், இதோ, இங்கே, இப்பொழுது, அவன் கனடாவிலிருந்து வந்திறங்கிய கையோடு, தனது முதலாவது உறவினனை நேரிலே கண்டான். அவன் தன்னை ‘அண்ணா’ என்றழைக்கக் கேட்டான்.

பலகாலம் நெருங்கிப் பழகியவனைப் போல ஓடிவந்து தன்னைக் கட்டியணைத்துக் குலாவியதைக் கண்டு வியந்தான். ஷிவாவுக்கு இவை எல்லாமே பிரமிப்பாக இருந்தது. உறவுகளின் தாற்பரியம் அவன் முகத்தில் ஓங்கி அறையப்போவதை அவனால் அனுமானிக்க முடிந்த அதேவேளை, அவனது மனதில் நம்பிக்கையின் அரும்பொன்று துளிர்விட்டது.

‘இங்கே எனக்கொன்றும் ஆகிவிடப்போவதில்லை. இங்கே நான் தப்பிப்பிழைக்கக்கூடும். இங்கே நான் தனியாளில்லை. எனக்கும் ஆட்களிருக்கிறார்கள்’ என்று மனதிற்குள் சொல்லிக்கொண்டான் ஷிவா.

“எப்படியண்ணா பிரயாணம்?”

“பிளைட் நேரத்துக்கு வந்திட்டுதென்ன?”

“பிரச்சனை ஒன்றும் இல்லைத்தானே?”

“இமிகிறேசன்ல, கஸ்டம்சில உங்களுக்கு எந்த அலுப்பும் தரல்லயே?”

“அண்ணியையும், சின்னவனையும் உங்களோட கூட்டிக்கொண்டு வந்திருக்கலாமென்ன?”

“அவங்களுக்கும் நல்ல ட்றிப்பா இருந்திருக்குமே?” தனது மனதிலிருந்த கேள்விகள் யாவற்றையும் படபடவென்று அடுக்கினான் குகன். தன்னைக் கண்ட அந்தக் கணத்திலே, அத்தனை கேள்விகளோடும் தன்னை எதிர்கொண்டவனை ஆச்சரியம் மேலிட ஏறிட்டான் ஷிவா. குகனோ தான் கேட்ட கேள்விகள் எதற்கும் ஷிவாவிடமிருந்து பதிலுக்குக் காத்திருப்பவனாகத் தோன்றவில்லை.

ஷிவாவின் கையிலிருந்த பயணப்பைகளில் ஒன்றை அவனிடமிருந்து வலுக்கட்டாயமாகப் பறித்தெடுத்துச் சுமந்தான். ஷிவாவிற்கோ குகனின் செயல்கள் யாவுமே விசித்திரமாயிருந்தன. ஆனால் அவனே எதிர்பாராத விதமாக, குகனின் அந்த விசித்திரமான செயல்கள் யாவும் ஷிவாவுக்குப் பிடித்துத்தானிருந்தது.

“அப்பா சிறிலங்கா போய் இறங்கியதும், அவரை அழைத்துச் செல்ல யாராவது வருவாங்களா அம்மா?” என்று கேட்டான் விஷ்ணு.

இதே கேள்வியை இதற்கு முன்பும் பல தடவைகள் கேட்டிருந்தான்.

“ஓம் குகன் சித்தப்பா வந்து அப்பாவைத் திருகோணமலைக்குக் கூட்டிக்கொண்டு போவார்” மீண்டும் மீண்டும் இதே பதிலையே அனுக்குச் சொன்னாள்.

குகனுடன் தொடர்புகொண்டு ஷிவாவை விமான நிலையத்திலிருந்து அழைத்துச் செல்வதற்கான ஆயத்தங்களை ஷோபியே செய்திருந்தாள்.

“அவருக்கு அப்பாவை ஏற்கனவே தெரியுமா அம்மா?” விஷ்ணுவின் கேள்வியில் சந்தேகமிருந்தது.

“குகன் சித்தப்பாவுக்கு மட்டுமில்லை, அப்பாவுக்கும் அவரைத் தெரியாது. இரண்டுபேரும் இப்போதுதான் முதன்முறையாகச் சந்திக்கப்போறாங்க” என்று கூறியபொழுது அவளுக்கே அது புதினமாயிருந்தது.

அந்த நேரத்தில் ஷிவாவின் எதிர்வினை எப்படியிருக்குமோ? என்று எண்ணத் தலைப்பட்டாள். அதைப் பார்ப்பத்ற்குத் தனக்குக் கொடுத்துவைக்கவில்லையே என்று கவலைப்பட்டாள்.

“அப்பாவுக்கு யாரையும் இலகுவாக அடையாளம் கண்டுபிடிக்கத் தெரியாது. எங்க? எங்க? என்று தேடிக்கொண்டு திரியப்போறார். அப்பாவின் ‘கசின்’ என்ன மாதிரியோ தெரியாது. அவராவது அப்பாவைக் கண்டுபிடிச்சிட்டார் எண்டால் சரிதான்” என்று தனது வலது புருவத்தைச் சிறிது உயர்த்தினான் விஷ்ணு.

அவன் குகனை ‘அப்பாவின் கசின்’ என்று சுட்டியதில் ‘தூரம்’ இருந்தது. உறவின் நெருக்கம் இருக்கவில்லை. அது அந்தச் சிறுவனின் பிழையல்ல. குகன் சித்தப்பாவிற்கும் தனக்குமான உறவு எவ்வளவு தூரம் நெருக்கமானது என்பதை விஷ்ணுவிற்கு விளக்கிச் சொல்லக்கூடிய நிலையில் ஷிவாவும் அன்று இருக்கவில்லை.

அவர்களுக்கிடையிலான நெருக்கம் என்னவென்பது, சிறிலங்காவில் வந்து இறங்கும்வரையிலும் அவனுக்கே தெரியாமல்தான் இருந்தது. ஷிவாவின் நினைவுக்கு எட்டியவரையில் யாரும் அவனை ‘அண்ணா’ என்று தமிழில் இவ்வளவு அழுத்தந்திருத்தமாக, உறவு மேலிட அழைத்ததில்லை. யாரும் இவ்வாறு உரிமையோடு அவனைக் கட்டியணைத்ததில்லை. அவனுடைய அனுமதியைப் பெறாமல்

யாரும் அவனிடமிருந்த பயணப்பையைப் பறித்துச் சுமந்ததில்லை. அவனிடமிருந்து பதிலெதையும் எதிர்பாராமல் படபடவென்று சோளம் பொரிபோலக் கேள்விகளைப் பொரிந்து தள்ளியதில்லை.

மேற்கத்திய கலாச்சாரத்தின் அரவணைப்பில் வளர்ந்த ஷிவாவைப் பொறுத்தவரையில் ஒருவருக்கான 'பேர்சனல் ஸ்பேஸ்' என்பது அவரவருக்குரிய தனிப்பட்ட வெளியாகும். யார் அல்லது எது அங்கே இருக்கலாம் என்பதை முடிவெடுப்பது அவரவரின் தனிப்பட்ட விருப்பு, வெறுப்புகளுக்கு ஏற்பவே அமையும். ஒருவருடைய அனுமதியின்றி மற்றவருக்கு எப்பொழுதுமே அங்கு இடமில்லை.

சமூக நெறிமுறைகளுக்கு அமைவாக ஒருவருடைய தனிப்பட்ட வெளிக்கு மதிப்பளித்து நடக்கவேண்டியது மற்ற எவருடையதும் கடமையென்பதில் ஷிவாவுக்கு மாற்றுக்கருத்து இருந்ததில்லை. கடந்த இருபத்தொன்பது வருடங்களாக அவனும் அப்படித்தான் பழகியிருந்தான். ஆனால் இங்கு எல்லாமே தலைகீழாயிருந்தது.

'தனிப்பட்ட வெளி' என்று யாருக்கும் எதுவும் இருப்பதாகத் தோன்றவில்லை. அப்படி இருந்தாலுங்கூட, ஒருவருடைய தனிப்பட்ட வட்டத்தினுள் மற்ற எல்லாருமே இருந்தார்கள். அனுமதியின்றி நுழைந்தார்கள். சொல்லாமல் கொள்ளாமல் வெளியேறினார்கள்.

இதுவே கனடாவிலாக இருந்தால், இது போன்ற அத்துமீறல்களை யாருமே அனுமதிப்பதில்லை. இது போன்ற அத்துமீறல்கள் கோபத்தையும், எரிச்சலையுமே ஏற்படுத்தியிருக்கும். மாறாக, சிறிலங்காவிலோ அப்படியெதுவும் இருக்கவில்லை. கோபமோ, எரிச்சலோ யார்மீதும் ஏற்படவில்லை. இதுவும் ஷிவாவுக்கு முதல் அனுபவம்.

'இன்னும் இது போன்ற எத்தனை முதற்தடவை அனுபவங்களை இந்தப் பயணத்தின்போது சந்திக்கப்போகிறேனோ?' என்ற எண்ணமே ஷிவாவின் மனதில் எழுந்தது.

புத்தம்புதிய சாத்தியங்களால் தோற்றுவிக்கப்பட்ட எதிர்பார்ப்புகளால் மனது நிறைந்தது. இயல்பாகவே ஷிவா மிகவும் அமைதியான சுபாவம் கொண்டவன். தானும் தனது வேலையும் என்றிருப்பவன். தனது தேவைக்குப் பயனற்ற எதிலுமே ஈடுபாடில்லாதவன். தேவையற்ற சம்பாசணைகள் எதிலும் அவன் பங்கெடுப்பதில்லை. தனக்குப்

பழக்கமில்லாத சூழலிலிருந்து ஒதுங்கியிருப்பதே அவனது இயல்பு.

திட்டமிட்ட அட்டவணைப் பாங்கில் அமைந்ததான, நடைமுறைக்கு முரண்பாடற்ற வாழ்க்கையே ஷிவாவுக்குப் பழக்கமாயிருந்தது. அதைவிடுத்து வேறெதையும் சிந்தித்துப் பார்க்கக்கூட அவனுக்கு நேரமிருக்காது.

கடந்த இருபத்தொன்பது வருடங்களாகப் பழகிப்போன இந்த வாழ்க்கைப்பாங்கே அவனுடைய இயல்பைத் தீர்மானித்தது. அவன் சிறுவயதில் பெற்றிருந்த அனுபவங்களும் இவ்வியல்பிற்கு அடித்தளமிட்டிருக்கலாம்.

ஆனால் இன்றோ வழமைக்கு மாறாக அவனது இயல்பில் மாற்றமிருந்தது. எங்கிருந்தோ திடீரெனப் பிறந்த உற்சாகம் அவனது தற்காப்பு வளையத்தை உடைத்திருந்தது. அவனே அவனில் எதிர்பாராத மாற்றம் இது.

குகனிடமிருந்து வெளிப்பட்ட அத்துமீறலையும், அதிகப்பிரசங்கித் தனத்தையும் சகித்துக்கொண்டதிலிருந்து, விருப்புடன் ஏற்றுக்கொள்ள முடிந்ததிலிருந்து தனது வாழ்வின் புதியதொரு அத்தியாயத்தினுள் நுழைந்திருந்ததை ஷிவாவால் புரிந்துகொள்ள முடிந்தது.

அந்தப் புதிய இயல்பில் தன்னைப் பொருத்திக்கொண்டான்.

“பிரயாணம் நன்றாயிருந்தது தம்பி” என்றவன் ‘தம்பி’ என்பதை அழுத்திச் சொன்னான்.

அத்தோடு நின்றுவிடாமல், அவனது குணாதிசயத்திற்கு அப்பாற்பட்டு, அவரவர் குடும்ப நலன்களையும், நாட்டு நடப்புகளையும் பற்றி அளவளாவுவதாக நீண்டது அந்தச் சகோதரர்களது சம்பாசணை.

தன்னில் ஏற்பட்டிருந்த திடீர் மாற்றத்திற்கான காரணம் என்னவாயிருக்கும் என்று எண்ணிப் பார்க்கத் தலைப்பட்டான் ஷிவா. சில வருடங்களுக்கு முன் நடந்த நிகழ்வொன்று அவனது நினைவுக்கு வந்தது. மூன்று அல்லது நான்கு வருடங்களுக்கு முன்பிருக்கலாம்.

இரவு உணவை முடித்துக்கொண்டு ஷிவாவும், கௌரியும் ‘டீவி ஹாலில்’ சிறிது நேரம் ஓய்வாக அமர்ந்திருந்தார்கள். ‘சிற்றி டீவி சேனலில்’ தொடர் நாடகமொன்று ஒளிபரப்பாகிக்கொண்டிருந்தது. ஷோபி, விஷ்ணுவைத் தூங்கவைக்கச் சென்றிருந்தாள்.

“என்னை மன்னியுங்க அம்மா. என்னால் இதைச் செய்யமுடியுமென்று எனக்குத் தோன்றவில்லை. இது என்னால் முடியாத காரியம்” என்று தனது தாயிடம் கூறினான் ஷிவா. அவனுடைய குரலில் கெஞ்சல் இருந்தது. அவளோ பதிலெதுவும் கூறவில்லை. தனது மகன் சொல்வதைக் கேட்டபடி அமர்ந்திருந்தாள். கௌரியின் முகச்சாயலில் அர்த்தங்கள் பொதிந்திருப்பதாகத் தோன்றியது.

“உலகத்தில் இருக்கிற எல்லா நாடுகளுக்கும் போய்வாறாய்தானே, ஒரே ஒருக்கால் அங்கயும் போயிற்று வாறியா?” என்ற கேள்வியையே அவனிடம் கேட்டிருந்தாள்.

தனது கேள்விக்கு அவனிடமிருந்து என்ன பதில் கிடைக்குமென்று அவளுக்கு முன்னமே தெரிந்திருந்தும், அந்தக் கேள்வியை அவனிடம் கேட்டாள். இப்படிக் கேட்பதொன்றும் இதுவே முதல் தடவையல்ல. இதே கேள்வியை அவனிடம் பல தடவைகள் கேட்டிருக்கிறாள். ஒவ்வொரு தடவை கேட்கும்போதும், என்றாவது ஒருநாள் தன் மகனுடைய பதிலில் மாற்றம் வராதா எனும் நப்பாசை கௌரியிடமிருந்தது.

“வெளிநாட்டுப் பயணம் உனக்குப் புதுசில்லையே? சிறிலங்காவைவிட மோசமான நாடுகளுக்கெல்லாம் போய் வந்திருக்கிறாய்தானே? ‘ஜஸ்ட்’ ஒரு கிழமை போய்வர முடியாதா?” என்று மீண்டும் அவனிடத்தில் கேட்டாள் கௌரி.

“ஒரு கிழமையா? ஆர் யூ ஜோக்கிங் அம்மா? ஒரு மணி நேரங்கூட என்னால் அங்கே சர்வைவ் பண்ண ஏலாது” மீண்டும் மறுத்தான் ஷிவா. ஆனால் கௌரியோ தனது முயற்சியைக் கைவிடுவதாயில்லை.

“நீ அங்கே போய்ப் பார்த்தால்தானே தெரியும். உன்னால சர்வைவ் பண்ண முடியுமா, இல்லையா எண்டது அப்போதானே உனக்குத் தெரிய வரும். ‘எதையும் நேரில் காணாமல் முடிவெடுக்கக் கூடாது’ என்று நீதானே சொல்லுவாய். இப்போ மட்டும் வேறமாதிரி சொன்னால் அது பாரபட்சமான முடிவில்லையா?” தனது மகனின் கண்களை நேராகப் பார்த்துக் கேட்டாள். அவனோ, அவளுடைய பார்வையிலிருந்த உண்மையை எதிர்கொள்ள விரும்பவில்லை. அதை வேண்டுமென்றே தவிர்த்தான். இவ்விடயத்தில் தனது மகனைச் சம்மதிக்க வைப்பதொன்றும் சாதாரணமான காரியமில்லை என்பதும் கௌரிக்குத் தெரியும்.

“இருக்கலாம் அம்மா. இந்த விசயத்தில என்னுடைய பதில் பாரபட்சமானதாகவே இருந்துவிட்டுப் போகட்டும். நான் இப்பிடி உங்களை மறுதலிச்சுப் பேசுறனெண்டு கோபப்படாதீங்க பிளீஸ். இட்ஸ் ஜஸ்ட் இம்பொசிபிள் அம்மா” என்று கூறிமுடித்தான் ஷிவா.

அதற்கு மேல் முயல்வதற்கு எதுவுமில்லை என்பது தெரிந்தும், அவளோ கலவரமடைந்தவளாகத் தோன்றவில்லை. மாறாக, அவன் சொன்னதைக் கேட்டுக் கலகலவெனச் சிரிக்க ஆரம்பித்தாள்.

அவளுடைய இவ்வெதிர்வினையை ஷிவாவும் எதிர்பார்க்கவில்லை. தான் அப்படிக் கூறியதற்கு வழமைபோல அவள் கோபமடைவாள் என்றே எண்ணியிருந்தான். ஆனால் அவளோ அவன் கூறியதைக் கேட்டுச் சிரித்தாள். அதுவும் அவள் சாதாரணமாகச் சிரிக்கவில்லை. அந்த வருடத்தின் மிகப் பெரிய நகைச்சுவை ஒன்றைக் கேட்டதுபோலச் சிரித்தாள். சிரித்தபடியே, “போ, போ ஷிவா, ஒருதரம் அங்க போய் இறங்கிப்பார். அப்போ உனக்குத் தெரியவரும். அங்கத்தய காத்து உன்மேல ஒரு தரம் பட்டாலே போதும். அந்தக் காத்தே உன்னை எப்பிடி மாத்துதெண்டு பார்ப்பாய். ஒருதரம் அங்க போய்ப் பார். அப்போது இந்த அம்மா சொன்னது சரிதான் எண்டு உனக்குத் தெரியவரும்” என்று கூறினாள் கௌரி.

“யா ரைட்! உங்களாலயே என்னை மாற்ற முடியல்ல, அங்கத்தைய காற்றா என்னை மாற்றப்போகுது? அதுவும் அந்த சிறிலங்கன் டேர்ட்டி விண்ட்? இன் யுவர் ட்ரீம் அம்மா” என்று கேலியாகச் சிரித்தான் ஷிவா. அவளோ புன்னகை மாறாதவளாய் தனது மகனுடைய தலையை வாஞ்சையோடு கோதிவிட்டாள்.

என்றோ ஒரு நாள் நடந்த அந்த நிகழ்வானது, இன்று ஷிவாவின் நினைவில் வந்துபோனது. அந்த நினைவு அவனுக்கு வலிய வந்ததே ஆச்சரியமான சங்கதிதான். அந்த நினைவையும், இன்றைய நிகழ்வுகளையும் இணைத்துப் பார்க்க முயன்றான்.

‘அம்மா சொன்னதுபோல, இங்கத்தைய காற்றுத்தான் என்னை மாற்றியிருக்குமோ?’ என்று எண்ணத்தோன்றியது. அவனில் மாற்றம் ஏற்பட்டிருப்பது ஏதோ உண்மைதான். ஆனால் அதுவே அம்மா கூறியதுபோல் இவ்விடத்துக் காற்றுப் பட்டதால் ஏற்பட்ட மாற்றமாயிருக்குமா என்பதை அவனால் தீர்மானிக்க முடியவில்லை.

அந்த எண்ணமே அவனுக்கு முட்டாள்தனமாகத் தோன்றியது. இருந்தாலும், சாத்தியங்கள் தருகின்ற பெருவாரியான வாய்ப்புக்களைக் கருத்தில் எடுக்காமலிருக்கவும் அவனால் முடியவில்லை.

மூச்சை ஒரு தடவை ஆழமாக உள்ளேயிழுத்துச் சுவாசித்தான்.

சில்லென்ற விடிகாலைக் காற்று அவனது நெஞ்சின் சுவாசக் கனவளவை நிறைத்தது.

அந்தக் காற்றில் கலந்திருந்த பிராணவாயு அவனது குருதியில் கரைந்தது.

அந்தக் குருதியோட்டத்தில் நீந்திக்கொண்டிருந்த அத்தனை செந்நிறக் குருதிக்கலங்களும் பிராணவாயுவை ருசித்துக் குதூகலித்தன.

தலை முதல் கால்வரை, அவனது உடலின் பாகங்களுக்கெல்லாம் அதைக் கொண்டுசேர்த்தன.

உடற்கலங்களில் அவனுக்கு வேண்டிய சக்தியும் பிறப்பிக்கப்பட்டது.

அவனது உடலெங்கும் உற்சாகம் பொங்கியது.

பரவசமடைந்தான் ஷிவா.

13

கௌரியின் நாளேட்டிலிருந்து...

அது கனவேயில்லை.

அது கனவாக இருக்கவும் முடியாது.

ஆனால் நான் கண்டது கனவேயன்றி வேறில்லையென்பதை நான் அறிவேன்.

அந்தப் பிரக்ஞையே ஒருவகை மாயா விநோதந்தான்.

அங்கே நான் கண்டதை, அங்கே நான் உணர்ந்ததை என்னால் சாவகாசமாக விவரித்துச் சொல்ல முடியும்.

அது வெறும் பிரயத்தனமேயன்றி வேறில்லை.

ஏனெனில், விவரித்தல் எனும் செயலுக்கு வெளியேதான் சகலமும் இருந்தது. உள்ளே எதுவுமில்லை. ஆனால் அங்கே அவ்வளவு கண்டேன்.

அதுவொரு முடிவற்று வளர்ந்த பாரிய விருட்சம். பெருத்துக் கிளைத்துத் திசைகள் பரந்தவொரு விருட்சம்.

ஒவ்வொரு கிளையுமே தனியொரு மரமாகப் பல்லாயிரங்கிளைகள்.

ஒவ்வொரு மரமும் தனியொரு கூட்டு.

ஒவ்வொரு இலையும் தனியொரு அலகு.

அந்த மரத்தின் வேரோ வேறொரு வகைப் பிரம்மாண்டம். வேறொரு பரிமாணம்.

மண்ணுக்கடியில், அது எப்படியிருக்குமோ?

எங்கெங்கெல்லாம் பரந்து, நுழைந்திருக்குமோ?

அதை நான் காணவில்லை.

நான் அங்கே கண்டதைவிடப் புரிந்துகொண்டது அதிகம்.

மிக அதிகம். மிக மிக மிக அதிகம்.

அனைத்தின் உருவும், அவ்வுருவங்களின் படிமங்களும், எல்லாமுமே ஒன்றாகி, ஒரே வடிவமாக, ஒரு வேரில் ஆரம்பித்தது.

அல்லது, அவை யாவும் ஒரு புள்ளியில் முடிந்தன.

14

டொரொண்டோவில் ஆரம்பித்த ஷிவாவின் பயணம் லண்டன் ஊடாக, ஆறாயிரத்துச் சொச்சம் வான்மைல்களை இருபது சொச்சம் மணித்தியாலங்களில் கடந்து சிறிலங்கா வந்துசேர்ந்ததோடு முடியவில்லை.

கட்டுநாயக்காவில் வந்திறங்கிய அதே சூட்டோடு, அவனது பூர்வீகக் கிராமமான தென்னமரவடியை நோக்கிய அடுத்த கட்டப் பயணமாக அது தொடர்ந்தது.

சுமார் ஆறிலிருந்து ஏழு மணித்தியாலங்களுக்கு மேல் நீளக்கூடிய தரைவழிப் பயணம் அது. கட்டுநாயக்காவிலிருந்து முதலில் திருகோணமலைக்குச் சென்று, அங்கிருந்து தென்னமரவடிக்குச் செல்வதுதான் அவர்களது உத்தேசமான பயணத்திட்டம்.

ஷிவாவை அழைத்துச் செல்வதற்காக, 'டொயோட்டா ஹையேஸ்' வான் ஒன்றை வாடகைக்கு அமர்த்தியிருந்தான் குகன்.

ஷிவாவை உள்ளே ஏற்றிவிட்டுத் தானும் முன்னால் வாகனச் சாரதிக்கு அருகிலிருந்த இருக்கையில் ஏறி அமர்ந்துகொண்டான்.

அந்த வானின் உள்ளே ஆறு அல்லது ஏழு பேர் சொகுசாகப் பயணிக்கக்கூடிய வகையில் மூன்று வரிசைகளில் இருக்கைகள் அமைக்கப்பட்டிருந்தன. வாகனம் குளிரூட்டப்பட்டும் இருந்தது.

தன் ஒருவனை அழைத்துச் செல்வதற்கு அந்த வாகனம் அளவில் பெரியதாகவே ஷிவாவுக்குத் தோன்றியது. தேவைக்கு மேலதிகமான பாவனையைத் தவிர்த்திருக்கலாமோ என்ற எண்ணமும் ஏற்பட்டது.

“என்னை மட்டும் ‘பிக்கப்’ பண்ணுவதற்கு இந்த வாகனம் ‘டூ மச்’ இல்லையா? ஒரு சின்னக் கார் போதுமே?” என்று குகனைப் பார்த்துக் கேட்டான் ஷிவா.

இதைக் கேட்ட மாத்திரத்தில் வாகனத்தின் முன்னால் அமர்ந்திருந்த இருவரும் சிரித்தார்கள். அவர்கள் எதற்காகச் சிரிக்கிறார்கள் என்பதை ஷிவாவால் உடனடியாகப் புரிந்துகொள்ள முடியவில்லை. குழம்பிப்போனவனாக, “நான் ஏதாவது பிழையாகக் கேட்டுவிட்டேனா?” என்று கேட்டான்.

“ஐயோ அண்ணா நீங்க ஒன்றும் பிழையாகக் கேட்கவில்லை. சரியாத்தான் கேட்டீங்க. நாமதான் இந்த ‘சிறிலங்கன்ஸ்’ நினைச்சுச் சிரிச்சோம்” என்று கூறித்தொடர்ந்தான் குகன்.

“இதுதான் அண்ணா சிறிலங்காக் காரர்ட பிரபலமான குடும்ப வாகனம். நம்மளப் பொல ஆக்கள்ட தேவைகளுக்கு இந்த வாகனம்தான் சரி. தனியாகப் போகலாம். பமிலியாகவும் போகலாம். பக்கத்து வீட்டு குடும்பத்தையும் கூட்டிக்கொண்டு போகலாம். காரில் ஓரளவுக்குத்தான் லக்கேஜ் ஏத்தலாம். இதில அப்பிடியில்லை. தேவையான அளவு ஏத்தலாம். வேணுமெண்டால் பின்னுக்கு இருக்கிற சீற்றைக் களற்றி வச்சிட்டும் ஏற்றலாம். ஒரு காரை வாங்கிப் பராமரிக்கிறத விட இது எங்களுக்கு எக்கனமிக்கல்.” சொன்னான் குகன்.

“ஓ...” அவன் சொன்னதைக் கிரகிக்க முயற்சித்தான் ஷிவா.

“நீங்க எதுக்கும் யோசிக்காமல், நல்ல வடிவா நீட்டி நிமிர்ந்து ரிலாக்ஸா வாங்கோ. உங்களுக்கு ‘ஜெட் லாக்’ இருக்குமெல்லா? நித்திரை வந்தால் சீட்டைப் பின்னுக்கு சாய்ச்சு விட்டுப்போட்டுத் தூங்குங்கோ அண்ணா. இந்தா, இங்க ‘ஏசி கன்ட்ரோல்’ இருக்கு. உங்களுக்கு வேண்டிய மாதிரி கூட்டிக் குறைக்கலாம். எல்லாத்துக்குமே இந்த வாகனம் பெட்டர்” என்று கூறியபடி தன்னுடைய இருக்கையைச் சிறிது பின்னுக்குச் சாய்த்துவிட்டுச் சாவகாசமாகச் சாய்ந்து அமர்ந்தான் குகன்.

அவன் கூறியதிலிருந்த ‘லாஜிக்’ ஷிவாவுக்குப் புரிவதுபோல இருந்தது. வாழ்க்கைத் தரம் என்பது அவரவர் வாழ்க்கைப் பாங்கு சார்ந்ததன்றி, பொதுப்பாடானதாகவே காணப்பட்டது.

தனது இருக்கையையும் சிறிது சாய்த்துவிட்டு ஆசுவாசமாகச் சாய்ந்து அமர்ந்தான் ஷிவா. குகன் சொன்னதுபோலக் கொஞ்ச நேரம் தூங்கி எழுந்தால் நன்றாயிருக்கும்போல் தோன்றியது.

அந்த ‘டொயோட்டா’ வாகனம் அவனுடைய ‘பென்ஸ் ஈ கிளாஸ் செடான்’ போலச் சொகுசாக இருக்கவில்லையாயினும் இந்தப் பயணம் அவனுக்கு எந்தவிதத்திலும் அசௌகரியமானதாக இருக்கவில்லை. அப்படியேதும் அசௌகரியம் ஏற்பட்டாலுங்கூட, அதைப் பொருட்படுத்தும் மனநிலை ஷிவாவிடத்தில் இருக்கவில்லை.

அவனே எதிர்பாராத வகையில் அவனிடத்தில் அளவிற்கதிகமான நெகிழ்வுத்தன்மை காணப்பட்டது. ஒரு சிறு பையனைப் போல் ஜன்னலூடாக வெளியே பரந்து, விரிந்த இயற்கையின் இனிய காட்சிகளை ரசித்தபடி உற்சாகமாகப் பயணித்தான்.

ஏலவே தனது ஞாபகச் சேமிப்பிலிருந்த பழைய நினைவுகளோடு தான் கண்ட புதிய காட்சிகளை ஒப்பிட்டுப் பார்ப்பதற்கு விளைந்தான். எதுவுமே அவனுக்குத் தெரிந்ததாயில்லை.

பார்த்த காட்சிகள் யாவும் புதியனவாகவே தோன்றின. அவனிடம் மிஞ்சியிருந்த எந்த நினைவுகளோடும் இந்தக்காட்சிகள் எதுவும் ஒட்டவில்லை. அவனுடைய எல்லா நினைவுகளிலும் அம்மாவும் கூடவிருந்தது அதற்குக் காரணமாயிருக்கலாம். அவளைத் தவிர்த்துவிட்டு அவனால் எதையும் நினைத்துப் பார்க்க முடியவில்லை. அவள் இல்லாத நினைவுக்குச் சாத்தியமுமில்லை.

நிஜத்தில் அவனருகே அவள் இல்லாத வெறுமை அவனோடு ஒட்டியிருந்தது. அந்த வெறுமையைக் களைவதற்கு அவனால் முடியாது.

அவன் மனதைச் சொல்லொண்ணாச் சோகம் நிறைத்திருந்தது. நல்ல வேளையாகத் துக்கம் அவன் தொண்டையை அடைக்கவில்லை. அப்படியே தூங்கிப்போனான் ஷிவா.

எவ்வளவு நேரம் தூங்கினான் என்று தெரியவில்லை. கண் விழித்தபோது அவனுடைய நா வறண்டிருந்தது. சிறிது தண்ணீர் பருகினால்

நன்றாயிருக்கும் போலிருக்கக் கைப்பையினுள் இருந்த தண்ணீர் பாட்டிலை எடுப்பதற்காகத் தனக்கு அருகிலிருந்த பயணப்பையினைத் திறந்தான் ஷிவா. அந்தப் பையினுள் மிகக் கவனமாக வைக்கப்பட்டிருந்த ‘லெதர் பௌச்’ அவனது கண்களில் பட்டது. சில வினாடிகள் அந்தப் பௌச்சிலிருந்து தனது கண்களை அவனால் அகற்ற முடியவில்லை. மெதுவாக அந்த ‘லெதர்’ பையை வெளியிலெடுத்தான். அதனைக் கவனமாகத் தனது மடிமேல் வைத்தான்.

உள்ளேயிருந்த பொருள் கனமற்றதாக இருந்தாலும், அவனது மனதில் கனமிருந்தது. அங்கே தனது மடியில் வைத்துக் கவனத்துடன் அணைத்துப் பிடித்திருந்த ‘லெதர்’ பையினுள் இருந்த ‘செரமிக்’ பேழையில் சாம்பலாய்க் கனத்தாள் கௌரி.

தன்னையறியாச் செயலாக அந்தப் பேழையைப் பாசத்துடன் தடவிக்கொடுத்தான் ஷிவா.

அங்கே அவளும் அவனோடு கூடவிருப்பது போன்ற உணர்வைத் தவிர்க்கமுடியவில்லை.

அது ஷிவாவுக்குத் துயரத்தையே தந்தாலும், தெம்பையும் அள்ளித் தராமலில்லை.

15

கௌரியின் நாளேட்டிலிருந்து...

உன் மனதில் என்ன இருக்கிறது?

அவநம்பிக்கைதான் என்றால் அதைத் தொலைத்துவிடு.

அது எப்பொழுதுமே உன் இயக்கத்தைத் தடுத்துவிடும்.

முயற்சி என்பது ஒரு சிறு புள்ளியாகக் கருவுறுகிறது.

அதை ஒரு கடலாக மாற்றுவதும், காணாமல் ஆக்குவதும் உனது பிரயத்தனமேயன்றி வேறில்லை.

ஆகவே இயங்கு. இயங்கிக்கொண்டேயிரு. எங்காவது செல்!

எங்காவது செல்கிறாயா? நல்லது.

நடந்து செல்லாதே. ஆறுபோல ஓடிப்பார்.

அப்பொழுது புரியும். தடைகளையெல்லாம் உடைத்தெறிந்து பாய்வது எவ்வளவு இலகுவென்று.

சின்னஞ்சிறிய விதை ஒன்றினுள் ஒளிந்திருப்பது பென்னம்பெரிய

மரம் என்கிற புரிதலே உனக்குப் போதுமானது.

அது எல்லையற்ற வாய்ப்புகளை உனக்குத் திறந்துவிடும்.

சரி, கொஞ்சம் நில். உன்னிடம் ஒரு கேள்வி.

நீ புறப்பட்டாயிற்றா? நல்லது.

நீ எங்கே போக வேண்டும் என்பதைத் தீர்மானித்துவிட்டாயா?

அது உனக்கே உனக்கான முடிவு. வேறு யாருக்குமல்ல.

அந்த முடிவை உனது பயணமே தீர்மானிக்கும்.

உன் போக்கிடம் இன்னமும் புரிந்தபாடில்லையா?

கவலை வேண்டாம். உனது பாதங்களுக்குக் கீழேதானிருக்கிறது நீ செல்லவேண்டிய பாதை.

ஓரேயொரு பாதைதான், அது பல்வேறு திசைகளில் பிரிந்து செல்கிறது.

நீ பாதையை அல்ல திசையையே தீர்மானிக்கவேண்டியிருக்கும்.

எந்த ஒரு திசையையாவது நீ தேர்ந்துகொள். அதுவே மிகவும் இலகுவான வழி.

அது அங்கே உன்னை இட்டுச் செல்லும்.

16

சில வருடங்களுக்கு முன்னர் நடந்தது...

லண்டனில் ஒரு நாள். மனதிற்கு இனியதொரு மாலைப் பொழுது.

அன்று நடந்தவை யாவும் நேற்று நிகழ்ந்ததைப் போலிருந்தது. பசுமையான நினைவுகள் அவை. மீண்டுமொரு தடவை அந்த நினைவுகளைத் தனது மனதில் மீட்டுப் பார்த்தான் ஷிவா.

அந்த வருடத்தின் கோடை விடுமுறைக்கு லண்டன் வந்திருந்தார்கள். ஷோபியின் பெற்றோருடன் விடுமுறை நாட்களைக் கழிப்பதுவே அந்தப் பயணத்தின் நோக்கமாயிருந்தது. கௌரியும் அவர்களோடு வந்திருந்தாள்.

ஷோபியின் பெற்றோரும் பல வருடங்களுக்கு முன்னரே சிறிலங்காவிலிருந்து லண்டனுக்குப் புலம்பெயர்ந்து வந்தவர்கள்தான். திருகோணமலையைப் பூர்வீகமாகக்கொண்டவர்கள். தற்போது லண்டனில் 'ப்ரெண்ட்பேர்ட்' நகரவாசிகள். ஷோபியின் அண்ணா மற்றும் அக்காவின் குடும்பங்களும் லண்டன்வாசிகள்தான். இவர்களைத் தவிர ஷோபியின் உறவினர்கள் பலரும் லண்டனில் வசித்திருந்தார்கள்.

பல வருடங்களுக்குப் பிறகு அவர்கள் எல்லோரையும் சந்திப்பதால் ஷோபிக்கு அந்தப் பயணம் மகிழ்ச்சியானதொரு 'பமிலி கெட்

டுகெதராகவே' அமைந்தது. ஷோபியின் பெற்றோருக்கோ தமது மகளையும், பேரப்பிள்ளையையும் கண்டதில் இரட்டிப்பு மகிழ்ச்சி.

விஷ்ணுவின் பொழுது அவனது 'கசின்ஸ்' உடன் ஆர்ப்பாட்டமாகக் கழிந்தது.

மாறி மாறி யாராவது உறவினர்கள் அவர்களைப் பார்க்க வந்தார்கள் அல்லது யாரோ ஓர் உறவினர் வீட்டுக்கு இவர்கள் சென்றார்கள்.

'பார்பக்யு பார்ட்டி', 'அவுட்டிங்', 'ஷொப்பிங்' என்று அவர்கள் பாடு படு உல்லாசமாகக் கழிந்தது.

ஷோபியும் விஷ்ணுவும் அந்த விடுமுறையைத் 'தலை தெறிக்க' கொண்டாடினார்கள். அவர்கள் இழுப்பிற்கெல்லாம் ஷிவாவும் இழுபட்டுத் திரிந்தான்.

லண்டன் மாநகரிற்கு மேற்கே சுமார் பத்து மைல்கள் தொலைவில் தேம்ஸ் நதியும், பிரெண்ட் நதியும் சங்கமிக்கும் பகுதியில் அமைந்திருந்தது ப்ரெண்ட்பேர்ட் நகரம்.

ஷோபியின் பெற்றோரின் வீட்டிற்கு அருகிலிருந்த ஹொட்டலொன்றில் தான் அவர்கள் நால்வரும் தங்கியிருந்தார்கள். அங்கிருந்து நடந்தே ஷோபியின் பெற்றோரிடம் செல்ல முடியும். அது ஷோபிக்கு மிகவும் வசதியாகவும் அமைந்தது. எந்த நேரத்தில் வேண்டுமானாலும் தனது பெற்றோரிடம் சென்றுவரக்கூடியதாக இருந்தது.

அதுவொரு 'ரெசிடென்ஸி' வகை ஹொட்டல். இரண்டு அறைகள், இருக்கைக்கூடம், சமையலறை போன்ற வசதிகளோடு இருந்தது. கௌரியின் பொழுது பெரும்பாலும் ஹொட்டலிலேயே கழிந்தது.

அறையின் இருக்கைக்கூடத்தின் ஜன்னலோரமாகப் போடப்பட்டிருந்த 'ரீக்ளைனர் சோபா'வில், ஓய்வாக அமர்ந்திருந்தாள். அங்கே தங்கியிருந்த சில நாட்களில் அவளுக்கு மிகப் பிடித்தமான இடம் அதுவாகத்தான் இருக்கும். அங்கிருந்தபடியே தூரத்தில் தெரிந்த தேம்ஸ் நதியின் அழகையும் வனப்பையும் ரசிப்பதில் மகிழ்ந்தாள்.

அந்தச் சந்தர்ப்பங்களிலெல்லாம், அவளால் தனது கடந்த காலத்தின் நினைவுகளை இலகுவாக மீட்கக்கூடியதாக இருந்தது. ஷோபியின் உறவினர்கள் எல்லோரும் ஒன்றாகக் கூடிக்களித்திருந்த காட்சிகளும் அவளது பழைய நினைவுகளைக் கிளறிவிட்டிருக்கக்கூடும்.

அன்று மாலை வேளையில், தன்னை மறந்த மோனநிலையில், அந்த ஜன்னல் காட்டிய காட்சியில் அவள் லயித்திருந்தபோது, தானும் சென்று அருகில் அமர்ந்தான் ஷிவா. அவனது தாயின் சுயம் மறந்த முகலாவண்யத்தை ரசித்தபடி ஒடிசலாயிருந்த அவளுடைய பாதங்களைப் பிடித்தும்விட்டான்.

கௌரியின் வலது கை, தன்னிச்சையாக ஷிவாவின் தலைமுடியைக் கோதிவிட்டது. ஒரு தாய்க்கும், மகனுக்குமான பிரத்தியேக நேரம் அதுவாயிருந்தது.

அவனது நினைவிலிருந்த அந்தக் காட்சியின் இனிமையும், அது தந்த மகிழ்ச்சியும், அதனால் ஏற்பட்ட குதூகலமும் அவனிடமிருந்த வேறெந்த ஞாபகங்களாலும் கூடிவந்ததாய்த் தெரியவில்லை.

"லண்டனுக்கு வந்ததில் முக்கால்வாசி நேரம் இந்த இடத்திலேயே இருக்கிறீங்கம்மா. 'இட்ஸ் ஸோ போரிங்'. எங்கேயாவது வெளியே போவோம் வாங்க" கேட்டான் ஷிவா.

"இல்லடா கண்ணா. எனக்கு வெளிய எங்கேயும் போறதை விட, இந்த இடத்தில் இருந்துகொண்டு அந்தா தெரியிற தேம்ஸ் நதியின்ட அழகை ரசிக்கிறது எவ்வளவு நல்லாயிருக்கு தெரியுமா? உனக்கு எங்க இதெல்லாம் புரியப்போகுது? இயற்கையையும் அப்பப்போ ரசிக்கோணும்டா ஷிவா. அது எங்களுக்கு எவ்வளவு புத்துணர்ச்சியை தருமெண்டு தெரியுமா உனக்கு?" என்று கேட்டாள்.

"இதுக்காம்மா நாங்க லண்டனுக்கு வந்தோம்? இப்படி அடைஞ்சு கிடக்கிறதை விட, எங்கேயாவது வெளியில போனால் நீங்கள் சொல்லும் அதே இயற்கையை இன்னும் வடிவா ரசிக்கலாமெல்லோ? போவோம் வாங்க எண்டு கூப்பிட்டாலும் எங்களோட வாறீங்க இல்ல. 'யூ ஆர் ஸ்ட்ரெஸிங்க் யுவர்செல்ஃப்' அம்மா. இது உங்களோட உடல் நலத்துக்கு நல்லதே இல்லை" என்று அவள்மீதான தனது கரிசனையை வெளிப்படுத்தினான் ஷிவா.

"அப்படி எதுவும் எனக்கு 'ஸ்ட்ரெஸ்' இல்லடா ஷிவா. இதுதான் எனக்குப் பிடிச்சிருக்கு. நான் பார்த்துக்கொண்டிருக்கிறது ஒரே காட்சியெண்டாலும் ஒவ்வொரு கணமும் அந்தக் காட்சி மாறிக்கொண்டுதான் இருக்குது. இந்தக் காட்சிகள் மூலமா என் மனசில இருக்கிற பழைய நினைவுகளையெல்லாம் என்னால

மீட்டுப்பார்க்க முடியுது. அதில இருக்கிற சந்தோசமான நினைவுகள் மனசுக்கு இதமாக இருக்குது" என்று சொன்னபோது அவள் குரலில் ஏற்பட்ட மாற்றத்தைக் காணக்கூடியதாய் இருந்தது.

"ஆனால், மனசைக் குத்திக் குடைஞ்சு, துக்கத்தைத் தரக்கூடிய நினைவுகளும் அதுக்குள்ள பதுங்கி இருக்குது" என்று சொன்னபோது கௌரியின் குரல் முற்றுமுழுதாக உடைந்திருந்தது. ஆனால் அவளது முகத்திலோ எந்த மாற்றத்தையும் காணமுடியவில்லை. சாந்தம் கலந்த அமைதியே அவள் வதனமெங்கும் தவழ்ந்தது.

"உங்கட மனச கஸ்டப்படுத்துற நினைவுகள் எல்லாத்தையும் எனக்குச் சொல்லுங்கம்மா. அதையெல்லாம் உங்கட மனசுக்குள்ளயே வச்சுப் பூட்டாதெங்க. பிளீஸ் எனக்குச் சொல்லுங்க. எத்தன தடவை வேண்டுமெண்டாலும் நான் கேட்கிறன்" ஆவலோடு கேட்டான்.

தனது தாயின் மனதிலிருந்ததை எத்தனையோ தடவைகள் அவள் சொல்லக் கேட்டிருக்கிறான். எத்தனை தடவைகள் என்பது அவனுக்கே தெரியாது. அந்த அனுபவங்களை அவள் பகிரும் பொழுதிலெல்லாம் அவற்றை முதற்தடவையாகக் கேட்கும் ஆர்வத்துடனேயே கேட்டான். இன்னும் எத்தனை தரம் வேண்டுமாயினும் கேட்பான். அது அவனுக்குப் பிரச்சனையில்லை.

"சொல்லுங்கம்மா" மீண்டும் கேட்டான்.

சில நிமிட வெற்றுச் சிந்தனைக்குப் பிறகு, தனது மனதிலிருந்ததை மகனிடம் அதுவே முதற்தடவைபோல, மீண்டும் ஒருமுறை சொல்லலானாள் கௌரி.

17

கௌரியின் நாளேட்டிலிருந்து...

முன்பு போலில்லை.

என்னால் அதனைக் கவனிக்க முடிகிறது. மூப்படைந்த எனது உடல் சொல்பேச்சுக் கேட்குதில்லை.

எனது மனசிலும் தெளிவில்லை. காலைப் பனி போல, குழப்பமே கவிந்திருக்கிறது.

அந்தப் பனிப்புகார் நீங்குமென்று நம்பிக்கையில்லை.

என் ஞாபகத்தில் மிஞ்சியிருக்கும் நினைவுகளெல்லாம் மங்கிப் போனது.

போதாக்குறைக்கு மறதியும் கூடிவிட்டது.

கொஞ்சங்கொஞ்சமாக நானும் அந்த மறதிக்குள் கரைந்து கொண்டிருக்கிறேன்.

அந்தக் கரைதல் என்னை இல்லாமல் ஆக்கிவிடக்கூடும்.

இது கனவில்லை. நிஜம்தான்.

என்னை வாவென்று அழைக்கிறது அநிதம்.

அப்பிடித்தானிருக்கும்.

என் நிலைமை நன்றாக எனக்குப் புரிகிறது. மற்றும்படி வேறெதுவும் புரியவில்லை.

பயணங்கள் போவதற்கேயன்றி நிலைத்துத் தரிப்பதற்கு அல்லவே.

எல்லாம் முடிந்தாயிற்று. இனியென்ன இருக்கிறது?

இந்தப் புரிதலோடு எல்லாவற்றையும் முடித்துக்கொள்ளலாம் என்று ஆசுவாசமாகப் பெருமூச்சொன்றை விட்டு, நிமிர்ந்து உட்காரும் அந்தத் தருணத்தில்...

மனதில் ஒற்றைக் கேள்வி அல்லாடுகிறது.

மிக முக்கியமான கேள்வி அது.

தவிர்க்கமுடியாத கேள்வி.

'நான் செய்யவேண்டியவை எல்லாவற்றையும் செய்துமுடித்துவிட்டேனா?'

18

கௌரி சொன்னது

“அப்போ நீ சரியான சின்னன். உனக்கு ஐந்து… ஆறு வயசிருக்கும்” என்று தனது மனதிலிருந்த கதையைச் சொல்ல ஆரம்பித்தாள் கௌரி.

அப்போது, தானிருந்த சூழலை மறந்து அந்தக் கதை நடந்த காலத்திற்கே சென்றுவிட்டவள் போலிருந்தாள்.

கால நேர வர்த்தமானங்கள் ஏதும் அவளுக்குப் பொருட்டாகத் தெரியவில்லை.

ஷிவாவை மீண்டும் அந்தப் பால்ய பிராயத்தினனாகப் பார்க்கவும் அவளால் முடிந்தது. அவளது செல்ல மகனின் துருதுருப்பும், சுட்டித்தனமும் அவள் மனக்கண்ணில் மீண்டும் ஒருமுறை காட்சியாக விரிந்தன. அவன் செய்த சேட்டைகளும், குறும்பும் அவளது நினைவில் மலர்ந்தன.

அந்தக் குட்டிப்பையனின் ரசிக்கத்தக்க இயல்புகளை மையப்படுத்தியே அவளது வாழ்வின் மகிழ்ச்சியான தருணங்கள் யாவும் பின்னப்பட்டிருந்தன.

இனியதொரு எதிர்காலத்தைக் கனவாகக் கொண்டு வாழ்ந்த ஓர் இளைய குடும்பத்தின் மனநிறைவான வாழ்க்கை அது. கௌரிக்கோ, அந்த வாழ்க்கையை வாழ்ந்தது மட்டுமல்லாமல் அது அவளுக்குத் தந்த நினைவுகளை மீட்டுப்பார்ப்பதும்கூட பேரின்பம் துய்ப்பதாகவே அமைந்தது.

தெள்ளத் தெளிவாக வெளித்திருந்த வானத்திலே திடீரென்று சொல்லாமல் கொள்ளாமல் சூழ்ந்துகொண்ட கருமுகில்போல, அவளது நினைவுகளில் துயரம் கவிந்தது.

மனதில் கூடிவந்த மகிழ்ச்சியனைத்தும் சட்டெனக் காணாமல் போயின. சோகசாகரத்தின் கடுஞ்சுமை அவளது நெஞ்சை அழுத்திப் பிசைந்தது. வலியாகப் பரிணமித்த துயரனுபவத்தின் சாயல் அவளது முகத்திலும் படிந்தது.

“கடவுள் ஆள் பார்த்து அனுபவங்களத் தாரதில்ல. நடந்ததையெல்லாம் என்னோட சேர்ந்து நீயும்தான் அனுபவித்தாய். யார் செய்த பாவமோ? அதெல்லாம் ஏன்? எதுக்கு? நடந்திச்செண்டு உனக்கு விழங்கியிருக்காது. எல்லாமே உனக்குப் புதினமாத்தான் இருந்திருக்கும். பயமாவும் வேற இருந்திருக்கும். ஆனால், காரண, காரியங்களையெல்லாம் கிரகிச்சுப் புரிஞ்சுகொள்ளும் அளவுக்கு உன்னிடம் அறிவு இல்ல. நல்ல காலத்துக்கு, நடந்ததில் கனக்க விசயம் உன் ஞாபகத்தில இல்லாமல் போச்சு” சொன்னாள் கௌரி.

“உனக்கு ஞாபகமில்லை எண்டாப்போல? உனக்கும் சேர்த்துத்தான் அதையெல்லாம் நான் ஞாபகத்தில வைச்சிருக்கிறனே. நடந்ததையெல்லாம் ஞாபகத்தில வச்சிருக்கிறத விடக் கொடுமையான விசயம் வேறயில்ல. அதெல்லாம் நினைவிலிருந்து யாருக்கும் எந்தப் பிரயோசனமும் இல்ல. சனியன் பிடிச்ச நினைவுகள். என்னதான் முயன்றாலும் மனசில இருந்து இல்லாமல்போகுதேயில்ல. மறக்கக் கூடாதெண்டு நினைக்கிற வேற நினைவுகளெல்லாம் நினைவில நிக்காமல் மறந்துபோகுது. இது மட்டும் மறக்காமல் ஒட்டிக்கொண்டு கிடக்குது. திரும்பத் திரும்ப அதெல்லாம் நினைவுக்கு வாற ஒவ்வொரு தரமும் நான் செத்துச் செத்துப்போறன்” என்று கூறியவளின் முகமெங்கும் வேதனையின் ரேகைகள் படர்ந்திருந்தன.

ஈரப்பற்றை இழந்து வரண்டிருந்த நிலத்தைப் போல, அவள் வதனம் லாவண்யமிழந்து மரத்துப்போயிருந்தது. அந்த நினைவுகள் தந்த

வலியும், வேதனையும் அவள் முகத்தில் நிரந்தரமாகவே தங்கிவிட்டதோ என்று எண்ணத்தோன்றியது.

“தன்நிறைவான வாழ்க்கை நம்மளோடது. என்ன தேவையோ, தேவையானது எல்லாமே அங்கே இருந்திச்சு. எல்லாமே கிடைச்சுது. எதுக்கும் நாம கஸ்டப்படயில்ல. யாரிடமும் கையேந்தி நிற்கயில்ல. அப்பா இருந்த வரைக்கும் கஸ்டம் எண்டால் என்னெண்டு எனக்குத் தெரியவே தெரியாது.” கௌரியிடமிருந்து ஆழமான பெருமூச்சொன்று வெளிப்பட்டது.

மௌனியாகிச் சிந்தனை வயப்பட்டாள். தனது உள்ளங்கை ரேகைகளில் எதையோ தேடினாள். மூப்படைந்த தோலின் சுருக்கம் கையிலிருந்த ரேகைகளைச் சிக்கலாக்கியிருந்தது. ஒற்றை விரலால் சுரண்டிப் பார்த்தாள். தெரியவில்லை. தேடுவதைக் கைவிட்டுத் தான் சொல்வதைத் தொடர்ந்தாள்.

“சோத்துக்கு அரிசி வேணுமா?, மரக்கறிகள் வேணுமா?, தானியங்கள் வேணுமா?, மீன், இறைச்சி வேணுமா?, பால், பழங்கள் வேணுமா? எது வேணுமெண்டாலும் அது எல்லாமே இருந்திச்சு. அவையெல்லாமே தேவைக்கு மேலதிகமாகத்தான் இருந்திச்சு. தேயிலை, சீனி, கோதுமை மா வாங்கத்தான் நாங்க சங்கக்கடைப் பக்கம் போவோம். அங்க சீத்தைத் துணியும் வாங்குவோம்” தொடர்ந்து சொன்னாள்.

“இதுக்கு மேல எங்களுக்கு வேறென்ன வேணும்? எல்லாமே இருந்திச்சு. ஆ... இது எல்லாத்துக்கும் மேல எங்களிடம் திருப்தி இருந்திச்சு. மகிழ்ச்சி இருந்திச்சு. அமைதி இருந்திச்சு. அதோட, எங்களுக்கு யாரும், எதையும் செய்ய முடியாது எண்ட தைரியமுமெல்லோ எங்களிட்ட இருந்திச்சு.” தான் சொல்வதைச் சற்று நிறுத்தினாள். கண்கள் இரண்டையும் இறுக மூடிக்கொண்டாள். தனது நினைவில் வந்த ஏதோவொரு காட்சியைக் காண விரும்பாதவள்போலக் காணப்பட்டாள்.

வாழ்க்கையின் எழுந்தமானமான நம்பிக்கை அர்த்தமற்றுப் போவதால் ஏற்படக்கூடிய பாதிப்புகளின் தாற்பரியத்தில் மூழ்கினாள்.

“பிறகுதான் எங்களுக்குத் தெரிஞ்சுது. எங்களிடம் இருந்தது குருட்டுத் தைரியம் எண்டது எங்களுக்குப் புரிஞ்சது. அதுவும் தாமதமாகத்தான் புரியவந்திச்சு. எங்களால எதுவுமே செய்ய முடியல. எல்லாமே காலதாமதமாகிப் போச்சு.” ஒரு கதைப்புத்தகத்தை வாசித்துச் சொல்பவள்

போலத் தனது மனதில் இருந்ததையெல்லாம் மூச்சுவிடாமல் சொன்னாள் கௌரி.

“ஒரு மனுசனுக்குத் தேவையான பாதுகாப்பைத் தாறது எது? அவன் வாழும் வீடுதானே?” தன்னுடைய கேள்விக்கான பதிலை எதிர்பாராமல் தான் சொல்லிவந்ததைத் தொடர்ந்தாள்.

“ஓமோம்! வீடுதான் பாதுகாப்பைத் தாறது. அந்த வீட்டுக்குப் பாதுகாப்பைத் தாறது எது தெரியுமா? அந்த வீடு அமைஞ்சிருக்கிற நிலம். எங்கட நிலம். ‘எங்கட’ எண்டு சொல்லும்போதே, அங்கே எங்கட நம்பிக்கை ஒளிஞ்சிருக்கிறது தெரியவரும் இல்லையா? எங்கட நிலம், எங்கட சுற்றம், எங்கட சூழல், எங்கட ஊர், எங்கட நாடு. இப்பிடித்தான் எங்கட பாதுகாப்பு வட்டம் கொஞ்சங்கொஞ்சமாக விரிஞ்சுகொண்டே போகுது. அந்தப் பாதுகாப்பு எண்டைக்குமே நிலையானது எண்ட நம்பிக்கையும் அதோட சேர்ந்து பெருசாகியே போச்சு.” காய்ந்திருந்த தனது உதடுகளை நாவினால் ஈரப்படுத்திக்கொண்டாள்.

“அப்பிடித்தான் நாம நினைச்சிருந்தோம். அதையே முழுசா நம்பியிருந்தோம். ஆனால்...” என்றோ கடந்துபோன ஒரு நாளில் நடந்தவையெல்லாம் இன்றும் பசுமையாக அவள் மனதில் பதிந்திருந்தது.

“எங்களுக்குக் கிடைக்குமெண்டு நாம் நம்பியிருந்த அந்தப் பாதுகாப்புக் கிடைக்கவேயில்ல. எங்கள் வீட்டில், எங்கள் ஊரில், எங்கள் நாட்டிலென்று எங்குமே கிடைக்கயில்ல. நாமெல்லாம் பாதுகாப்பு அற்றவர்களாகிப் போனோம்.” அவளது குரலில் ஏமாற்றத்தின் தொனி அளப்பரியதாகக் காணப்பட்டது. அந்த ஏமாற்றம் அவளுக்குத் தந்த இழப்புகளின் தாக்கம் அவளது உணர்வில் உறைந்துபோயிருந்தது.

“நாமெல்லாம் வெளிநாடுகளுக்கு ஓடவேண்டிய தேவை என்ன இருந்திச்சு? என்னத்துக்கு வெளிநாட்டுக்கு வந்தோம்? சுற்றுலா வந்தோமா? இல்லையே! உழைச்சுக்கொட்டுறதுக்கா வந்தோம்? அதுவும் இல்ல. எங்கட உயிருக்குப் பயந்து, பாதுகாப்பான வாழ்க்கை ஒன்றைத் தேடித்தானே வெளிநாட்டுக்கு ஓடிவந்தோம். நாம பிறந்து, வளர்ந்து, சுற்றஞ்சூழ வாழ்ந்த எங்கட ஊரையும், நாட்டையுமெல்லா விட்டுப்போட்டு ஓடிவந்தோம். வரேக்க எதையாகிலும் எடுத்துக்கொண்டு வந்தோமா? இல்லையே! எங்கட உடமைகள் எதையும் நாங்க எடுத்து

வரல்ல. எங்களோட உயிரை மட்டுந்தானே கையில பிடிச்சுக்கொண்டு ஓடிவந்தோம். தப்பிப்பிழைச்சுப் பாதுகாப்புத் தேடி ஓடிவந்தோம். அகதிகளாக ஓடிவந்தோம்.'' துரதிஷ்டம் பிடித்த ஒரு நாளில் ஆரம்பித்த ஓட்டத்தை நிறுத்தாமல் இன்னமும் தொடர்ந்து ஓடிக்கொண்டிருந்தவள் போல, இளைத்திருந்தாள் கௌரி.

''உற்றவர், நண்பர், உறவு எண்டதெல்லாம் இல்லாமலே போச்சு. அவங்க எங்கெங்கோ ஓடிப்போனாங்க. சிதறிப்போனாங்க. செத்தும்போனாங்க. எங்கேயெண்டு தெரியாமல் காணாமலும்போனாங்க. போனவங்க போக மிஞ்சினவங்க தங்களால ஓட ஏலாதெண்டு அங்கேயே தங்கிட்டாங்க. யாருமில்லாத ஏதிலிகளாத்தான் எங்கட வாழ்க்கைய இங்க திருப்பித் தொடங்கவேண்டி இருந்திச்சு.'' சொல்லிவிட்டு மௌனத்தில் ஆழ்ந்தாள். தொடர்ந்து சொல்வதற்கு அவளுக்கு ஆசுவாசம் தேவையாயிருந்தது. அவளது உடலில் சோர்வு மண்டியிருந்தது. குரலில் தொய்விருந்தது. ஆனால் அவளது கண்கள் மட்டும் கண்ணாடியாகப் பளபளத்தன.

''ஏதிலிகள் எண்ட சொல்லே எங்களுக்காகத்தான் ஏற்பட்டுச்சோ என்னவோ?'' என்று கூறிவிட்டுச் சிரித்தாள். அந்தச் சிரிப்பில் உயிரில்லை.

''நடக்கவேண்டியது எதுவோ, அது நடந்து முடிஞ்சுது. அதை நடத்திமுடிச்சவங்க என்ன நடக்கோணுமெண்டு திட்டமிட்டாங்களோ, அவங்க நினைச்ச மாதிரியே அதெல்லாம் நடந்துமுடிஞ்சுது. ஆண்டவரும் அந்த நேரத்தில என்ன நினைச்சாரோ, நடந்ததையெல்லாம் சும்மா பார்த்துக்கொண்டு இருந்திட்டார். விதிப்படி இதுதான் நடக்கவேணும் எண்டு இருந்திச்சோ என்னவோ? விதிப்படியே நடந்திச்சு. நாமும் அகதிகளாகி எத்தனையோ வருசம் உருண்டோடியும் போச்சு. வேரோட பிரட்டியெடுத்து வேறெங்கேயோ நாட்டின மரத்தைப் போல எங்கட வாழ்க்கையும் மாறிப்போச்சு. மாறிப்போன அந்த வாழ்க்கையும் காலப்போக்கில எங்களுக்குப் பழகியும்போச்சு. இருந்தாலும், மனசில ஏற்பட்ட வலி மட்டும் கடைசிவரைக்கும் மாறவேயில்ல. அந்த வலி அப்படியே வடுவாகிட்டுது'' என்று சொல்லிமுடித்தவள் மீண்டும் தனது கண்கள் இரண்டையும் இறுக மூடிக்கொண்டாள்.

வலது கைவிரல்களால் தனது நெற்றியை நீவிவிட்டாள். மற்ற கைவிரல்கள் அவள் அமர்ந்திருந்த நாற்காலியின் கைப்பிடியை இறுகப் பற்றியிருந்தன. அந்தச் செய்கை, அவளிடமிருந்த ஏதோவொரு நினைவை நிரந்தரமாகத் தன்னுடைய மனதிலிருந்து அழிப்பதற்கு

அவள் முயல்வதைப் போலிருந்தது. முடிவில், அந்த முயற்சியில் அவள் வெற்றிபெற்றதாகத் தோன்றவில்லை.

அவளைப் பார்ப்பதற்குப் பரிதாபமாய் இருந்தது.

“புதுசாகப் பிடுங்கி நட்ட இடத்தில மரம் செழிச்சு வளர்ந்திச்சு. இருந்தாலும், அந்த மரத்துக்குத் தேவையான தாய்மண்ணின் போசணை கிடைக்காதது ஒரு குறையாகவே போச்சு.” மனதிலிருந்த ஏக்கத்தையெல்லாம் பெருமூச்சாக மாற்றி, அதை வெளியேற்ற முயன்றாள். அவளுடைய முகத்தின் அத்தனை தசைகளும் ஒன்றாகி, அவளது உள்ளுணர்வைப் பிரதிபலித்தன.

“ஊரைவிட்டு ஓடவெளிக்கிட்ட அந்த நேரத்தில, என்னட்ட ஒரு பொறுப்பு இருந்திச்சு. அது என்னை மட்டுமே நம்பி, என்னிடம் ஒப்படைக்கப்பட்டிருந்த பொறுப்பு. அது என்னைத் தவிர வேற யாராலும் செய்துமுடிக்கவே முடியாத பொறுப்பு. அப்போது என் மனசில இருந்ததெல்லாம் ஒரேயொரு எண்ணந்தான். அது அந்தப் பொறுப்பை நான் சரிவரச் செய்து முடிக்கவேணும் எண்ட ஒரேயொரு நோக்கந்தான்” தொடர்ந்தாள்.

“நானும், உன் அப்பாவும் தவமிருந்து பெற்ற செல்வம் நீ. நாங்க பொத்திப் பொத்திப் பொக்கிசமாப் பாதுகாத்து வளர்த்த ஒரேயொரு குஞ்சு நீ. உன்னை எப்பாடுபட்டாவது காப்பாத்திரவேணும் எண்டது, என்னோட மற்ற எல்லாக் காரியத்துக்கும் மேலான காரணமாக இருந்தது. என் ஓட்டத்துக்கு ஓர் இலக்கையும் அது நிர்ணயிச்சுது. அது ஒரு வெறி. ஓர் அபலைத் தாய்க்கேயான வெறி. அதைத் தவிர வேற எந்த நினைப்பும் என் மனசில இருக்கயில்ல. அந்த நேரத்தில நான் பட்ட அவதியை அனுபவிச்சுப் பார்க்காமல் யாருக்கும் அது விளங்கவே விளங்காது” என்று கூறியபோது அவள் முகத்தில் பெருமிதத்தின் சாயலைக் காணக்கூடியதாக இருந்தது. அது தனது நோக்கத்தில் வெற்றிபெற்ற ஒரு தாயின் மனப்பாங்கு.

“உன்னுடைய அப்பாவை நான் அநியாயத்துக்குப் பறிகொடுத்ததே எனக்குப் போதும். அதைப் போல, உன்னையும் இழந்துவிட நான் தயாராயில்ல.” அவளுடைய கண்களிலிருந்து வழிந்த கண்ணீர்த் துளிகள் கன்னம்வழியே பாதையிட்டு உருண்டோடின. அவளோ எந்தச் சுரணையுமின்றி மனனஞ்செய்த பாடத்தை ஒப்புவிப்பதுபோல

அந்தக் கதையைத் தனது மகனுக்குச் சொல்லிக்கொண்டிருந்தாள்.

ஷிவாவும் அவள் சொல்வதையெல்லாம் சோர்வின்றிக் கேட்டபடி இருந்தான்.

“உன்னுடைய உயிருக்கு முன்னால எனக்கு எதுவுமே முக்கியமானதா தெரியல ராசா. பரம்பரை பரம்பரையா நாங்க சேர்த்துவச்ச சொத்தோ, காசுபணமோ, நகையோ எதுவுமே எனக்குப் பெரிசாத் தோணல. ஊரோட இருந்த சொத்துப்பத்துக்கள், சொந்தங்களெல்லாம் எனக்கு முக்கியமாப் படயில்ல” பல்கணி வழியாக வெளியில் தெரிந்த ஏதோவொரு காட்சியின், ஏதோவொரு புள்ளியில் தனது புலன்கள் அனைத்தையும் தொலைத்திருந்தாள் கௌரி.

கடந்த காலத்தில் அவள் இழந்தவை அத்தனையும் ஒருமிக்கச் சேர்ந்து அவள் முகத்தில் வெறுமையைப் பூசியிருந்தன.

அவள் சொல்வதையெல்லாம் இதற்கு முன்னமும் பலமுறை கேட்டிருந்தானாகிலும், தனது தாயின் சிந்தனையோட்டத்தைக் கலைத்துவிடக் கூடாது என்ற மிகை உள்ளுணர்வோடு, அவள் சொல்வதையெல்லாம் அமைதியாகக் கேட்டபடியிருந்தான் ஷிவா.

அவளும் தொடர்ந்து சொல்லலானாள்.

“உலகத்தில பிறக்கிற ஒவ்வொருத்தரோட பிறப்புக்கும் ஏதோ ஒரு நோக்கம் இருக்கும்போல. அந்தப் பயங்கரத்திலிருந்து உன்னை நான் காப்பாற்றிக் கரைசேர்த்ததுதான் என்னுடைய வாழ்க்கயில எனக்குக் கிடைச்ச மிகப்பெரிய வெற்றி. அந்த நோக்கத்துக்காகத்தான் ஆண்டவர் என்னைப் படைச்சாரெண்டு நினைக்கிறேன். உன்னுடைய அப்பாவும் இதையெல்லாம் மேலயிருந்து பார்த்துத் திருப்திப்பட்டிருப்பார். என்னை அவர்தான் வழிநடத்தியுமிருப்பார். அவரோட ஆசீர்வாதம் எப்பவும் எங்க இரண்டுபேருக்கும் கிடைச்சது.” வெறுமை கவிந்திருந்த அவளுடைய முகத்தில் திருப்தியின் மெல்லிய தீற்றொன்று தோன்றியது. அது மென்புன்னகையாய் மாறி அவள் உதடுகளில் இழைந்தது.

“கனடாவுக்கு வந்து சேர்ந்த பிறகுதான் நாங்க ஆசுவாசமா மூச்செடுக்கமுடிஞ்சுது. அதுக்குப் பிறகு நடந்ததெல்லாம் ஒரு கட்டத்துக்கு மேல உனக்கே தெரிஞ்சதுதான். நீ படிச்சதும், சமூகத்தில நல்லதொரு நிலைக்கு வந்ததும், உனக்கெண்டு ஒரு

குடும்பத்தை அமைச்சு மகிழ்ச்சியா வாழுறதும் கடவுள் தந்த வரம் என்பதைவிட உனது முயற்சியின் பலன் எண்டுதான் சொல்லவேணும். இதையெல்லாம் பார்க்கிறதுதான் என்னோட வாழ்க்கையில நான் அடைஞ்ச பயன். கடைசியா நான் அடைஞ்ச இந்தத் திருப்திக்கு முன்னால, நான் அனுபவிச்ச கஷ்டங்கள் எல்லாம் ஒண்ணுமேயில்ல. அவையெல்லாம் தூசிக்குச் சமன். என்னோட மனசில இப்போ மகிழ்ச்சியும் திருப்தியும்தான் நிறைஞ்சிருக்கு. ஆனால்...'' என்று கூறி மௌனித்தாள் கௌரி.

வெளியே தெரிந்த தூரத்து நீல வானில் 'சீகள்' கடற்பறவை கூட்டமொன்று சுதந்திரமாகக் கத்தியபடி தேம்ஸ் நதியின் போக்கில் பறந்துசென்றது.

19

கௌரி சொன்னது (தொடர்ச்சி)

“ஆனால் என்னம்மா?” கேட்டான் ஷிவா.

தனது தாயின் பிரக்ஞையற்ற மறைநோக்கினைக் கலைத்து, அவளை நிகழ் உலகின் நிஜத்திற்குக் கொண்டுவர எத்தனித்தான்.

வாழ்வில் நாம் கடந்துவந்த விரும்பத் தகாத நிகழ்வுகள் நமக்குத் தந்த நினைவுகளை மனதினுள் பூட்டிவைத்திருந்து, நாள்தோறும் அந்நினைவுகளில் மூழ்கித் தவிப்பதென்பது கொடுமையானது. மனதின் ஆழத்தில் சேமிக்கப்பட்டிருக்கும் அந்நினைவுகளை நாம் விரும்பினாலுங்கூட அழிக்கமுடியாதிருப்பது கொடுமையிலும் கொடுமையானது.

தனது மனதில் இருப்பதையெல்லாம் வெளியே சொல்வாளாயின் அவளது மனம் ஆற்றுப்படுமென்று நம்பினான் ஷிவா.

“மேல சொல்லுங்கம்மா” மீண்டும் கேட்டான்.

அவளும் தொடர்ந்து சொல்லலானாள்.

“எங்களுக்கு இப்போ என்ன குறைச்சல்? சிறிலங்காவில் இருந்ததவிட

இங்க நல்லாத்தானே இருக்கிறோம்? என்ன வேணுமோ அது இங்கே இருக்குது. தேவையானது எல்லாமே எங்களுக்குக் குறைவு இல்லாமல் கிடைக்குது. உரிமைக்கும் பாதுகாப்புக்கும் என்ன குறைச்சல்? ஆனால், எல்லாம் இருந்தும் மனசின் மூலையில ஏதோ ஒண்டு இல்லாதமாதிரித்தானே தோணுது. ஆழமாகச் சிந்திச்சுப் பார்த்தால், மனசை அரிச்சுக்கொண்டிருக்கிறது என்னவெண்டு புரியாமல்போகாது. என்னதான் வசதிவகை இருந்தாலும், எங்கட நாட்டில, எங்கட வீட்டில, சொந்தபந்தங்கள் சூழ வாழுறது போல ஒரு வாழ்க்கை இங்க மட்டுமில்ல உலகத்தில வேற எங்க போனாலும் கிடைக்காதடா மகனே!" கௌரியின் குரலில் மெலிதான நடுக்கம் இழையோடியிருந்தது. அதனை ஷிவாவும் கண்டுகொண்டான்.

தன்னை அக்கறையுடன் அவதானித்தபடி அருகிலே அமர்ந்திருந்தவனின் கண்களை நேரில் பார்க்கத் தயங்கியவளாகத் தொடர்ந்தாள்.

"என்னடா, எங்களுக்கு வாழ்வு தந்த நாட்டைக் குறை சொல்கிறாளே அம்மா என்று நினைத்துவிடாதே ஷிவா. உனது அம்மா நன்றிகெட்டவள் இல்லை. அப்படியொரு வேலையை என்றுமே நான் செய்யமாட்டேன். எங்களுக்கு வாழ்வு தந்த இந்த நாட்டுக்கு நான் என்றுமே கடமைப்பட்டவள்தான். அந்தக் கடமையிலிருந்து எப்பவுமே நான் விலகிப்போக மாட்டேன். என்னுடைய மனசில மிச்சமா இருக்கிற ஆதங்கத்தைத்தான் இப்போது உன்னிடம் சொல்கிறனேயொழிய வேறு எந்தக் குறையும் எனக்கில்லை."

வீதியில் கேட்ட சைரன் ஒலி மெல்ல மெல்லத் தூரம்சென்று தேய்ந்து மறைந்தது.

"அங்கே, அந்தக் குசினி அடுப்புக்கட்டில சமைச்சுச் சாப்பிட்டது பொல இங்க இல்லடா மகனே. காலைக் கருக்கலில சூரியனுக்கு முன்னாலயே எழும்பி வேலை செய்யேக்க உடம்பில இருந்த வேகத்துக்கு ஈடில்லயடா. சில்லெண்டு குளிரும் கிணத்துத் தண்ணிய அள்ளித் தலையில வாக்கேக்க உடம்பில ஊறும் உற்சாகத்துக்கு அளவெயில்ல. குளிச்சு முடிச்சிட்டுத் துடைச்சது பாதி துடைக்காதது பாதியெண்டு ஓடிவந்து வேப்பமரத்தடி வைரவரக் கும்பிடேக்க மனசில கிடைச்ச அமைதி பிறகு எப்பவும் கிடைக்கல. அந்த மண்ணில பட்டு வாற காத்துக்குத் தனி வாசமிருக்குடா ஷிவா. அந்த நிலத்துத் தண்ணீருக்குச் சுவையிருக்கு." அவள் ஏலவே அனுபவித்த அந்த

இனிய நினைவுகளின் சாயைகளை ஏக்கத்தோடு வெளிப்படுத்தினாள்.

இனியொரு தடவை அப்படியொரு அனுபவம் தனக்குக் கிட்டும் வாய்ப்புக் கிடைக்காதா என்ற ஏக்கமும் அவளிடமிருந்தது.

அவளது வாழ்வில் இழந்தவை மொத்தமும் ஒன்றாகச் சேர்ந்து அவளைத் தின்றுகொண்டிருந்தது.

“அன்று நான் செஞ்சது ஒரு விதத்தில சுயநலமான செயலாகக்கூட இருக்கலாம். இல்லயெண்டு நான் வாதிடமாட்டன். அந்த யதார்த்தம் எப்பவும் என் மனசின் மூலையில அரிச்சுக்கொண்டுதான் இருக்குது. எனக்கொரு பிரச்சனை எண்டதுமே, என் நாட்டை அம்போவெண்டு விட்டுப்போட்டு ஓடிவந்திட்டன். இது நன்றிகெட்ட தனந்தானே? நான் செய்தது பாவச் செயல்தானே? அந்தப் பாவத்துக்கு என்ன சம்பளம் எனக்குக் கிடைக்குமோ தெரியாது. இப்போ நான் மனசால அனுபவிக்கிறதுகூட அந்தப் பாவத்துக்குரிய பலனைத்தானோ தெரியல. நான் செத்துப்போறதுக்கு முதல், நான் செய்த பாவத்துக்கு ஏதும் பரிகாரஞ் செய்ய முடியுமா?” அவளது மனதை அலைக்கழித்த எண்ணங்கள் யாவும் அவளிடமிருந்து கேள்விகளாக மாறி, அவன் முன்னால் வந்து விழுந்தன.

அந்தக் கேள்விகளுக்கான பதிலைத்தான் அவள் இதுவரையும் தேடினாள். இப்போதோ அந்தப் பதிலையெல்லாம் அவனிடத்தில் தேடினாள். அவனோ, பதிலெதுவும் சொல்லத் தோன்றாமல் மௌனமாக அமர்ந்திருந்தான்.

20

இடக்குறிப்பு – தென்னமரவடி

தென்னமரவடி, கிழக்கிலங்கையின் புராதன சிறப்புகளைத் தன்னகத்தே கொண்டிருக்கும் ஒரு பாரம்பரியக் கிராமம்.

திருகோணமலை நகருக்கு வடக்கே, எழுபது சொச்சம் கிலோ மீற்றர்கள் தூரத்தில் அமைந்துள்ள தொன்மைமிக்க கரையோரக் கிராமம்.

கிழக்கையும், வடக்கையும் இணைக்கின்ற கேந்திரத் தானமாகவுள்ள கிராமம். கொக்கிளாய் நீரேரிக்கும், பறையனாற்றுக்கும் கரையிலே அமையப்பெற்ற கிராமம்.

வயலும், வயல் சார்ந்தும், காடும், காடு சார்ந்தும், கடலும், கடல் சார்ந்தும், மலைக் குன்றுகளோடும், இயற்கை எழில் பொழியும் அழகிய கிராமம்.

முன்பொருகாலத்தில் இன்றைய அதன் பெயருக்கு ஏற்றாற்போல, அங்கே தென்னைமரங்கள் சோலையாக வளர்ந்து கொழித்திருக்கக்கூடும்.

அதுவொரு செழிப்பான கிராமம்.

தென்னைமரவடிக் கிராமத்தின் வரலாறு மிகத் தொன்மையானது.

தமிழர் பாரம்பரியத்தின் அடிவேர்களை அது கொண்டிருந்தது. இந்தக் கிராமத்தின் வரலாற்றோடு தொடர்புடையதான பல செவிவழிக் கதைகள் அங்கே புழக்கத்திலுள்ளன. பல வரலாற்றுக் குறிப்புகளும், பதிவுகளும் இதுபற்றிச் சொல்லின. பழைய கல்வெட்டுகளும் பல்வேறு வரலாற்றுச் சின்னங்களும் அங்கே கிடைத்தன.

இலங்கையில் அந்நியர்களின் ஆட்சிக்கெல்லாம் முன்னதாக, சோழர், பாண்டியர் காலத்திற்கும் முன்னரான நீண்டகால வரலாற்றைத் தன்னகத்தே கொண்ட பூர்வீகத் தமிழ் கிராமம் தென்னமரவடி என்றால் அது மிகையன்று.

தென்னிந்தியாவைச் சேர்ந்த தென்னன் அல்லது தென்னவன் என்றழைக்கப்பட்ட தமிழரசன் ஒருவன் அவ்விடத்தை ஆண்டதாகவும் அதன் காரணமாகவே இந்தக் கிராமமானது ‘தென்னவன் மரபு வந்த அடி’ அல்லது ‘தென்னன் மரபு அடி’ என்று பெயரைப் பெற்றதாகவும் கூறப்படுகிறது. இந்தப் பெயரே காலப்போக்கில் மருவித் தென்னமரவடி என்று பொருந்தியதாகத் தெரிகிறது.

இந்தியாவிலிருந்து இலங்கைக்கு வந்த பாண்டிய மன்னர் கிழக்குக் கரையில் இவ்விடத்திலேயே வந்து இறங்கினாரென்றும், மன்னருடைய மரக்கலங்களும் இங்கேதான் கட்டப்பட்டதாகவும் ஒரு கதை உண்டு. அதனால்கூட இவ்விடம் தென்னவன் அல்லது தென்னன் மரவடி என்று அழைக்கப்பட்டிருக்கலாமோ என்றும் கருதப்படுகிறது.

பாண்டியர்கள் பண்டைய ஈழத்திற்கு வந்திறங்கியது ஒரு புறமிருக்க, சோழர்களின் வருகைக்குப் பின்னர்தான் இந்தக் கிராமமே உருவாகியதென்று வேறொரு கதையும் உண்டு.

அதேவேளை சோழர்கள் இங்கே வருவதற்கு முன்னதாகவே கந்தசுவாமி மலை, அமரிவயல், கொட்டடி போன்ற பக்கத்துக் கிராமங்களில் வாழ்ந்திருந்த மக்களே அங்கிருந்து குடிபெயர்ந்து வந்து இவ்விடத்தில் குடியேறினார்கள் என்று வேறொரு கதையும் சொல்லப்படுகிறது.

மகாவம்சக் கதைப்படி, கிரிஸ்துவுக்கு முன் ஆறாம் நூற்றாண்டளவில், கலிங்கத்திலிருந்து துரத்தியடிக்கப்பட்ட விஜயன் இலங்கைக்கு வந்திறங்கியதிலிருந்து, அல்லது அதற்கு முன்னரான புராதன காலம் தொட்டே இலங்கைக்கும், இந்தியாவிற்கும் இடையிலான கடல் மார்க்கமான போக்குவரத்துகளும், அதைத் தொடர்ந்ததான வாணிப

நடவடிக்கைகளும் இடம்பெற்றுவந்தன.

இந்தக் கடற்போக்குவரத்துகள் யாவும் மேற்கே மன்னாரிலும், அங்கிருந்து கரையோரமாகக் கிழக்குக் கரையில் இயற்கையாகவே அமையப் பெற்றிருந்த துறைமுகங்களினூடாகவுமே இடம்பெற்றுவந்துள்ளன.

கிழக்குக் கடற்கரையோரமாக முல்லைத்தீவு, அளம்பில், செம்மலை, வட்டுவாகல், கொக்கிளாய், கொக்குதொடுவாய், தென்னமரவடி போன்ற இயற்கையான குடாக்களினூடாகப் புராதன இலங்கைக்கும், தென்னிந்தியாவுக்கும் இடையிலான கடல் போக்குவரத்துகள் யாவும் பல காலமாகவே மேற்கொள்ளப்பட்டு வந்துள்ளன.

யானைகளும், யானைத் தந்தங்களும், கருங்காலி, தேக்கு போன்ற மரங்கள் முதலிய பல்வேறு திரவியங்களும் புராதன இலங்கைக்கும், தென்னிந்தியாவுக்கும் இடையிலே கடல் வழியாகக் கொண்டுசெல்லப்பட்டன.

தென்னமரவடிக்கு வடக்காக, குமுழமுனை என்கிற கிராமத்திலே யானைகளைக் கட்டிப்போடும் வெளியொன்று அமைந்திருந்ததாம். காட்டிலிருந்து பிடித்துவரப்பட்ட யானைகளெல்லாம், இந்தியாவிற்குக் கொண்டுசெல்லப்படுவதற்கு முன்னதாக அங்கேதான் கட்டப்பட்டிருந்தனவாம். அவ்வாறு கட்டிப் போடப்பட்டிருந்த யானைகளின் பிளிறல் சத்தம் தாங்கமுடியாததாக இருந்ததாம். அந்த யானைகள் செய்த அழிச்சாட்டியத்தினால் அந்தப் பகுதியே அதிர்ந்ததாம். இதன் காரணமாக அவ்விடத்தை ‘அதிரியங்கோடு’ என்று அழைத்தார்கள்.

இந்தப் பிரதேசத்திற்கு வடக்கேயும் இது போன்ற யானைகளைப் பிடித்துக் கட்டும் வேறொரு இடமும் இருந்ததாகக் கூறப்படுகிறது. யானைகள் கட்டும் மூலை எனும் அர்த்தத்திற்கு அமைவானதாக இப்பிரதேசமானது ‘கரிக்கட்டுமூலை’ என்று அழைக்கப்படுகிறது.

இவையெல்லாம் வரலாற்று ரீதியாகக் குறிப்பிடத்தக்க பின்னணிகளாகும்.

இவ்வாறு குமுழமுனைப் பிரதேசத்தில் கட்டப்பட்ட யானைகளை எல்லாம் செம்மலைக் குடாவினூடாகவும், தென்னமரவடியூடாகவுந்தான் இங்கிருந்து, தென்னிந்தியாவிற்குக் கடல் வழியாகக் கொண்டுசென்றார்கள். தென்னமரவடியானது யாழ்ப்பாண ராச்சியத்தின் எல்லைக்குள்

அமைந்திருந்த ஏழு வன்னிமைகளில் ஒன்றாக அந்நாட்களில் சிறப்புப் பெற்றிருந்தது.

கடந்த பல காலமாக, இலங்கையைப் பீடித்திருந்த இனப்பிரச்சனைகளும், அவை சார்ந்த வன்முறைகளெல்லாமும் ஆரம்பமாவதற்கு முன்னர், இயற்கை வளமிக்க தென்னமரவடிக் கிராமத்தில் மக்கள் மிக்க மகிழ்ச்சியாகவும், தன்நிறைவோடும் வாழ்ந்தனர்.

அவர்கள் வேளாண்மையையும், கடற்றொழிலையும், கால்நடை வளர்ப்பையும் தமது ஜீவனோபாயமாகக் கொண்டு வாழ்ந்தார்கள்.

கிராமத்தை அண்டிப் பரந்திருந்த விவசாய நிலங்களெல்லாம் செழிப்புறக் ‘கொடல்லைவெளி’, ‘துவாரமுறிப்பு’, ‘தென்னைமரவாடி’ போன்ற நீர்ப்பாசனக் குளங்கள், நீர்வளத்தை வாரியிறைத்தன. கரையோரத்துக் கண்டல் நிலங்கள் கடலின் வளத்தைப் பேணிக் காத்தன. கடலிலே மீன் வளமும் நிறைந்திருந்தது.

தென்னமரவடிக் கிராமத்தில் வாழ்ந்தவர்கள் யாவருமே தோட்டந்துரவு, தென்னைமரங்களோடு, கால்நடைகளையும் தம்மிடத்தே கொண்டவர்களாகச் செழிப்புடன் கொண்டிருந்தார்கள்.

எத்தனை இருந்துமென்ன, திருகோணமலை மாவட்டத்தின் எல்லைக் கிராமங்களில் ஒன்றாகத் தென்னமரவடியும் அமைந்தது வரலாற்றில் மிகமிக துரதிஷ்டவசமானது.

21

பாதையின் குறுக்கே பாய்ந்த யாரையோ, எதையோ தவிர்க்கும் நோக்குடன், சாரதியால் சடுதியாகப் பிரயோகிக்கப்பட்ட 'பிறேக்'கினால் உலுக்கப்பட்டுத் தனது நினைவுகளிலிருந்து நிஜத்திற்கு மீண்டான் ஷிவா.

உண்மையில் அவன் பயந்துதான் போனான். ஆசுவாசமாகச் சாய்ந்து கண்ணயர்ந்து இருந்தவனைத் திடுதிப்பென்று உலுக்கியெழுப்பியதில் என்னவோ ஏதோவென்று திடுக்கிட்டுத்தான் எழுந்தான். இருக்கைப்பட்டி அணியமல் பயணிக்கிறேனே என்ற பயம் ஏற்கனவே அவனிடம் இருந்தது. அவன் அமர்ந்திருந்த இருக்கையில் பட்டியெதுவும் பொருத்தப்பட்டிருக்கவில்லை என்பதை உள்ளே ஏறியதுமே கவனித்தான்.

'சீற் பெல்ட் எங்கே?' என்று குகனிடம் விசாரித்தபோது, 'அதெல்லாம் ஒன்றும் தேவையில்லை' என்று அவன் கூறிய பதில் ஷிவாவுக்கு விசித்திரமாயிருந்தது. சுயவிழிப்புணர்வில் இத்தனை நெகிழ்வுத்தன்மை இருக்க முடியுமா என்று ஆச்சரியப்பட்டான்.

இதுவே கனடாவிலாக இருந்தால் தனது வாகனத்தினுள் ஏறி அமர்ந்தவர்கள் யாவரும் சீற்பெல்ட் அணிந்த பிறகே வாகனத்தை நகர்த்துவான்.

“நாதண்ணே! சொல்லிட்டு பிறேக் போடமாட்டீங்களா? என் அண்ணா முப்பது வருசத்துக்குப் பிறகு இப்பதான் சிறிலங்கா வந்திருக்கிறார். வந்து இறங்கின கையோட இப்பிடி ‘சடன் பிறேக்’ போட்டு அவரைப் பயமுறுத்தினால், ஊருக்குப் போகாமல் இங்கிருந்தே அடுத்த பிளைட் எடுத்துத் திரும்பிப் போயிருவாரெல்லோ? கொஞ்சம் கவனமா வானை ஓட்டுங்க. உங்கட ஓட்டத்தை வச்சு சிறிலங்கா ‘டிரைவர்ஸ்’ எல்லாரையுமெல்லா அவர் பிழையா மட்டுக்கட்டப் போறார்” என்று வாகனத்தைச் செலுத்திக்கொண்டிருந்த டிரைவரை நோக்கிச் சிரித்தபடி கூறினான் குகன்.

நாதண்ணே என்றழைக்கப்பட்ட டிரைவர் தனது வெற்றிலைக் கறை படிந்த முன்பற்கள் தெரிய பதிலுக்குத் தன் சிரிப்பைக் கொட்டித் தலையையும் சொறிந்துகொண்டார்.

“அப்படி எதுவும் பிழையா நினைச்சிர வேணாம் தம்பி. இங்காலப் பக்கங்களில் இப்பிடித்தான். கண்மண் பார்க்காமல் திடீர் திடீரெண்டு பாய்வானுகள். குறுக்கால போனதுகள். மனுசனும் அப்பிடித்தான், மிருகங்களும் அதேபோலத்தான். நாமதான் கவனமா வாகனத்தை ஓட்டோணும்.” என்று தனது பின்புறம் பார்க்கும் கண்ணடியினூடாக ஷிவாவைப் பார்த்துக் கூறினார் நாதண்ணே.

“சிறிலங்காவில டிரைவிங் பற்றி நானும் கேள்விப்பட்டிருக்கிறன். விசேசமா இந்த முச்சக்கரவண்டி சாரதிகள்ட புகழ் உலகமெல்லாம் பரவியிருக்கு. அதையெல்லாம் கேட்கும்போது ஆச்சரியமாகத்தான் இருந்தது ஆனால் நேரில் அனுபவிக்கும்போது ‘ரோலர் கோஸ்டர் ரைட்’ மாதிரி. கொஞ்சம் நெஞ்சுக்குள்ள படபட எண்டு இருக்கு. ‘பட் ஐ என்ஜோய் இற்’ என்று கூறித் தானும் அவர்கள் சிரிப்பில் சகஜமாக இணைந்துகொண்டான் ஷிவா.

அதுவரையில் அமைதியாகத் தூங்கலாய்ச் சென்றுகொண்டிருந்த அந்தப் பயணம் இயல்பான சிரிப்போடும், சம்பாசணையோடும் உற்சாகமாகத் தொடர்ந்தது.

நாதண்ணே இடைக்கிடையே பிரயோகித்த சடன் பிறேக் தவிர்ந்து பிரயாணத்தில் வேறு எந்தப் பிரச்சினையும் இருக்கவில்லை. பாதைகள் யாவும் சீராயிருந்தன. அகண்டிருந்தன. கடந்து சென்ற நகரங்களெல்லாம் பொலிவு காட்டின. கிட்டத்தட்ட மூன்று தசாப்தகாலத்தைத் தின்றிருந்த

யுத்தம் முடிவுக்குக் கொண்டுவரப்பட்டதன் பிறகான மாற்றங்களை நகரங்கள் எங்கும் காணக்கூடியதாக இருந்தது. குறித்த ஒருசில அரசியல் பிரமுகர்கள் வழியெங்கெனும் உயரமான கட்டவுட்களாகச் சிரித்தார்கள். வணங்கினார்கள். கையசைத்தார்கள். கட்டியணைத்தார்கள்.

சிறிலங்கா மாறித்தான் போயிருந்தது.

இத்தனை காலத்திற்குப் பிறகு, இதுபோலவே தென்னமரவடிக் கிராமமும் மாறியிருக்கும் என்ற எண்ணமும் ஷிவாவின் மனதில் எழுந்தது.

'நாட்டை அழிவுப் பாதையிலிருந்து மீட்டெடுத்து அபிவிருத்திப் பாதையில் நகர்த்திச்செல்லும் அரசாங்கம் தென்னமரவடியை மட்டும் கைவிட்டிருக்குமா என்ன?' என்று எண்ணத் தலைப்பட்டான்.

அழகிய, அகன்ற வீதிகள், கட்டடங்கள், கடைத் தொகுதிகள், வீடுகள், கோவில்கள், கோபுரங்கள் எனத் தென்னமரவடிக் கிராமமும் உருத்தெரியாத அளவிற்கு மாறியிருக்கும் என்று நம்பினான்.

தான் வழியில் கண்டதுபோலவே தென்னமரவடிக் கிராமத்தின் முக்கியமான இடங்களிலெல்லாம் அரசியல்வாதிகளின் ஆளுயரக் கட்டவுட்களுக்கும் குறைவிருக்காது என்று நினைத்தான்.

தென்னமரவடியில் ஏற்பட்டிருக்கக்கூடிய அந்த மாற்றங்களையெல்லாம் பார்த்துவிட வேண்டும் என்ற ஆர்வமும் அவசரமும் அவனது மனதில் நிறைந்திருந்தன.

ஷிவாவினுடைய பால்ய காலத்துத் தென்னமரவடி கிராமம் தொடர்பிலான நினைவுகள் அவனது மனக்கண் முன்னே படமாய் விரிந்தன.

குறுக்கும் நெடுக்குமாகச் சில செம்மண் வீதிகளைக்கொண்ட சிறிய கிராமம். கல்வீடுகள் சிலதும், குடிசை வீடுகளுமாகக் குடியிருப்புகளைக் கொண்டிருந்தது. அனேகமாக ஒவ்வொரு வீட்டிலும் மாடுகளிருந்தன. சிறிய தோட்டமுமிருந்தது.

அங்கே ஆறு, கடல், குளங்கள் இருந்தன. தென்னந்தோப்புடன் மலையும், வயலும், வரப்புகளும் சூழ்ந்திருந்தன. அவையெல்லாம் கிராமத்தின் அழகுக்கு மேன்மேலும் அழகுசேர்த்தன.

ஒன்றுக்கு இரண்டு கோவில்களிருந்தன. ஊருக்குள்ளே வரசித்தி விநாயகர் வீற்றிருந்து அருள்பாலித்தார். கந்தசாமி மலையில் அவர் தம்பி முருகனும் இருந்தார்.

கிராமத்தில் பாடசாலை இருந்தது.

இவையெல்லாம் தவிர, அவர்கள் வாழ்ந்த வீட்டின் தோற்றமும், சுற்றுப்புறமும் அவனுக்கு நன்றாக ஞாபகத்திலிருந்தன.

கிராமத்திலிருந்த ஒருசில கல்வீடுகளில் அவர்களுடைய வீடும் ஒன்று. வீட்டின் முன்பக்க முற்றத்தில் வேப்பையொன்று கிளைத்துப் பரந்து நிழல் தந்தது. வீட்டிற்கும், சூழலுக்கும் குளிர்ச்சியைத் தந்தது. அந்த வேப்பமரத்தில் பட்டுவந்த காற்று அவர்களுடைய ஆரோக்கியத்தைப் பேணியது. அந்த மரத்திற்குக் கீழே வைரவர் சூலம் பதிக்கப்பட்ட சிறிய கற்பீடமொன்றும் இருந்தது. காலங்காலமாக அவர்களுக்கும், அந்த வீட்டுச் சூழலுக்கும் அந்த வைரவரே காவலாக இருந்தார். வருடத்தில் ஒருமுறை வைரவருக்குப் பொங்கலிட்டுப் படைப்பார்கள்.

அதே மரத்தின் பின்புறமாக நீண்டிருந்த பருத்த கிளையொன்றில் ஊஞ்சலொன்று கட்டப்பட்டிருந்தது. அந்த ஊஞ்சலில் ஆடிய அற்புதமான நினைவுகள் ஷிவாவின் மனதிலும் ஊஞ்சலாடின.

வீட்டின் பின்புறமாகக் கிணற்றடிக்கு அந்தப் பக்கத்தில் புளியமரம் ஒன்று நின்றது. அதன் கீழே கொட்டிக்கிடக்கும் புளியம்பழங்களைப் புறக்கித் தீராது.

அவன் ஓடி விளையாடிக் களைக்காத வீட்டு முற்றமும், அவனது பிராயத்தினரோடு ஒழித்து விளையாடிய கிராமத்துச் சந்துகளும் என அங்கே இழையோடிக் கிடந்த ஞாபகங்கள் அனைத்தும் ஷிவாவின் நினைவிலே வரிசைகட்டின.

புகாரடித்தது போன்ற ஞாபகச் சிதறல்கள் அவை. எதுவுமே தெளிவாக இருக்கவில்லை. இருந்தபோதும், அந்த ஞாபகங்களை மீட்டுப் பார்த்ததில், தனது மனதில் இனந்தெரியாத குறுகுறுப்பும், சுட்டித்தனமும் ஊற்றெடுத்ததை உணர்ந்தான் ஷிவா. அத்தோடு மகிழ்ச்சியும் உற்சாகமும் அவன் மனதெங்கும் வியாபித்தது. ஆனால் அவன் மனதை நிரப்பியிருந்த மகிழ்ச்சியோ நெடுநேரம் நிலைக்கவில்லை.

‘இப்ப அம்மா இருந்திருந்தால்? அவவும் என்கூட வந்திருந்தால்?’ போன்ற எண்ணங்கள் தோன்றுவதை அவனால் தவிர்க்கமுடியவில்லை. அந்த எண்ணங்கள் அவன் மனதில் ஆறாத கவலையைத் தோற்றுவித்தன.

‘என்னை மன்னித்துவிடுங்கள் அம்மா. இந்த அனுபவத்தை உங்களோடு பகிர்ந்துகொள்ள முடியவில்லை’ என்று தனது தாயிடம் மானசீகமாக மன்னிப்புக் கோரினான் ஷிவா.

அவர்கள் பயணம்செய்த வாகனம் குருநாகல் நகரை வந்தடைந்தது.

22

கௌரியின் நாளேட்டிலிருந்து...

எங்கே திரும்பினாலும் இயற்கை.
எழில் கொஞ்சும் அழகு.
ரம்மியமான காட்சி.
நடுநாயகமாக புத்த பிரான்!
மௌனமூர்த்தியாய்;
வெண் பளிங்காய்;
பிரம்மாண்டமாய்;
எங்கும் புத்த பிரான்!
அவர் அமர்ந்திருக்கிறாரா?
அல்லது அமர்த்தி வைக்கப்பட்டிருக்கிறாரா?

23

குட்டிக்கதை: சிங்கள ராசா

முன்பொரு காலத்தில், வரலாற்றுச் சிறப்பு மிக்க இலங்கைத் தீவின் வடமேற்குப் பகுதியில், ஹஸ்த்திசைலபுரம் எனும் நகரம் இருந்தது.

இலங்கையின் பல்வேறு பகுதிகளுக்கும் பயணிப்பதற்கான பிரதான பாதைகள் பலவற்றையும் இணைக்கின்ற கேந்திர ஸ்தலமாக இந்நகரம் விளங்கியது. பண்பாடு, கலாச்சாரம், நாகரிகம் யாவும் இங்கே சிறந்து விளங்கின. உள்நாட்டிலிருந்து மட்டுமன்றி, வெளிநாடுகளிலிருந்தும், கடல் கடந்த தூர தேசங்களிலிருந்தும் வணிகர்கள் இந்நகரிற்கு வந்து வாணிபம் செய்தார்கள். மக்களும் தன்நிறைவோடு வாழ்ந்தார்கள்.

இலங்கையின் ஏனைய திசைகளிலிருந்து படையெடுப்புகளும் அவ்வப்போது இடம்பெறத்தான் செய்தன. அவ்வேளைகளில் எதிரிகளின் ஆக்கிரமிப்புகளிலிருந்து இயற்கையே அந்நகரத்திற்கு அரணாக இருந்து பாதுகாத்தது. இவ்வாறான கேந்திர முக்கியத்துவம் வாய்ந்த, வரலாற்றுச் சிறப்புமிக்க இந்நகரத்தை ஒரு சிங்கள ராசா, சீரும் சிறப்புமாக ஆண்டுவந்தார்.

அவருடைய பெயர் இரண்டாம் புவனேகபாகு. இவர் இலங்கையின் புராதன ராச பரம்பரைகளில் ஒன்றான, சிறப்பு மிக்க ‘சிறி சங்கபோதி’

ராச பரம்பரையில் உதித்தவர். முதலாம் புவனேகபாகுவின் மைந்தனான இவர், தனது மைத்துனரான மூன்றாம் பராக்கிரமபாகுவிடமிருந்து தனக்கு உரித்தான தம்பதெனிய ராச்சியத்தைக் கைப்பற்றி ஆட்சிசெய்தார்.

அது பதின்மூன்றாம் நூற்றாண்டின் பிற்பகுதி. இலங்கை வரலாற்றில் நடுநிலைக்காலமென்று வரலாற்று ஆசிரியர்களால் குறித்துச் சொல்லப் பட்ட காலம். அந்தக் காலப்பகுதியில், வரலாற்று முக்கியத்துவம் வாய்ந்ததாகக் கருதப்படக்கூடிய நிகழ்வுகள் பலதும் நடந்தேறின.

சிங்கள ஜாதகக் கதைகள் நூலுருவாகத் தொகுக்கப் பெற்றது இக்காலத்தில்தான். மன்னன் இரண்டாம் புவனேகபாகுவின் ஆட்சியில், 'குருநாகல ராசதானி' மலர்ச்சிபெற்றது.

அதுவரையில் இலங்கையின் தலைநகராக இருந்த 'புலஸ்த்தி' நகர் எனும் பொலன்னறுவையிலிருந்து, 'குருணைகல' என்கிற ஹஸ்த்திசைலபுரத்திற்குத் தலைநகரை மாற்றியிருந்தான் மன்னன் இரண்டாம் புவனேகபாகு. அவனுடைய இந்தச் செயலுக்கு முக்கியமான காரணங்கள் இருக்கத்தான் செய்தன. தென்னிந்தியாவிலிருந்து பாண்டியர்கள் படையெடுத்து வந்தார்கள்.

யாழ்ப்பாணத்திலிருந்து கலிங்கத்தவரும், ஆரியச் சக்கரவர்த்திகளும் ஆக்கிரமித்தார்கள். சுற்றுப்பற்றிலிருந்து வன்னியர்களும் தங்கள் பங்கிற்குச் சண்டைக்கு வந்தார்கள். இதற்கெல்லாம் மேலாகப் பங்காளிப் பகையும் இருந்தது. எந்நேரத்தில் எவர் வந்து கழுத்தில் கத்தியை வைப்பார்கள் என்பது தெரியாது.

இவர்கள் எல்லோரிடமிருந்தும் தன்னுடைய மக்களையும், ராசதானியையும் காப்பாற்ற வேண்டிய தேவை மன்னன் இரண்டாம் புவனேகபாகுவிற்கு இருந்தது. அது மட்டுமா?

மன்னனுக்கு இதையெல்லாம் விட வேறொரு தலையாய கடமையுமிருந்தது. பௌத்தர்கள் பேணிப்போற்றிய புத்தபிரானின் புனித தசதங்களையும் பாதுகாக்கவேண்டிய பொறுப்பு அவனுக்கு இருந்தது. புலஸ்த்தி நகரின் கடைசிச் சிங்கள மன்னனான மூன்றாம் பராக்கிரமபாகுவை வெற்றிகொண்ட பிற்பாடு, அங்கிருந்த சிங்கள ராசதானியைக் குருணைகலவிற்கு இடம்பெயர்த்தபோதே, அங்கேயிருந்த புத்த பெருமானின் புனித தசதங்களையும் இங்கே கொண்டுவந்தான் மன்னன் இரண்டாம் புவனேகபாகு.

நாட்டைப் பாதுகாப்பதைக் காட்டிலும், புனித தாதுக்களைப் பேணிக் காப்பதே அவனுடைய தலையாய பொறுப்பாயிருந்தது. வடக்கே யாழ்ப்பாண ராஜ்யத்தின் எல்லையிலிருந்த வன்னிபங்களோடும், கிழக்கில் கண்டி ராஜ்யத்தைப் பரிபாலித்த தமிழ் மன்னருடனும் சுமுகமான உறவைப் பேணுவதொன்றும் சாமானிய காரியமாக இருக்கவில்லை.

பாண்டியர்களோ, ராஜபுதனத்தவரோ, ஆரியரோ எல்லாரும் இலங்கைக்கு உள்ளேயிருந்து பெற்றுக்கொண்ட உதவியோடுதான் அவ்வப்போது நாட்டைக் கைப்பற்றினார்கள். எல்லாப் புறங்களிலிருந்தும் எதிரிகள் தாக்கத் துணிந்தார்கள். இதனால், குருணைகல ராசதானியின் எல்லைக் கிராமங்களில் எப்பொழுதும் பதட்டமிருந்தது.

ஆனால், ஹஸ்த்திசைலபுரத்தைச் சூழவிருந்த இயற்கை எழில் கொஞ்சும் காடுகளும், மலைகளும், குன்றுகளும், பெருவெளிகளும் யுத்தத்தில் அனுகூலத்தையே மன்னனுக்கு அள்ளி வழங்கின. இயற்கையாய் அமைந்த மலைக்குன்றுகள் அரணாய் இருந்து அவனையும் அவனுடைய ராசதானியையும் காத்தன.

செல்வாக்குமிக்க அரசொன்றைக் குருணைகலவில் ஸ்தாபித்தான் மன்னன் இரண்டாம் புவனேகபாகு. துரதிஷ்டவசமாக, இலங்கை வரலாற்றில் குருனாகல ராசதானி வெறும் ஐம்பது வருடங்களே நீடித்திருந்தது. இப்படியிருந்த காலத்தில், ஒரு நாள் இரவுவேளை.

நகரின் அன்றைய தினத்திற்கான ஆர்ப்பாட்டங்கள் எல்லாமே அடங்கி ஓய்ந்திருந்த வேளை. இரவு காவல் பணியில் ஈடுபடுபவரைத் தவிர மற்றவரெல்லாம் உறக்கத்தில் ஆழ்ந்திருந்தார்கள். நகரைக் காரிருள் போர்த்தியிருந்தாலும், நேற்றைய ‘நவம்’ பூரணை நிலவு இன்றும் வானிலே காய்ந்தது. முழு நிலவின் பால் போன்ற ஒளியில் குருணைகல ஏரி வெள்ளித் தகடாய் பிரகாசித்தது.

நகரக்காவலர்கள் ஏற்படுத்திய எச்சரிக்கை ஓலத்தைத் தவிர வேறு எந்தச் சத்தமுமின்றி, முதலாம் சாமத்தை அமைதியாகக் கடந்துகொண்டிருந்தது அன்றைய இரவு. அரண்மனையில் மன்னன் தூக்கம் வராமல் விழித்திருந்தான். அவன் மனதிலோ ஒளியில்லை. பெரும் மனக்கவலையில் ஆழ்ந்திருந்தான். எப்படித்தான் முயன்றாலும் தூக்கம் கிஞ்சித்தும் வரவில்லை. அப்படித்தான் தூங்கினாலும்,

தூக்கத்தில் அவனைத் துர்க்கனவுகள் துரத்தின. அதைவிடத் தூங்காமலிருப்பதே மேலென்று எண்ணினான்போலும் மன அமைதியைத் தொலைத்தவனாகச் சயனமண்டபத்தின் உப்பரிகையில் அங்குமிங்கும் உலவிக்கொண்டிருந்தான் மன்னன்.

மெல்லிய குளிரைத் தாங்கிய இதமான காற்று அங்கே வீசிக்கொண்டிருந்தது. உப்பரிகைப் பந்தலில் அப்பொழுதுதான் பூத்திருந்த ‘பிச்ச’ மலர்களின் நறுமணத்தைச் சுமந்து வந்த காற்றின் இதமான வருடலில் அவனால் லயிக்க முடியவில்லை. அவனுடைய மனதைப்போலவே, மாடத்தில் எரிந்துகொண்டிருந்த எண்ணெய் விளக்கின் சுடரும் காற்றிலே அல்லாடியது. சுடரின் அலைச்சலால் சுவரில் தோன்றிய கரிய நிழலும் பேயாட்டம் போட்டது. அந்தக் காட்சி மனதிற்கு மகிழ்ச்சியைத் தரவில்லை.

தூரத்தே காட்டுக்குள் நரிகளின் ஊளைச்சத்தம் கேட்டது. கோட்டான்களும் அவற்றோடு இணைந்துகொண்டன. சகுனம் சரியாயில்லை. மன்னன் மனதில் அச்சம் குடிகொண்டிருந்தது. அது அந்த இரவுநேரச் சந்தடியால் ஏற்பட்ட அச்சமல்ல. இது வேறு.

மன்னன் இரண்டாம் புவனேகபாகு போர்க்களங்கள் பலவற்றைக் கண்டவன். சூழ்ச்சிகளையும் வென்றவன். ஆனால் இப்பொழுது அவன் மனதில் சூழ்ந்திருந்த துன்பத்தைப் போக்குவதற்குக் கத்தியெடுத்து யுத்தம் செய்ய முடியாது. வேறு வழியில்தான் அவன் வென்றாக வேண்டும். ஆனால் அவனுக்கோ அதற்கான வழியெதுவும் புலனாகவில்லை.

வானத்து நிலவோ பால் போன்ற தனது கிரணங்களால் மன்னன் மனதில் படித்திருந்த சலனத்தைத் துடைத்தெறிய முயன்று தோற்றுப்போனது. தனது தோல்வியில் நாணி மேகத் திரைக்குப் பின்னால் ஒழிந்தும் திரிந்தது. கடந்த சில பூரணைகளாக மன்னன் மனதை அவனது தாயின் உடல்நிலை பற்றிய கவலையே வாட்டியது. மூப்பும், முதுமையும் அவளை ஆட்கொண்டதால், நோயுற்று உடல் நலிவடைந்திருந்தாள். தனது இறுதி நாட்களைக் கடத்திக்கொண்டிருந்தாள். உடல் நோயால் அவதியுற்றாள். அரண்மனைப் பரிகாரியின் பச்சிலை மருத்துவங்கள் பலனெதையும் தரவில்லை. தமிழ் மருத்துவம், முஸ்லீம் மருத்துவம் என்று எல்லாமே முயற்சித்தாகிவிட்டது. ஆனால் எந்த மருத்துவமும் சரிப்பட்டு வரவில்லை.

ராஜமாதாவின் உடல்நிலை நாளுக்கு நாள் மோசமடைந்துகொண்டே போனது. இன்றோ, நாளையோ நடந்தேயாகவேண்டியது நடக்கத்தான்போகிறது என்ற நிலை. ஆனால் சாமானிய மனதால் அதை ஏற்றுக்கொள்ள முடியாதே. மனதில் கவிந்திருந்த இவ்வச்சமே அவனை ஆட்கொண்டிருந்தது.

என்னதான் நாடாளும் மன்னனாக இருந்தாலும் அவனும் ஒரு தாய்க்கு மகன்தானே? அவனுக்கும் தாய்ப்பாசம் இருக்கத்தானே செய்யும். அன்பையும், அறிவையும் ஊட்டித் தன்னைப் பேணிக் காத்து வளர்த்த தாயின்மீது அதீத பாசத்தைக் கொண்டிருந்தான் மன்னன். அவளது நிலை கண்டு சொல்லொண்ணாத் துயரத்தில் வாடிச் சோர்ந்திருந்தான்.

மன்னன் சோகம் மக்களையும் பீடித்தது. சோகசாகரத்தில் அவர்களை மூழ்கவைத்தது. நகரமே சோர்ந்துபோயிருந்தது. மன்னன் தனது பெரும்பாலான பொழுதை அன்னையின் அருகாமையிலேயே கழித்தான். அது அவர்கள் இருவருக்குமே ஆறுதலைத் தருவதாக அமைந்தது. ஒரு சில நாட்களுக்கு முன்பொரு நாள் நடந்ததைத் தனது மனதில் மீட்டிப்பார்த்தான். அது ஓர் இனிய நினைவு.

அன்று மாலை வேளையில் தனது தாயைக் காண்பதற்காகச் சென்றிருந்தான். மாலை வேளைகளில், அவர்கள் இருவரும் பல பழைய கதைகளைப் பேசிக்கொண்டிருப்பது வழக்கம். மகனின் அருகாமை அவளுக்கு எப்பொழுதும் ஆறுதலைத் தந்தது. அவனுக்கும் அப்படித்தான் இருந்தது. மகனைத் தன்னருகில் அழைத்தாள் தாய். அவளருகே சென்று, அவளது பாதங்களைத் தொட்டு வணங்கினான் மைந்தன்.

“புது சரணய் புத்தா” என்று அவனை ஆசீர்வதித்தாள். அவனது கரங்களை இறுகப் பற்றினாள்.

“சொல்லுங்க அம்மே” பாசத்தோடு கேட்டான் மகன்.

“புத்தே, எனது வாழ்வின் அந்திமத்துக்கு வந்துவிட்டேன். இனி என்னால் யாருக்கும் எந்தப் பயனுமில்லை” என்று சொல்ல ஆரம்பித்தாள்.

“அப்படியெல்லாம் சொல்லாதீர்கள் அம்மே” என்ற மகனைக் கையமர்த்தித் தொடர்ந்தாள்.

“உன்னை விட்டுப் பிரிகிறேன் என்பதைத் தவிர வேறெந்தக் கவலையும் எனக்கில்லை ராசா. மும்மணிகளின் ஆசி உனக்கு எப்பொழுதும்

இருக்கிறது. உன்னை மனிதருக்குள் நல்ல மனிதனாகவும், நாட்டுக்கு நல்ல அரசனாகவும் உருவாக்கிய திருப்தியில் எனது மனம் நிறைவடைந்திருக்கிறது. எனது வாழ்வில் எந்தக் குறையுமில்லை'' கூறியதைச் சற்று நிறுத்தி மூச்சு வாங்கினாள். ஒடிசலாயிருந்த அவளது நெஞ்சைத் தடவிவிட்டான் மன்னன்.

''ஆனால், நான் இறந்துபோவதற்கு முன் செய்யவிரும்பும் காரியம் ஒன்றுண்டு'' மீண்டும் சில வினாடிகள் மௌனத்தைத் தொடர்ந்து அவனிடம் மேலும் சொல்லலானாள். அவள் சொல்வதைக் கரிசனையோடு கேட்டுக்கொண்டிருந்தான் மகன்.

''எனது வாழ்வில் எனக்குத் தேவைப்பட்டதெல்லாம் கிடைத்தது. ஒன்றேயொன்று மட்டும் எனக்குக் கிட்டவேயில்லை'' என்று கூறியவளின் பார்வை விட்டத்தை வெறித்திருந்தது.

''அது என்னவென்று சொல்லுங்க சுது அம்மே'' ஆவலோடு கேட்டான் மன்னன்.

''சிறிபாத மலைக்குச் செல்ல வேண்டும் என்ற எனது மனச்சங்கல்ப்பம் மட்டும் இன்றுவரை நிறைவேறவில்லை'' ஏக்கப் பெருமூச்சொன்று அவளிடமிருந்து வெளியேறியது. அந்த மூச்சின் வெம்மை மன்னனைச் சுட்டது. தொடர்ந்து சொன்னாள்.

''அங்கே பதிந்திருக்கும் இறைவனின் புனித பாதச்சுவட்டை ஒரு முறையேனும் தரிசித்துவிட வேண்டும் என்பது என்னுடைய நீண்ட நாள் ஆசை. இதுதான் இந்தப் பைத்தியக்காரியின் கடைசி ஆசையுங்கூட.'' தனது மனதிலிருந்த ஆசையை மகனிடம் சொல்லிவிட்ட திருப்தி அவள் முகத்தில் காணப்பட்டது. தனது மகனின் முகத்தை வாஞ்சையுடன் நோக்கினாள் அந்தத் தாய். அந்தப் பார்வையில் எதிர்பார்ப்பும், ஏக்கமும் நிறைந்திருந்தது.

''எனது கடைசி ஆசையை நிறைவேற்றி வைப்பாயா ராசா?'' என்று கேட்டாள். மகனின் கண்களிலிருந்து தாரையாய் வழிந்தோடியது கண்ணீர். தாயின் நெஞ்சில் முகம் புதைத்து விம்மியழுதான். மெலிந்த தனது கைவிரல்களால் அவன் தலையைக் கோதிவிட்டாள் ராஜமாதா. மன்னன் மனதிலோ இயலாமை கற்பாறையாகக் கனத்தது. விடை தெரியாக் கேள்விகள் அவனது இதயத்தை ஈட்டி நுனியாகக் குத்திப் பிளந்தன.

இது முடியுமா?

எப்படி முடியும்?

நோய்வாய்ப்பட்டுப் படுத்தப்படுக்கையில் இருக்கும் அவளால் எப்படி முடியும்?

அரண்மனைக்கு அருகிலிருந்த பண்சலவிற்கே சுயமாகச் செல்லமுடியாத நிலைமை அவளுடையது. அப்படியிருக்க, ‘சிறிபாத’ மலையேறிப் புனித பாதத்தைத் தரிசிக்க எப்படி முடியும்? நினைத்தாலும் நடக்கக்கூடிய காரியமல்லவே அது. உடல் நலமான ஒருவருக்கே சாதாரணமாகப் பல மாதங்கள் நீளக்கூடிய பயணமல்லவா அது. அத்தனை தூரப் பயணத்தை அவளது உடலால் தாங்க முடியாதே.

தான் ஒரு அபலைத் தாயின் கடைசி ஆசையை நிறைவேற்ற முடியாத மைந்தனாகிப்போனதை நினைத்து மனதால் நொருங்கிப்போனான் மன்னன். உண்மைதான். எந்தவொரு கடினமான பயணத்தையும் ஏற்றுக்கொள்ள முடியாதபடி நோயால் நலிவடைந்து, சோர்ந்துபோயிருந்த அவளைப் பொறுத்தவரையில், மிச்சமிருப்பதோ ‘மாறயா’வைக் காணப்போகும் இறுதிப் பயணந்தான்.

‘மாறயா’ தனக்குக் காட்டவிருப்பது ‘திவ்யலோக’த்திற்கான பாதையா அல்லது ‘அபயா’விற்கான வழியா என்பதை எண்ணி மருண்டிருந்தாள் அந்தத் தாய். தனது தாயின் ஒடிசலான கரங்களை ஆதரவுடன் பற்றி “உங்கள் ஆசையை நான் நிறைவேற்றி வைக்கிறேன் அம்மே. கட்டாயம் நிறைவேற்றி வைப்பேன். இது சத்தியம்” என்று கூறிய மகனின் அரவணைப்பில் அமைதிகண்டாள் தாய். அப்படியே தூங்கியும் போனாள்.

அன்று நடந்தது அவ்வளவும் இன்று நடந்ததுபோலப் பாறைமேல் சித்திரமாக மன்னன் மனதில் ஞாபகத்திலிருந்தது. தனது தாயின் விருப்பத்தை அறிந்ததிலிருந்து மன்னன் இரண்டாம் புவனேகபாகுவால் சோர்ந்திருக்க முடியவில்லை.

தாயின் கடைசி ஆசையை நிறைவேற்றமுடியாத தனயனாய் ஆகிவிடுவேனோ என்று அஞ்சினான். அப்படியொரு நேர்விற்குப் பிறகு, தான் இருந்தென்ன பயன்? என்ற கேள்வியே அவன் மனதை உறுத்திக்கொண்டிருந்தது. தனது தாயின் கடைசி ஆசையை நிறைவேற்ற வேண்டும் என்ற ஒரேயொரு எண்ணமே மன்னன்

புவனேகபாகுவை இயங்கவைத்தது. நோயுற்றிருந்த தனது தாயின் மனக் கிலேசத்தைத் தீர்க்கும் உத்வேகத்தில் ‘உங்கள் ஆசையை நிறைவேற்றி வைப்பேன் அம்மே’ என்று சொல்லிவிட்டான். ஆனால் அதை எப்படி நிறைவேற்றுவது என்ற எந்த வழிமுறையும் அவனிடத்தில் இல்லை.

அரசனின் பிரதானிகள் ஒவ்வொருவரும் ஒவ்வொரு யோசனை கூறினார்களாயினும் அவர்கள் கூறியது எதுவுமே சமயோசிதமானதாக அமையவில்லை.

அரசமாளிகைக்குப் பின்புலத்திலிருந்த ‘அத்த கல’ மலைக்குன்றின் தோற்றம், ஒரு கரிய ராட்சத யானை படுத்திருப்பதைப் போலிருந்தது. இது போன்ற ஒன்பது மலைக் குன்றுகள் குருணைகலவைச் சூழ அமைந்திருந்தன. அவற்றில் ஏழு குன்றுகள் பார்ப்பதற்கு ஏதோவொரு விலங்கின் உருவத்தை ஒத்திருந்தது. யானை மலை, ஆமை மலை, வண்டு மலையென்று அவற்றின் தோற்றத்திற்கு ஏற்றாற்போல் அவற்றிற்குப் பெயர்களும் அமைந்தன.

இளம் பிராயத்திலிருந்தே, ‘அத்த கல’ என்கிற யானை மலையின் பிரம்மாண்டத்தைப் பார்த்து லயிப்பது மன்னன் மனதிற்கு இனந்தெரியாத ஆசுவாசத்தை வழங்கியது. தீர்க்கவே முடியாத எந்தப் பெரிய சிக்கலாயிருந்தாலும், ‘அத்த கல’ மலைக்குன்றின் பிரம்மாண்டத்தின் முன்னால் கடுகளவாகவே தெரிந்தது.

மன்னன் மனதிற்கு அது உத்வேகத்தையும் தந்தது. அன்றும் அப்படித்தான். யானை மலையின் பிரம்மாண்டத்தைப் பார்த்திருந்த மன்னன் மனதில் விசித்திர எண்ணமொன்று எழுந்தது. அந்தக் காட்சி அவன் மனதிலிருந்த கவலையைப் போக்கும் வழியாகவும் வடிவம் பெற்றது. உடனடியாகத் தனது பிரதானியை அழைத்துத் தன் மனதில் வரித்திருந்த எண்ணத்தைத் தாமதமின்றி நடைமுறைப்படுத்தவும் செய்தான். எதிர்காலத்தில் அது, அவன் செய்த திருப்பணிகளில் ஒன்றாக அமையப்போவதை அவன்கூட அன்று அறிந்திருக்கவில்லை.

ஹஸ்த்திசைலபுரத்தின் மத்தியில், அரண்மனைக்குப் பின்புலமாக அமைந்திருந்த யானை மலைக்கு அருகிலே ‘இப்பா கல’ எனப்படுகின்ற ஆமை மலை இருந்தது. ஆமை மலையின் உச்சியில் ‘இப்பா கல ரஜ மஹா விகாரையை’ நிர்மாணித்திருந்தான் மன்னன். அங்கேயிருந்த மலைக் குகையில் பௌத்த துறவிகளுக்கான மடாலயம் ஒன்றும்

அவனால் அமைத்துக் கொடுக்கப்பட்டிருந்தது. புத்த பிரானின் புனித தாதுக்களுக்குச் சேவை செய்யும் பிட்சுகள் அங்கேதான் வசித்துவந்தனர்.

அந்த மடாலயத்தின் ஒரு பகுதியிலே அமைந்திருந்த பாறையொன்றில் 'சிறிபாத' மலையிலிருக்கும் புனிதப் பாதச்சுவடைப் போன்றதொரு பாத அடையாளத்தை உடனடியாகச் செதுக்கப் பணித்தான் மன்னன் இரண்டாம் புவனேகபாகு. அவ்வாறு தன்னால் அமைக்கப்பட்ட பாத அடையாளத்தையே 'சிறிபாத' எனக்கூறித் தனது தாயை அழைத்துச் சென்று காட்டுவதற்கும் அவன் தீர்மானித்திருந்தான்.

இது மிகவும் உசிதமான தீர்மானமாக இருந்தபோதிலும், மன்னன் மனதில் சஞ்சலம் இருக்கத்தான் செய்தது. சித்தம் தெளிவற்றிருந்த தனது தாயை ஏமாற்றப்போகிறேனோ என்ற குற்றவுணர்ச்சி மன்னன் மனதில் படிந்திருந்தது. இருந்தும், 'நல்லது நடக்குமென்றால் பொய்யும் உரைக்கலாம். அது பாவமில்லை' என்று அவனது தாய்தான் அவனுக்குப் போதித்திருந்தாள். அதனால், அவன் செய்யவிருப்பது பாவகாரியமில்லை எனும் மனத்தைரியம் அவனிடம் ஏற்பட்டது. தான் மேற்கொண்டிருந்த பணியை உரிய காலத்தினுள் முடிக்க வேண்டும் என்ற எண்ணமே மன்னனை நிதமும் அலைக்கழித்தது. நித்திரையின்றி உப்பரிகையில் அவனை அலையவும் வைத்தது.

வாசலில் கேட்ட ஆளரவத்தினால் சிந்தனை கலைக்கப்பட்டவனாய் திரும்பிப் பார்த்தான் மன்னன். அங்கே தலைவணங்கியபடி நின்றிருந்தார் 'மஹா அதிகார்'. அவரின் முகத்தில் ததும்பிய மகிழ்ச்சியைக் கண்ட மாத்திரத்திலேயே மன்னன் மனதிலும் இனந்தெரியாத உற்சாகம் பற்றிக்கொண்டது. கேள்வியுடன் அவரை நோக்கினான்.

மன்னனின் கேள்வியைப் புரிந்துகொண்ட மகா மந்திரி "மாட்சிமை தாங்கிய மன்னரே 'சிறி பதுல்கல' ஆயத்தமாகிவிட்டது!" என்று குதூகலந் ததும்பக் கூறினார். மட்டற்ற மகிழ்ச்சியில் திளைத்தான் மன்னன். ஓடிப்போய் அவரை ஆரத்தழுவினான்.

"யாரங்கே! ராஜமாதாவை அழைத்துச் செல்வதற்கான ஏற்பாடுகளை உடனே செய்யுங்கள்!" என்று ஆனந்தத்தில் கத்தினான். அவனுடைய சத்தம் கேட்டு அரண்மனையே விழித்துக்கொண்டது. ஏன் குருணைகல நகரமே விழித்துக்கொண்டது என்று சொன்னால் அதில் குறைவில்லை.

மறுநாளே நகரம் திருவிழாக்கோலம் பூண்டது.

ஆமை மலைக்குத் தனது தாயைப் பல்லக்கில் அழைத்துச் செல்கிறான் அரசன். மக்களும் பின்னால் சென்றார்கள். அதுவொரு மாபெரும் பெரஹறரவாக அமைந்தது. ராஜமாதாவின் விருப்பப்படியே புனித பாதத்தை அவள் தரிசித்தாள். மன்னன் தனது தாயாரின் கடைசி ஆசையை நிறைவேற்றியும் வைத்தான்.

தான் அங்கே தரிசித்தது, தனது அன்பு மகனின் முயற்சியில் தனக்கென்றே உருவாக்கப்பட்ட புனித பாதச்சுவடு என்ற உண்மையைக் கடைசிவரையிலும் அந்தத் தாயானவள் அறிந்திருக்கவில்லை. அல்லது அதனை அறிந்துகொள்ளும் சுயபிரக்ஞை அவளிடத்தே இருக்கவில்லை.

அவளைப் பொறுத்தவரையில் தனது கடைசி ஆசை நிறைவேறிய திருப்தி அவளிடமிருந்தது. மனம் அமைதியடைந்தது. மகிழ்ச்சியில் திளைத்தது.

அவளது கண்களிலிருந்து துளிர்த்த ஆனந்தக் கண்ணீரோடு ‘இப்பா கல’ என்கிற ஆமை மலை உச்சியிலேயே அவள் உயிரும் பிரிந்தது.

அதுவே அவளது இறுதிப் பயணமாகவும் அமைந்தது.

24

குருநாகல் நகரம் அந்தக் காலை நேரத்திலும் அவசரமாய் இயங்கிக்கொண்டிருந்தது.

கட்டுநாயக்காவிலிருந்து அதிகாலையிலேயே புறப்பட்டவர்களுக்கு தமது நீண்ட பயணத்தின் களைப்பைப் போக்கவேண்டிய தேவை காரணமாகத் தேநீர் அருந்திக் களைப்பாறலாமென்று, அங்கிருந்த உணவகமொன்றில் தமது பிரயாணத்தைத் தற்காலிகமாக நிறுத்தினார்கள்.

வீதிக் கரையில் நிழல் பரப்பியிருந்த வாகை மரமொன்றிற்கு அருகிலேயே அந்த உணவகம் அமைந்திருந்தது. அந்த மரக்கிளைகளில் கூடுகட்டி வாழ்ந்திருந்த பறவைகளின் கீச்சல்களும் கூச்சல்களும் அவ்விடத்தை நிறைத்திருந்தன. அருகாமையில் சிறியதோர் ஓடை சலசலத்து ஓடிக்கொண்டிருந்தது. ஓடைக்கரையில் நெடிதுயர்ந்த மூங்கில்கள் மஞ்சள் பற்றையாக வளர்ந்து காணப்பட்டன. பின்புலத்திலிருந்த தோட்டத்தில் தென்னை மரங்கள் சோலையாக வளர்ந்து காய்த்திருந்தன.

இயற்கை வரைந்து வைத்திருந்த அழகிய காலைக் காட்சியது. அந்தக் காலை நேரத்திலும் அங்கே ஓரளவு சனக்கூட்டம் இருந்தது. தனக்கு உண்பதற்கோ, அருந்துவதற்கோ எதுவும் வேண்டாமென்று மறுத்திருந்தான் ஷிவா. ஆனாலும், அவனது மறுப்பை அலட்சியப்படுத்தி, அவனை வலுக்கட்டாயமாக அழைத்துக்கொண்டு குகனும், நாதண்ணேயும் அந்த ஹொட்டலினுள் நுழைந்தார்கள்.

“இந்த ஹொட்டலில் ஒரு தேத்தண்ணி குடிச்சுப்பாருங்க ஷிவா அண்ணா, பிறகு விடமாட்டீங்க!” என்று வலிந்து பரிந்துரைத்தான் குகன். மறுப்புக்கூற முடியாதவனாக அவன் இழுத்த இழுப்பிற்கு பின்னால் சென்றான் ஷிவா.

‘வேண்டாம்’ என்ற மறுப்பிற்கு அர்த்தம், சிறிலங்காவைப் பொறுத்தவரையிலும் வேறு என்பதை அனுபவத்தில் புரிந்துகொண்டான் ஷிவா.

‘வலுக்கட்டாயமாக விருந்தோம்பல்’ என்பதையும் புரிந்துகொண்டான்.

ஆனால் வட அமெரிக்க நகரங்களின் தரமிக்க ‘கஃபே’களில் உணவருந்திப் பழகியவனிடம் சிறிலங்காவின் வீதியோரத்து உணவகமொன்றில் உணவு உட்கொள்வதற்கான மன தைரியம் கொஞ்சமேனும் இருக்குமென்று கனவிலும் நினைத்திருக்கவில்லை.

அதுதவிர, எதையாவது அருந்திக் களைப்பாறவேண்டிய தேவையும் அந்நேரத்தில் அவனுக்கு இருக்கவில்லை. இருந்தும், தொடர்ச்சியாக மேற்கொள்ளும் பயணத்தின் உடல் அயர்ச்சியைப் போக்கவேண்டியிருந்தது. இதையே சாக்காக வைத்து, அந்த வாகனத்தின் அடைப்பினுள்ளிருந்து வெளியேறிக் குளிர்ச்சியான காற்றைச் சுவாசித்தால் பரவாயில்லை போலிருந்தது. சூழலின் இயற்கை அழகினையும் கொஞ்சம் ரசிக்கலாம் போலுமிருந்தது.

‘போனால் போகிறது, ஒரு தேநீர் அருந்திப் பார்த்தாலென்ன?’ என்ற எண்ணமும் அவன் மனதின் ஓரத்தில் முளைக்காமலில்லை.

தனது ஹொட்டலிற்கு முன்னல் ஒரு வாகனம் வந்து நிற்பதையும் அதிலிருந்தவர்கள் உள்ளே வருவதையும் கண்டதும், அந்த உணவகத்தின் உரிமையாளர் தான் இருந்த இடத்திலிருந்து எழுந்துவந்து, “வாங்க, வாங்க” என்று அன்னியோன்னியமாக அவர்களை வரவேற்றார்.

அவர்கள் மூவரும் வசதியாக அமர்வதற்கான இடமொன்றையும் உடனடியாக ஆயத்தப்படுத்தித் தந்தார். மேசைக்குக் கீழே கொளுவி வைக்கப்பட்டிருந்த துணியை எடுத்து மேசையைத் துடைத்துச் சுத்தம் செய்தார். அந்த நேரத்திற்குத் தேவையிராதபோதும், கூரை மின்விசிறியைச் சுழலவிட்டார். அவருடைய உபசரிப்பு மிகையானதாகத் தோன்றினாலும், “என்ன குகன்பொஸ் இங்கால கனகாலமாக ஆளக்

காணக்கிடைக்கயில்ல'' என்று அவர் குகனை விசாரித்ததிலிருந்து, அவர்கள் ஏற்கனவே அறிமுகமானவர்கள் என்பதைத் தெரிந்துகொண்டான் ஷிவா.

''ஏதும் வேலை இருந்தால்தானே இங்கால வரலாம் நாநா'' என்று குகனும் அவரிடம் கூறினான்.

அவரும் குகன் சொன்னதை ஆமோதித்தவராக, ''இது யாரு புதுசா இருக்கு? குகன்பொஸ்ட முகஷேப் அப்பிடியே அடிக்குது. நம்மட ஆக்கள்தானோ?'' என்று ஷிவாவை விழித்து விசாரித்தார்.

''ஓமோம் இவர் என் அண்ணன். கனடாவில இருந்து வந்திருக்கிறார். அங்கே போய் முப்பது வருசத்துக்குப் பிறகு இப்பதான் சிறிலங்கா வாரார்'' என்று ஷிவாவை அவருக்கு அறிமுகப்படுத்தி வைத்தான் குகன். அவருக்கு ஒரு 'ஹாய்' சொல்லிவைத்தான் ஷிவா.

''இன்ஷா அல்லா. வாப்பாட ஆக்களும் கனடாவில இரிக்காங்க. டொரொண்டோவோ?, மிசிசாகாவோ? ஆனா நமக்கு நம்மட ஊர விட்டால் வேற எங்கேயும் வாய்க்காது'' என்று தன்னைப்பற்றியும் கூறினார் ஹொட்டல் முதலாளி. புன்னகை ஒன்றைத் தன் பங்கிற்கு உதிர்த்தான் ஷிவா. அதன் பிறகு அங்கே நடைபெற்ற சம்பாசணைகள் எதிலும் ஷிவாவின் கவனம் செல்லவில்லை.

ஒரு சில்வர் தட்டில், சிற்றுண்டிகள் பலதும் அவர்களுக்கு முன்னால் எடுத்து வைக்கப்பட்டிருந்தது. அங்கே வைக்கப்பட்டிருந்தவற்றில் ஓரிரு வகையறாவைத் தவிர மற்றவை எல்லாம் என்னவென்றே ஷிவாவுக்குத் தெரிந்திருக்கவில்லை. தெரிந்ததோ, தெரியாததோ தனக்கு முன்னால் வைக்கப்பட்டிருந்த உணவு வகைகளில் எதையும் எடுத்து உட்கொள்வதற்கு அவன் முயலவில்லை. முயன்று, வயிற்றைக் குழப்பிப் பின்னால் அவதிப்படுவானேன் என்று விட்டுவிட்டான்.

பிறகொரு சந்தர்ப்பத்தில், திருகோணமலை சென்றதும் பார்த்துக் கொள்ளலாம் என்று எண்ணினான் ஷிவா. கண்ணாடிக் குவளையில், சூடான ஆவி பறக்கக் கொண்டுவந்து வைக்கப்பட்ட தேநீரை எடுத்து அருந்தினான். அதீதமாகக் கலக்கப்பட்ட சீனியின் சுவை தேநீரின் சாயத்திற்கு மேலாகத் தித்தித்தது. அவ்வளவு சீனி கலந்து அவன் என்றும் தேநீர் அருந்தியதில்லை. இருந்தாலும் தனக்குத் தரப்பட்ட தேநீரில் முக்கால்வாசியை அருந்திமுடித்தான். சூடான

தேநீர் அவனுக்கு உற்சாகத்தைத் தந்தது. அந்தக் காலைப்பொழுது மனதிற்கு ரம்மியமாயிருந்தது. வானொலியில் இனிய பாடலொன்று பாலசுப்ரமணியத்தின் குரலில் மெலிதாக இழைந்தது. உணவகத்தை விட்டு வெளியே வந்தான் ஷிவா.

வெளியே பரந்திருந்த, முன்னொரு காலத்தில் சுமார் ஐம்பது வருடங்கள் இலங்கைக்குத் தலைநகராகத் திகழ்ந்த, ஹஸ்த்திசைலபுரம், குருணைகல என்றெல்லாம் அழைக்கப்பட்ட குருநாகல் நகரத்தின் இயற்கை அழகை ரசிப்பதில் அவனது நாட்டமிருந்தது. அதில் தனது கவனத்தைச் செலுத்தினான்.

குறிஞ்சி, முல்லை, மருதம் என மூவகை நிலவமைப்பையும் தன்னகத்தே கொண்டு, இயற்கை எழில் கொஞ்சும் மலைகளும், குன்றுகளும் அமையப்பெற்றிருந்தது குருநாகல். முன்பொரு காலத்தில் தமிழ் மன்னர்களின் ஆட்சிக்குட்பட்ட யாழ்ப்பாணம், கண்டி போன்ற ராசதானிகளின் எல்லை நகரமாக விளங்கிய காரணத்தினால், முன்னைய காலமிருந்தே குருநாகல் நகரில் சகல இன மக்களும் கூடி வாழ்ந்திருந்தனர்.

நகரின் மத்தியில் அமைந்திருக்கும் ‘அத்த கல’ என்கிற ‘யானை மலை’ உச்சியில் எண்பத்தெட்டு அடி உயரமான, சமாதி நிலையில் அமர்ந்திருக்கும் புத்தர் சிலை குருநாகல் நகரம் முழுவதையும் தனது பார்வைப் புலத்தினுள் வைத்து ஆட்சி செய்வதுபோல் நெடிதுயர்ந்து காணப்பட்டது.

இதே போன்ற நிற்கும் நிலையிலமைந்த புத்தர் சிலையொன்று திருகோணமலையில் உள்ள சுவாமி மலை எனும் கோணேசர் மலையின் அடிவாரப் பகுதியில் அமைக்கப்பட்டுள்ளது. தனது பால்ய காலத்தில் திருகோணமலைக்குச் சென்றபொழுது ஷிவா அந்தச் சிலையைப் பார்த்திருக்கிறான்.

தான் வந்திறங்கிய விமானநிலையத்தின் வரவேற்பு மண்டபத்தில் ஆரம்பித்து வழிநெடுகிலும் இவ்வாறு காட்சிப்படுத்தப்பட்டிருந்த பௌத்தத்தின் பிரம்மாண்டங்களைக் கண்டு அவன் பிரமிக்காமலில்லை.

“ஓ அதுவா? அந்த அநியாயத்தை யாரிட்டயண்ணா போய்ச் சொல்லுறது? நம்மட நாட்டில புத்தர் சிலைக்குக் குறைச்சலே இல்லை. ஒரு காலத்தில் திருகோணமலையச் சிவபூமி எண்டு சொல்லுறவங்க. எங்கட தாத்தா

காலில செருப்புப் போடமாட்டாராம். எங்க போறதெண்டாலும் வெறுங்காலோடதான் போவாராம். ஏனெண்டு தெரியுமா?'' என்று கேட்டுவிட்டுப் பதிலுக்காக ஷிவாவின் முகத்தைப் பார்த்தான் குகன்.

அவன் கேட்ட கேள்விக்கான பதில் என்னவென்று ஷிவாவுக்குத் தெரியவில்லை.

''ஏனெண்டால், கால் வைக்கிற ஒவ்வொரு அடிக்கும் சிவபூமியில சிவலிங்கம் இருக்குதெண்ட நம்பிக்கை அவரிட்ட இருந்தது. ஆனால் இப்ப? தடக்கி விழுந்தால் புத்தர் சிலை எண்ட மாதிரியாப் போச்சு'' என்று கூறிச் சிரித்தபடி மேலும் சொல்லலானான்.

''ரெண்டு வளவுகளுக்கு இடையில பொதுவில வேலி போடேக்க சரியா எல்லையில வேலிக்கம்பு நடுவாங்க. அப்பிடி நடும்போது கொஞ்சம் அங்காலப் பக்கமா நட்டுத் தங்கட பக்கம் அயலவண்ட பூமியப் பிடிப்பாங்க.

இதுவுங்கூட அது மாதிரி ஒரு வேலிக்கம்புதான். இதில 'ஜோக்' என்னவெண்டால், சிங்களவர் வாழுற இடங்களைவிடத் தமிழ்ப் பிரதேசங்களிலதான் இந்தப் புத்தர் சிலைகள் கூட இருக்கும். எங்கட பக்கங்களில வைக்கிறதுக்கெண்டே கப்பலில ஆயிரஞ்சிலை இறக்கினவங்களாம்.'' என்றான் குகன்.

குகன் கூறியதை கேட்டபோது இதுவொரு 'பௌத்த-சிங்கள நாடு' எனும் அடையாளத் திணிப்பாகவே அவையெல்லாம் தோன்றின.

'இது எங்கள் இடம்' என்ற வெற்றிகொள்ளப்பட்ட மனப்பாங்குடனான ஆக்கிரமிப்பின் வெளிப்பாடுகள் இவையென்றும், இதனால் ஏற்படுவது சமூகப் பதற்றம் மட்டுமே என்பதோடு, நல்லெண்ணத்துக்கும், நல்லுறவுக்கும் எதிராகக் கசப்புணர்வையே இது இனங்களுக்கிடையே வளர்க்க முடியும் என்பதையும் அவனால் அனுமானிக்கக்கூடியதாக இருந்தது. இதுவொரு துரதிர்ஷ்டமான நிலையன்றி வேறில்லை என்பதைப் புரிந்துகொண்டான் ஷிவா.

சில நிமிட நேரம் அந்த உணவகத்தில் தரித்து நின்று ஆறியதைத் தொடர்ந்து குருநாகலிலிருந்து வடகிழக்காகத் திரும்பித் திருகோணமலை நோக்கிய அவர்களது பயணம் தொடர்ந்தது.

25

கௌரியின் நாளேட்டிலிருந்து...

எதிர்பார்த்த அல்லது எதிர்பாராத ஏதோவொரு சந்தர்ப்பத்தில் நாம் ஒவ்வொருவரும் தனித்து விடப்படுகிறோம்.

அந்தத் தனிமையை வெற்றிகரமாக அல்லது குறைந்தபட்சம் எவ்வித அச்சமுமின்றி எதிர்கொள்வதற்கான அனுபவமும், ஆயத்தமும் நம்மிடம் இருக்கிறதா? என்ற கேள்வி தானாகவே எழுகிறது.

இந்தக் கேள்வி தவிர்க்கமுடியாதது.

இந்தக் கேள்வி அபத்தமானதுங்கூட.

நாம் தனித்துவிடப்படும் அந்தப் பொழுதில்தான் எல்லாமே அப்பட்டமாகத் தெரியவருகிறது.

நமக்கே தெரியாத நம் பலமும், பலவீனமுங்கூடத் தெரியவருகிறது.

அப்போது அவை எம்மைப் பார்த்து 'இதோ இருக்கிறேன் பார்' என்று சொல்லித் தம்மை வெளிப்படுத்துகின்றன.

எதிர்வினையாக எதையாகிலும் நாம் 'செய்வது அல்லது செத்து மடிவது' அப்பொழுதுதான்.

எதற்கும் இயலாமல் ஓடியொளிவதுங்கூட அப்பொழுது நடக்கக்கூடியதே.

26

1978ஆம் ஆண்டு.

சிறிலங்காவின் வரலாற்றிலே முக்கியத்துவம் மிக்க ஆண்டு.

அதற்கு முன்னைய வருடம் நடைபெற்ற பொதுத்தேர்தலில் ஐக்கிய தேசிய கட்சி ஆட்சியைப் பிடித்திருந்தது. அதுவொன்றும் சாதாரணமான வெற்றியல்ல. பெரும்பான்மைப் பலத்தை நிரூபித்துப் பெறப்பட்ட வெற்றி. அதனைத் தொடர்ந்து வேறும் பல வரலாற்று முக்கியத்துவம் வாய்ந்த நிகழ்வுகளும் சிறிலங்காவில் நடந்தேறின.

நிறைவேற்று அதிகாரம் கொண்ட சனாதிபதி ஆட்சிமுறை அமல்படுத்தப்பட்டது. இவ்வாண்டு பெப்ரவரி மாதத்தில், சிறிலங்கா சனநாயக சோசலிசக் குடியரசின் முதலாவது நிறைவேற்று அதிகாரம் கொண்ட சனாதிபதியாக ஜூனியஸ் ரிச்சர்ட் ஜெயவர்த்தனா அவர்கள் பதவியேற்றார்கள்.

சிறிலங்காவின் அரசியலமைப்புச் சட்டமும் அப்போதே நடைமுறைக்கு வந்தது. விகிதாச்சாரப் பிரதிநிதித்துவத் தேர்தல் முறையும் அறிமுகப்படுத்தப்பட்டது. நடந்தவையெல்லாம் பெரும்பான்மை இனத்தின் உரிமைகளை நிலைநாட்டிக்கொள்வதற்கான கட்டுமானங்களாகவே அமைந்தன.

இதே வருடத்தில் வந்ததொரு நல்ல நாளில்தான், சங்கரலிங்கம், கௌரிமணி தம்பதியினருக்கு ஒரேயொரு மகனாகத் தென்னமரவடியில் பிறந்தான் ஷிவா. அவர்கள் அவனைக் கொண்டாடி வளர்த்தனர்.

ஷிவாவின் பெற்றோர் வழிப் பரன்பரைகளும் தென்னமரவடியைத்தான் பூர்வீகமாகக் கொண்டிருந்தனர். அங்கே அவர்களுக்கு வீடுவாசல், காணி, நிலபுலமென்று சகலமும் இருந்தன. தென்னமரவடியிலிருந்த விரல்விட்டு எண்ணக்கூடிய வசதி படைத்த கமக்காரர் குடும்பங்களில், அவர்களின் குடும்பமும் ஒன்று.

கிராமத்தவர் நலனில் மட்டுமின்றி அவர்கள் கிராமத்தின் வளர்ச்சியிலும் ஈடுபாடுடையவர்களாகத் திகழ்ந்தனர். தலைமுறை தலைமுறையாகத் தொடர்ந்து வந்த வசதியோடு, அக்கம்பக்கத்துக் கிராமத்தவரின் மரியாதையும், கௌரவமும் அந்தக் குடும்பத்துக்குக் கிடைத்தது.

ஷிவாவின் தந்தை பல ஏக்கர் வயல் நிலத்திற்கும், தென்னந்தோப்புக்கும் சொந்தக்காரர். அவருடைய இந்தப் பரம்பரை நிலபுலங்களுக்கெல்லாம் பிரித்தானியர் காலத்திலேயே வழங்கப்பட்ட காணி உறுதிகளையும் வைத்திருந்தார். அவருக்குச் சொந்தமான வயல் நிலங்களில் வேலை செய்வதற்கு ஊரில் உள்ளவர்கள் போதாமல் அயற்கிராமங்களில் இருந்தும், தொலைதூரங்களிலிருந்தும் ஆட்கள் வேலைக்கு வந்தார்கள். விதைக்கும் காலத்திலும், வெள்ளாமை வெட்டும்போதும் அவர்கள் வீடு திருவிழாபோலக் களை கட்டும்.

வீட்டிற்குப் பின்னாலிருக்கும் பரந்த முற்றத்தில் தற்காலிகமாகக் கொட்டகைகள் அமைக்கப்பட்டு, வந்தவர்கள் எல்லோரும் அங்கேயே தங்குவார்கள். அத்தனை பேருக்கும் அங்கேயே சமையலும் நடக்கும்.

ஷிவாவுக்கு இது எல்லாமே புதினமாயிருக்கும். அங்கும் இங்குமென்று ஓடித்திரிவான். அவன் பாடு கொண்டாட்டந்தான்.

ஷிவாவின் ஆரம்பப் பிராயத்தின் முதல் ஆறு வருடங்கள் தென்னமரவடியில் கழிந்தன. அவனுடைய ஆரம்பக் கல்வி அறிவும் அங்கேதான் துளிர்த்தது. விதையாயிருந்த அவனை வளர்த்தெடுத்த பெருமை அந்த மண்ணையே சாரும். எந்தக் கவலையுமின்றி ஓடிவிளையாடித் திரிந்தான் ஷிவா. அவனுக்கே நினைவில் இல்லாத அவனது இளம்பிராயத்தின் கனவுகள் யாவுமே அந்தக் கிராமத்தின் முட்டு முடுக்குகள் எல்லாம் சிதறிக் கிடந்தன.

பாலகனாகத் தான் வாழ்ந்த தென்னமரவடிக் கிராமத்தின் இன்றைய நிலை எப்படியிருக்குமோ என்று ஷிவாவுக்குத் தெரியாது.

கடந்த முப்பது வருடங்களில் அதுபற்றித் தெரிந்துகொள்ளும் ஆர்வமோ, அக்கறையோ அவனிடத்தில் இருக்கவில்லை. அவனால் வலிந்து தவிர்க்கப்பட்டவை அவை. கௌரியும் அவனை அவன் பாட்டுக்கே விட்டுவிட்டாள். அவனுக்குப் பிடித்தமில்லாத விடயங்களில் அவனை வற்புறுத்தி ஈடுபடுத்துவதைத் தவிர்த்தே வந்தாள். அவனுக்கு விருப்பமில்லாத எதையும் அவன்மேல் திணிப்பதன் காரணத்தால் அவன் மனவுளைச்சலுக்கு உள்ளாக வேண்டாம் என்பதே அவளின் பிரதான நோக்கமாயிருந்தது.

ஆனால் இன்றோ நேர்வுகள் யாவும் நிலைமையை மாற்றியமைத்திருந்தன. ஏற்பட்ட மாற்றங்கள் எதுவும் அவனுடைய கட்டுப்பாட்டில் இல்லாதிருந்தது. தனது பூர்வீகக் கிராமத்தின் இன்றைய நிலையை நேரில் கண்டுவிடத்தான் இதோ அங்கே சென்றுகொண்டிருக்கிறான் ஷிவா. அவனது மனதில் எதிர்பார்ப்பு விஞ்சிக்கிடந்தது. ஆர்வம் மண்டிக்கிடந்தது. மீண்டும் அந்தப் ‘பால்ய வயது சிறுவனாக’ மாறிவிடும் ஏக்கமும் அம்பாரமிருந்தது.

துரதிர்ஷ்டவசமாகத் தனது ஆறு வயதுவரை அந்தக் கிராமத்தில் வாழ்ந்த உருத்திட்பமான நினைவுகள் எதுவும் ஷிவாவிடத்தில் இருக்கவில்லை. தென்னமரவடி சார்ந்த ஞாபகங்கள் யாவும் தெளிவற்ற கானல் விம்பங்களாகவே அவனது மனதில் தேங்கியிருந்தன.

ஒரு தடவை அது தெளிவாக இருப்பது போன்ற தோற்றத்தைத் தரும். இன்னொரு தடவை அது காணாமல் போய்விடும். ஆனால் ஒருசில நினைவுகள் மட்டும் ஊசித் துல்லியத்தோடு அவன் மனதில் மறக்காமல் பதிந்திருந்தன. அவை சாதாரண நினைவுகளில்லை. அவை ரத்தக் கறைபடிந்த ஞாபகங்கள்.

அவன் மீட்டிப்பார்ப்பதற்கு விரும்பாத நினைவுகள்.

ஷிவாவின் மனமெனும் சிலைமேல் கறையாகப் பதிந்துவிட்டிருந்த நினைவுகள்.

27

கௌரியின் நாளேட்டிலிருந்து…

இது ஓஷோவின் ஞானக்கதை.

இந்தக் கதையை உனக்குக் கூறுவதற்கு விசேசமாக ஏதும் காரணமிருக்கிறதா? எனும் கேள்விக்கான பதில் என்னிடமில்லை. அது உன்னிடந்தான் உள்ளது.

முதலில் நீ கதையைக் கேள். பின்னர் பதிலையும் நீயே கூறு.

ஓர் ஊரில் முற்றும் அறிந்த ஞானியொருவர் இருந்தார். அவரது போதனைகளால் அந்த ஊர்மக்கள் அஞ்ஞானம் நீங்கி வாழ்ந்தார்கள். இனிப்பை முகர்ந்து எறும்புகள் அதை நோக்கிப் படையெடுத்துச் செல்வதுபோல, அவரது அறிவுரைகளைக் கேட்பதற்காக எங்கிருந்தோ எல்லாம் மக்கள் வெள்ளமாக வந்தார்கள். அவரால் பயனடைந்தார்கள். அவரைப் போற்றினார்கள்.

அவரது ஆன்மிக வழிமுறைகளில் நம்பிக்கை இல்லாமல், அவரைப் பரிசோதிக்கிறேன் பேர்வழியென்று கிழம்பிவந்தான் ஓர் அறிவுஜீவி. அவரிடம் நேரடியாகவே சவால் விடுத்தான்.

அந்த ஞானியும் அவனது பரிசோதனைக்கு உட்படுவதற்கு

ஒப்புக்கொண்டார்.

ஊரவர்கள் முன்னிலையில் அதை நிகழ்த்தவென்று ஒரு நாளும் குறிக்கப்பட்டது.

அன்றைய தினம் என்ன நடக்குமோ? ஏது நடக்குமோ? என்று நடக்கவிருப்பதைக் காண்பதற்கு ஊரவர்கள் எல்லோரும் திரண்டிருந்தார்கள். வெளியூரில் இருந்தெல்லாம் இந்தப் புதினத்தைப் பார்க்கவென்று பலரும் வந்திருந்தார்கள். அறிவுஜீவியும் அங்கே வந்துசேர்ந்தான்.

ஞானியைப் பரிசோதிப்பதற்காக அங்கே வரும்போது, ஒரு பட்டாம்பூச்சியைப் பிடித்துத் தனது கையில் மறைத்து வைத்திருந்தான் அந்த அறிவுஜீவி. ஞானியோ மிகுந்த அமைதியுடன் அவனை உன்னிப்பாகக் கவனித்தபடி அமர்ந்திருந்தார்.

கூடியிருந்த மக்களுக்கு என்ன நடக்கப்போகிறதோ என்ற பதட்டம்.

இத்தனை காலமாகத் தாம் நம்பியிருந்த ஞானியா? அல்லது 'இந்தப் போலி ஞானியின் முகத்திரையை உங்களுக்கெல்லாம் கிழித்துக் காட்டுகிறேன் பாருங்கள்' என்று சொல்லிக்கொண்டு இங்கே வந்திருக்கும் அறிவுஜீவியா? இறுதியில் வெல்லப்போவது யார்? என்று அவர்கள் அஞ்சினார்கள்.

என்னதான் நம்பிக்கை வைத்திருந்தாலும், சந்தேகத்தில் ஒரு கேள்வி எழுப்பப்பட்டுவிட்டால், அந்தக் கேள்விக்கான விடையைத் தெரிந்துகொள்ளும் வரையில் நமது நம்பிக்கை கிடப்பிலே காத்திருக்கவேண்டியதே.

இங்கே யாருக்கும் யாரிலும் நம்பிக்கையில்லை. யாருக்கும், என்னவாகிலும் நடக்கக்கூடும். எது நடந்தாலும் அதைக் கொண்டாடுவதற்கு அந்தக் கூட்டத்தில் ஆட்கள் இருந்தார்கள்.

நிகழுலகின் யதார்த்தமான பதட்டமே அங்கு நிலவியது. குறித்த நேரத்தில் குறித்த பரிசோதனையும் ஆரம்பமானது. அறிவுஜீவி தன்னெதிரே அமர்ந்திருந்த ஞானியை நோக்கித் தனது 'கையில் இருப்பது என்ன?' என்று அவரது ஞானதிருஷ்டியில் கண்டு கூறும்படி கேட்டான்.

அவனது கைவிரல்களில் அப்பியிருந்த பட்டாம்பூச்சியின் வர்ணத்

துகள்களை ஏலவே அந்த ஞானி அவதானித்திருக்கக்கூடும்.

தனது கண்களை மூடித் தியானித்த பிறகு ‘நீ ஒரு பட்டாம்பூச்சியைப் பிடித்து வைத்திருக்கிறாய்’ என்று கூறினார் ஞானி.

அவனும் அதை ஒத்துக்கொண்டான்.

மக்கள் ‘ஆஹா ஓஹோ அற்புதம்’ என்று வியந்தார்கள்.

ஞானியை எப்படியாவது மடக்கிவிட வேண்டும் என்ற எண்ணம் மட்டுமே அந்த அறிவுஜீவியிடத்தில் இருந்தது. அவரிடமிருந்த அனுபவ அறிவினை ஏற்றுக்கொள்ளும் பக்குவம் அவனிடத்தில் இருக்கவில்லை.

மனதில் ஒரு முடிவோடு, ஞானியை நோக்கி ‘என் கையிலிருக்கும் அந்தப் பட்டாம்பூச்சி இப்பொழுது உயிருடன் உள்ளதா அல்லது இறந்துவிட்டதா?’ என்று தனது இறுதிக் கேள்வியைக் கேட்டான் அறிவுஜீவி.

‘ம்ம்... என்ன? என்ன? சொல்லுங்கள் சொல்லுங்கள்’ என்று கூவினர் சுற்றியிருந்த மக்கள். அவர்களுக்கோ இறுதி முடிவைத் தெரிந்துவிடும் அவசரம்.

அவனைக் கூர்ந்து நோக்கினார் ஞானி. அவனுடைய அந்தக் கேள்விக்கான பதிலை அவனது கண்களில் தேடினார். அதைக் கண்டும்பிடித்தார்.

ஆனால் அந்த அறிவுஜீவியோ தனது நோக்கத்தில் தெளிவாயிருந்தான்.

‘பட்டாம்பூச்சி உயிருடன் இருக்கிறது’ என்று அவர் சரியான பதிலைச் சொல்லுவாராயின், தன் கையிலிருந்த பட்டாம்பூச்சியை நசித்துக் கொல்வதன்மூலம் அவர் சொன்னதைப் பொய்ப்பிப்பதற்கு அவன் எண்ணியிருந்தான்.

ஆனால் இதை அவனிடத்தில் எதிர்பார்த்திருந்த ஞானியின் பதிலோ வேறாகவிருந்தது.

“அந்தப் பட்டாம்பூச்சி உயிருடன் இருப்பதும், இறந்துபோவதும் உன் ஒருவன் கையில்தான் இருக்கிறது!” என்று அவனிடம் கூறினார் அந்த ஞானி.

28

சிலைமேல் கறையாகப் பதிந்தவை – 1

உணர்வு என்பது உடலின் ஐம்பொறிகளால் புறத்திலேற்படும் மாற்றங்களை அறியும் மெய்மையாகும்.

உள்ளுணர்வு என்பது இயற்றூண்டுதலால் ஏற்படுகின்ற உள்ளார்ந்த இயல்புணர்ச்சியாகும்.

விலங்குகளில் இவ்வுள்ளார்ந்த உணர்வின் தூண்டுதலானது இயல்பானதொரு செயற்பண்பே. இதன் காரணமாகவே விலங்குகள் தமக்கு ஏற்படவிருக்கும் புற ஆபத்துகளை இலகுவில் அறிந்து உசாராகிவிடுகின்றன.

சில மனிதர்களிடமும் இவ்வியற்றூண்டுதல் காணப்பட்டாலும், பெரும்பாலானவர்கள் தமது உள்ளுணர்வைக் கவனத்தில் எடுப்பதில்லை.

1983ஆம் ஆண்டு, ஜூலை மாதத்தில் ஒருநாள் மாலை நேரம்.

மேற்கு வானம் இரத்தச் சிவப்பாக மாறத்தொடங்கியது. சூரியனும் அன்றைய நாளின் பிரதட்சிணத்தை முடிக்கும் தறுவாயில் காத்திருந்தான்.

பறவைகள் எல்லாம் இயல்பிற்கு மாறாக நேரத்தோடு தத்தமது கூடுகளை ஏகின. இயல்பில் ஒருவித இறுக்கமான சூழல் நிலவியதான

ஒருவிதத் தோற்றமாயையே காணப்பட்டாலும், மற்ற எல்லா நாட்களைப்போலத்தான் அன்றைய நாளும் கடந்துகொண்டிருந்தது. அல்லது ஐந்து வயதே நிரம்பிய ஷிவாவுக்கு அப்படித்தான் தோன்றியது. வழமைபோலத் தன்பாட்டிற்கு வீட்டு முற்றத்தில் விளையாடிக் கொண்டிருந்தான் ஷிவா.

அவன் என்ன விளையாட்டு விளையாடினான், யாரோடு சேர்ந்து விளையாடினான் போன்ற விபரங்கள் எதையும் குறிப்பிட்டுச் சொல்லும்படியாக அவனுக்கு ஞாபகத்தில் இல்லை.

அப்பா, வழமைபோலவே வயலைப் பார்த்து வரவென்று கிளம்பினார். அவர் அவ்வாறு செல்லும்போது, ஷிவாவையும் சில வேளைகளில் அவரோடு அழைத்துச்செல்வார். ஆனால் அன்றைக்கென்று ஏனோ அவனைத் தன்னுடன் அழைத்துச்செல்லவில்லை.

அதற்கான காரணம் என்னவாயிருக்கும் என்று ஷிவாவிற்குச் சரியாக நினைவில் இல்லை. ஒருவேளை, அவன் தனது விளையாட்டில் கவனமாக இருந்திருக்கக்கூடும். அதனால் அப்பா அவனை ‘விளையாடட்டும்’ என்று விட்டுச் சென்றிருக்கலாம்.

அல்லது, தானும் வரப்போகிறேன் என்று இவனும் அவரோடு புறப்பட எத்தனித்திருப்பான். ஆனால் ஏதோவொரு காரணத்திற்காக அவனைத் தன்னோடு அழைத்துப்போகாமல் வீட்டிலேயே விட்டுவிட்டு அவர் மட்டும் தனியாகச் சென்றிருக்கலாம்.

“நாட்டு நிலமை சரியில்லை. கண்ட கண்ட நேரங்களில வெளியில போய் மினக்கெடாதேங்கோ. நேரகாலத்தோட வீட்ட வந்து சேருங்கோ” என்று அம்மாவும் அவரிடம் சொன்னதாக ஞாபகம்.

ஷிவாவிற்கு சரியாக நினைவிலில்லை.

வாழ்க்கையில் நிகழ்கின்ற சில நேர்வுகளுக்கான காரண, காரியங்கள் என்றும் புரியாத புதிராகவே அமைந்துவிடுகின்றன. ஷிவாவைப் பொறுத்தவரையிலும் அன்றைய நாளில் நடந்தவை யாவும் அப்படியான நேர்வுகளாகவே நினைவில் பதிந்திருந்தன.

அம்மா வழிக்கு வழி அவ்வளவு சொல்லியனுப்பியும், வழமைக்கு மாறாக, அன்று இரவு வெகுநேரமாகியும் அப்பா வீடு வந்துசேரவில்லை.

நேரம் செல்லச்செல்ல அம்மாவைத் தொற்றியிருந்த பதட்டம்

அதிகமாகிக்கொண்டே சென்றது. வீட்டு வாசலுக்கும், சாமியறைக்கும், வேப்பையடி வைரவருக்குமாகப் பதறித் திரிந்தாள் அம்மா. கொஞ்சங்கொஞ்சமாக அயலாட்கள் வீட்டிற்கு வந்து சேரத்தொடங்கினார்கள். கிராமப்புறங்களில் இப்படித்தான் என்னவும் ஏதுமென்றால் சுற்றியிருப்பவர்கள் எல்லோரும் வந்து கூடிவிடுவார்கள்.

பெண்கள் சிலர் அம்மாவுக்கு அருகில் அமர்ந்திருந்து அம்மாவை அணைத்து ஆறுதல் சொன்னார்கள். ஆனாலும் அம்மாவின் அழுகையோ குறைந்த பாடாயில்லை. அம்மா இருந்த கோலத்தைப் பார்ப்பதற்கே ஷிவாவிற்குப் பயமாக இருந்தது.

வீட்டிலிருந்தவர்களெல்லாம் கூட்டங்கூட்டமாகக் கூடிநின்று கதைத்தார்கள். அவர்கள் என்னவெல்லாம் கதைத்தார்கள் என்று ஷிவாவால் புரிந்துகொள்ள முடியவில்லை. அதற்குரிய வயதும் அவனுக்கில்லை. ஆனால் அப்பொழுது நிலவிய இறுக்கமான சூழலுக்கும், அப்பாவுக்கும் தொடர்பிருந்ததை அவனால் ஊகிக்க முடிந்தது. அப்பாவுக்கு ஏதோ கெட்டது நடந்திருக்குமோ என்று அவன் மனதில் எண்ணமேற்பட்டது. அவர்களிடமிருந்த பதட்டமெல்லாம் பயமாக அவனையும் தொற்றிக்கொண்டது.

யாரும் அவனைக் கவனித்ததாகத் தெரியவில்லை. அன்றிரவு சாப்பிட்டதாகவும் அவனுக்கு ஞாபகமில்லை. சாமியறை வாசலில் குந்தியிருந்த அம்மாவின் அருகில் சென்று தானும் அமர்ந்துகொண்டான். அம்மாவும் அவனைப்போலவே பேதலித்துப் போயிருந்தாள். பேயறைந்தவள்போலிருந்தாள். கண்களில் வடிந்த நீர் வற்றிக் காய்ந்துபோயிருந்தது.

அவன் அவளருகில் சென்று அமர்ந்ததை அம்மா கவனித்ததாகத் தோன்றவில்லை. கவனிக்கும் நிலையிலும் அவள் இல்லை பாவம். ஒரு கட்டத்திற்குப் பிறகு, களைத்துப் போனவனாகத் தனது தாயின் மடியில் தலைவைத்துத் தூங்கிப்போனான் ஷிவா.

மறுநாள் காலை விடியவெள்ளனவே. வீட்டில் நடந்த களேபரத்திற்குக் கண்விழித்தான். பதட்டமும், பரபரப்பும் முந்தைய நாளைவிடவும் அதிகமாயிருந்தது. வீட்டுக்கு வந்த யாரோ அம்மாவிடம் எதுவோ சொல்ல, விசர் பிடித்தவளைப் போல அலறியபடியே எழுந்து வெளியே ஓடினாள் அம்மா.

வீதியில் ஓடிய அம்மாவின் பின்னால் தானும் ஓடினான் ஷிவா. அம்மாவின் ஓட்டத்திற்கு அவனால் ஈடுகொடுக்க முடியவில்லை. அவளால் இவ்வளவு வேகமாக ஓடமுடியுமா என்று அவனுக்கு வியப்பு மேலிட்டது. இருந்தும், தனது சக்தியனைத்தையும் திரட்டி அவனும் அவளுக்குப் பின்னால் ஓடினான்.

அவர்களோடு சேர்ந்து மற்றவர்களும் ஓடினார்கள். எங்கே ஓடுகிறார்கள்? எதற்கு ஓடுகிறார்கள்? போன்ற கேள்விகளுக்கெல்லாம், தான் சேரவேண்டிய இடத்தைச் சென்றடைந்த பின்னர்தான் பதில் கிடைத்தது.

அவர்களது வயல் வரப்பிலே அப்பா சடலமாகக் கிடந்த இடத்தில் சென்று, அந்த ஓட்டம் முடிவடைந்தது.

வரப்பிலே முகங்குப்பற விழுந்துகிடந்தார் அப்பா. அவர் கட்டியிருந்த நிலநிற கோட்டுச்சாரம் இடுப்புக்கு மேலே அலங்கோலமாகக் கிழிந்து ஒதுங்கியிருந்தது. அவருடைய கைகளும், கால்களும் கோணல் மாணலாக உடம்பிலிருந்து துருத்திக்கொண்டிருந்தன. அவருடைய உடலுக்கு அருகிலே தேங்கியிருந்த குருதிச் சேற்றிலிருந்து சகிக்கமுடியாத நாற்றம் எழுந்தது.

‘நொய்ய்...’ என்ற நாராசமான சத்தத்துடன் அவ்விடத்தில் மாட்டிலையான்கள் மொய்த்துக்கொண்டிருந்தன.

அந்தக் காட்சியை அவனால் சகிக்கமுடியவில்லை. அவனுக்கு அதையெல்லாம் பார்ப்பதற்குப் பயமாயும் இருந்தது. அதே சேற்றிலுஞ் சகதியிலும் விழுந்து புரண்டு ஒப்பாரியிட்டு அலறினாள் அம்மா.

அவளோடு சேர்ந்து தானும் அழுது சோர்ந்தான் ஷிவா.

29

சிலைமேல் கறையாகப் பதிந்தவை — 2

'ஜூலைப் படுகொலைகள்' அல்லது 'கறுப்பு ஜூலை' என்றெல்லாம் பின்னாளில் சுட்டப்பட்ட கலவரங்கள் நாட்டின் பல பாகங்களிலும் பரவலாக நடைபெற்றன. இதன்போது ஏற்பட்ட அழிவின் கொடுமைகள் காலாகாலத்திற்கும் மறக்க முடியாதவை.

சங்கரலிங்கத்தின் படுகொலையானது தென்னமரவாடியை மட்டுமின்றி அயலில் உள்ள தமிழ் கிராமங்களையும் உலுக்கிப்போட்டது. கிராமத்து மக்கள் எல்லோரும் பீதியில் உறைந்துபோயிருந்தார்கள்.

நாட்டின் பல்வேறு பகுதிகளிலும் இது போன்ற அட்டூழியங்கள் பரவலாக நடைபெறுவதைக் கேள்விப்பட்டிருந்தாலும், அவ்வாறான வன்முறைகளும் வன்செயல்களும் தங்களுடைய வாசலுக்கே வந்துவிடக்கூடும் எனும் பாரபட்சமற்ற சாத்தியப்பாட்டினை அவர்கள் எதிர்பார்க்கவுமில்லை.

நடத்தப்பட்ட வன்மங்கள் யாவும் அவர்களுக்கு யதார்த்தத்தையே போதித்தன. யாருக்கும் எதுவும், எந்நேரத்திலும் நடக்கலாம் என்கிற பிரக்ஞையை அவர்கள் பெற்றிருந்தார்கள். துரதிர்ஷ்டவசமாக,

இதெல்லாம் ஒன்றுமேயில்லை என்று சொல்லுமளவிற்கு, காலம் அவர்களுக்குத் தரவிருந்த அனுபவப் பாடம் இதைவிடவும் உறைப்பானதாக இருக்கப்போகிறது என்பதை அவர்கள் யாருமே கனவிலும் எதிர்பார்த்திருக்கவில்லை.

தனிப்பட்டவரின் வாழ்வில், ஒரு குடும்பத்திலே நிகழக்கூடிய எதிர்பாராத இழப்பினால் அந்தக் குடும்பத்தின் முழு இயக்கமுமே முடங்கிவிடுவதை தவிர்க்கமுடிவதில்லை.

மகிழ்ச்சியால் நிறைந்திருந்த ஷிவாவின் வீடு, இப்பொழுது கௌரியின் அழுகையால் மூழ்கியிருந்தது. முன்பிருந்த சோபையை இழந்திருந்தது.

ஊர் முழுவதுமே அந்த வீட்டில்தான் கூடியிருந்தாலும், அங்கிருந்த ஒவ்வொருவர் மனதிலும் பயமும், பதட்டமுமே மிகுந்திருந்தன.

கிராமத்தவர் அனைவரையும் பற்றியிருந்த அச்சத்தின் வெளிப்பாடுகளுக்கு மத்தியில்தான் சங்கரலிங்கத்தின் மரணவீடு நடைபெற்றது.

ஷிவாவின் மனதில் அவன் என்றுமே அனுபவித்திராத புதிய உணர்வுகள் கலவையாக வெளிப்பட்டன. அதற்குப் பிறகு வந்த காலங்களில் அவன் பெற்றுவிட இருக்கும் இதையும் விட அவலமான அனுபவங்களுக்கெல்லாம் அடித்தளமான அனுபவத்தையும் வழங்கின.

ஐந்து வயது நிரம்பிய பாலகனுக்கேயான ‘அறியாமை’, அவனது அப்பா இறந்துபோனதால் ஏற்பட்டிருக்கவேண்டிய பெருந்துயரத்திலிருந்து அவனைத் தற்காலிகமாகக் காப்பாற்றியிருந்தது.

இருந்தாலும், தாயின் அலறலும், உற்றாரின் ஒப்பாரிக் கூச்சலும் அவனுடைய மனதில் அவனுக்கே புரியாததொரு வெறுமையைத் தோற்றுவிக்காமலில்லை. இனி வருகின்ற எதிர்காலத்தில், இன்ப துன்பங்களைச் சரியாகப் பிரித்தறியும் பக்குவத்தைப் பெற்றதன் பிறகு, இன்று நடந்ததெல்லாம் அதனதன்படியே அவனால் உணரப்படும். அன்று இதைவிடவும் பெருந்துயரை அவன் அடையக்கூடும். அதிலிருந்து அவனால் தப்பிக்கவே முடியாது.

அப்பாவுக்குப் பட்டு வேட்டி, சட்டை உடுத்தி அழகாக வெளிக்கிடுத்தி வீட்டு ஹாலின் நடுவிலே சவப்பெட்டியில் கிடத்தியிருந்தார்கள்.

அப்போது ‘மாப்பிள்ளைபோல இருக்கிறியே மவராசா’ என்று அம்மா தலையில் அடித்துக் கத்தியதை ஷிவாவால் மறக்கமுடிந்ததில்லை.

அப்பாவின் நிறம் மாறியிருந்தது. அவரின் முகமுங்கூட வித்தியாசமாயிருந்தது. அது அப்பா இல்லையோ என்ற எண்ணமே ஷிவாவின் மனதில் அடிக்கடி எழுந்ததை அவனால் தவிர்க்கமுடியவில்லை.

வீட்டு ஹாலின் வெவ்வேறு மூலைகளில் நின்று, வெவ்வேறு கோணங்களில் அப்பாவின் உடலைக் கவனமாகப் பார்த்தான். அவனுக்கு நன்கு பரிட்சயமான, அப்பாவின் குறிப்பிடத் தக்க அங்கலட்சணங்கள் எதுவும் அவனுக்குப் பிடிபடவில்லை.

தன்னை உப்பு மூட்டை தூக்கிச் சுமந்தவரின் பரந்த முதுகு;

காளி கோவில் திருவிழாவில் அவன் சொகுசாக அமர்ந்திருந்து சாமி பார்த்த அப்பாவின் அகன்ற, கெட்டியான தோள்கள்;

அவன் பற்றித்திரிந்த அவரின் உறுதியான விரல்கள்;

அவனை அன்போடு அணைத்த கைகள்;

எந்தக் கவலையும் இல்லாமல் அவன் அமைதியாகச் சாய்ந்து தூங்கிய மார்பு;

என்றும் அவனுக்கு அன்பை மட்டுமே மழையெனப் பொழிந்த கண்கள்;

எண்ணிக்கையில்லாத் தடவைகள் அவன் ஆசையோடு ‘அவ்வா’ கொடுத்த கன்னங்கள்;

அவனுக்குப் பிடித்த அப்பாவின் அழகான மூக்கு;

‘ஷிவாக்குட்டி’ என்று அவனைப் பாசத்தோடு அழைத்த அவரது உதடுகள்.

இவை எதையுமே அந்தச் சடலத்தில் அவனால் அடையாளம்காண முடியவில்லை.

அப்பாவைக் கடைசியாகப் பார்த்து தமது இறுதி மரியாதை செலுத்துவதற்காகக் கனபேர் வந்திருந்தார்கள். அவர்களில் ஒரு சிலரைத் தவிர வேறு எவரையும் ஷிவாவிற்குத் தெரியாது.

தொளதொளவென்று சேர்ட்டும், நீளக் காற்சட்டை அல்லது சாறன் அணிந்த மாமாமார் வந்தார்கள். அவர்களில் ஓரிருவர் வீட்டுக்கு

வெளியில் நின்று நோட்டம் பார்க்க, மிச்சப்பேர் உள்ளே வந்து அப்பாவைப் பார்த்தார்கள். வந்தவர்களில் ஒரு மாமா “இதுக்கெல்லாம் பதில் சொல்லவேண்டிய காலம் வெகுகெதியில வரும் கௌரியக்கா” என்று அம்மாவிடம் சொல்லிவிட்டு, அங்கிருந்த வேறும் சிலரோடு கதைத்திருந்துவிட்டுச் சென்றார்கள்.

தனது வயதையொத்த சிறுவர்கள் எவருமே அப்பாவின் மரணவீட்டுக்கு வரவில்லை. அதனால் அவனுக்குப் பொழுதும் போகவில்லை. கடைசிவரைக்கும் அம்மாவின் அழுகை நிற்காமல் தொடர்ந்தது. கொஞ்சமேனும் ஈவு விடாமல் அழுதுகொண்டிருந்தாள் அம்மா.

கத்திக்கத்திக் குளறிக்குளறி அவளுடைய தொண்டை வெகுவாகக் கம்மியிருந்தது. ஒரு கட்டத்தில் அவளுடைய கதறல்கள் எதுவுமே வெளியில் கேட்கவில்லை. ஈனஸ்வரத்தில் அழுதுகொண்டேயிருந்தாள்.

அவன்கூட எதற்கோவெல்லாம் அழுதிருக்கிறான். ஆனால் அவனுடைய எந்த அழுகையும் ஓரிரு நிமிடங்களுக்கு மேல் நீடித்ததேயில்லை. அதற்குப் பிறகு எவ்வளவுதான் பிழிந்தாலும் அழுகை வராது.

ஆனால் அம்மாவால்மட்டும் எப்படி அழுகையை நிற்பாட்டாமல் தொடரமுடிகிறது என்று ஆச்சரியப்பட்டான் ஷிவா. அழுகை இல்லாதபோது அவளிடமிருந்து வெளிப்பட்ட கேவல்களையும், முனகல்களையும் அவனால் சகிக்கவே முடியவில்லை.

அன்று மாலையே அப்பாவை வீட்டிலிருந்து காவிச்சென்றார்கள். தனது கைகளால் தலையில் அறைந்தபடி வீட்டு முற்றத்தில் உருண்டு புரண்டாள் அம்மா. தலைவிரி கோலமாகக் கதறி விழுந்தாள். அருகில் நின்ற பெண்கள் எல்லோரும் அவளை இழுத்து, வளைத்துப் பிடித்தார்கள். ஆனால் அம்மாவோ அரக்கியைப் போல அவர்களையெல்லாம் உதறித்தள்ளிவிட்டு அப்பாவைக் காவிச் சென்றவர்களின் பின்னால் ஓடினாள்.

அந்தப் பெண்களும் அம்மாவை விடுவதாயில்லை. இறுதியில் அம்மா மூர்ச்சித்து விழுந்தாள். அந்தப் பெண்கள் அம்மாவைச் சுற்றி நின்று கவனித்துக்கொண்டார்கள்.

இதையெல்லாம் பார்த்துக்கொண்டிருந்த ஷிவாவால் செய்யக்கூடியது எதுவுமிருக்கவில்லை. நடந்தவற்றில் புரிந்தது பாதி புரியாதது

பாதியென்று அப்பாவைக் காவிச்சென்றவர்களோடு கொள்ளிச்சட்டி ஏந்திச் சுடுகாடுவரை நடந்தே சென்றான்.

தூரம் நடந்தபொழுது அவனது சின்னப் பாதங்கள் வலித்தன.

'அப்பா இருந்திருந்தால் என்னைத் தனது தோள்மேல் சுமந்து சென்றிருப்பாரே' என்ற எண்ணம் அவனது பிஞ்சு மனதில் எழுந்தது. அப்பாவின் ஞாபகம் அழுகையைத்தான் வரவழைத்தது.

அந்தக் காட்சிகள் எதையுமே அவனால் என்றைக்கும் மறக்க முடியவில்லை.

அந்த நினைவுகள் எல்லாம் மிகத்தெளிவாக ஷிவாவின் ஞாபகத்திலிருந்தன.

அவனது நினைவுக்குத் தெரிந்தவரையில் அதுவே அவன் பங்குகொண்ட முதலாவது மரணவீடு.

அவனது அப்பாவின் மரணவீடு.

அதன் பிறகுதான் மிச்சம் எல்லாமே நடந்தது.

30

சிலைமேல் கறையாகப் பதிந்தவை – 3

தென்னமரவடி கிராமத்தவரின் அன்றாட வாழ்வு சாதாரணமானதல்ல. எல்லைக்கிராமமாக இருந்து தொலைத்த காரணத்தால், 'பதட்டமாயிருத்தல்' என்பது அவர்களுடைய நிரந்தரமான வாழ்க்கைப் பண்பாகவே மாறியிருந்தது.

எந்தப் பக்கத்திலிருந்து வரக்கூடும் என்பது தெரிந்திருந்தும், எப்போது? யாரெல்லாம் வந்து தாக்குவார்கள்? என்ற பீதியிலேயே கழிந்தது அங்கேயிருந்தவர்கள் வாழ்க்கை.

மிக அருகிலேயே ராணுவத்தினர் முகாமிட்டு இருந்தார்கள். மேலதிகமாக ஊர்காவற்படையினரும் இருந்தார்கள். போதாக்குறைக்கு அயலில் வந்து குடியேறியவர்களில் காடையர்களும் இருந்தார்கள்.

சுற்றிவர இருந்தவர்களெல்லோரும் அவரவருக்கு உகந்த நேரத்தில் எதிர்பாராமல் வந்திறங்கினார்கள்.

சும்மாவா வந்தார்கள்? வரும்போது பொல்லுத் தடிகளோடும், கத்திக் கம்போடும், துப்பாக்கிகளோடும் வந்தார்கள்.

வந்ததுதான் வந்தோமென்று சும்மா போகாமல் சகட்டுமேனிக்கு தாக்கினார்கள்.

சீண்டினார்கள். தூண்டினார்கள். இம்சித்தார்கள். சூறையாடினார்கள். அச்சுறுத்தினார்கள். பிடித்துத் தடுத்து வைத்தார்கள். வன்புணர்ந்தார்கள்.

காணாமலாக்கினார்கள். கொன்றும் போட்டார்கள்.

இப்படியாக வந்தவர்கள் செய்துவிட்டுச் சென்ற அட்டூழியங்கள் ஏராளம்.

இவ்வாறான வன்முறைகளெல்லாம் தென்னமரவடிக் கிராமத்தவரின் அன்றாட வாழ்வில் ஓர் அங்கமாகவே மாறிப்போயிருந்தது. குஞ்சு, குருமானிலிருந்து கிராமத்திலிருந்த கிழடு, கட்டைகள்வரை எல்லோருக்கும் இது பழகிப்போனது. ஷிவாவும் இதையெல்லாம் கேட்டும், பார்த்தும் பழகினான்.

ஷிவாவுக்கு ஆறு வயதாகியது.

அப்பா அவர்களோடு இல்லாத ஒரு வருடகால வாழ்க்கை அவனுக்குப் பலதைக் கற்றுத் தந்திருந்தது. குடும்பத்திற்குப் பொறுப்பான பிள்ளையாக, அம்மாவுக்கும் உதவியாக வாழப்பழகினான் ஷிவா. அதையெல்லாம் கற்றுத் தந்தவள் அம்மாதான்.

வாழ்க்கை சார்ந்த பிரக்ஞையோடு, நாட்டு, நடப்புக்களும் ஓரளவு அவனுக்குப் புரியவாரம்பித்திருந்தன.

ஏன்? எதற்கு? எப்படி? என்ற வகையிலான தேடலும் அவனிடமிருந்தது.

தமிழீழம், தமிழர் உரிமை, இயக்கம், இயக்கப் பொடியள், ஆயுதம், போராட்டம், இனப்படுகொலை, வன்முறை, வன்செயல், அத்துமீறல், சிங்களக் காடையர், சிங்களக் குடியேற்றம் போன்ற இன்னோரன்ன பிற சொற்களின் உள்ளார்ந்த அர்த்தங்களைப் புரிந்துகொள்ளாமல் போனாலும், அந்தச் சொற்களும் ஷிவாவினது அன்றாட வாழ்வில் சகஜமாகப் புழங்கிய சொற்களாக மாறின.

வீட்டிற்கு உள்ளேயும், வெளியிலும் ஆட்கள் குசுகுசுவென்று கதைப்பதைக் காதுகொடுத்துக் கேட்கவாரம்பித்தான். அம்மாவோடு சேர்ந்து பீ.பீ.சீ, வெரிட்டாஸ் வானொலிகள் சொன்ன செய்திகளைக் கேட்டான். அவனைச் சுற்றி நடப்பவற்றை உன்னிப்பாகக் கவனித்தான்.

பலதையும் அறிந்து வைத்திருத்தல் பெருமைக்குரிய விடையமாகவே அவனுக்குத் தோன்றியது.

அவனோடு கூடி விளையாடும் நண்பர்களும் ஆளுக்காள் வியளம் காவி வந்தார்கள்.

‘அப்பிடியாம், இப்பிடியாம்’ என்றும், ‘நான் என் கண்ணால கண்டேன், நீ கண்டியா?’ என்றும் நம்பவே முடியாத பல தகவல்களை நம்பும்படி கதை சொன்னார்கள்.

அவற்றில் ஒரு சிலதைப் புரிந்துகொண்டாலும், பல விபரங்கள் அவனுக்குப் புரியாத புதிராகவே இருந்தன.

ஏதோ தனது அறிவுக்கு ஏற்றாற்போலத் தான் கேள்விப்படுகின்ற விபரங்களைக் கோர்த்துச் செய்தியாக்கி வைத்திருந்தான் ஷிவா.

பாடசாலை முடிந்து வீடு வந்துசேர்ந்ததும், தான் சேமித்து வைத்திருந்த செய்திகள் அனைத்தையும் அம்மாவிடம் கொட்டுவான்.

அம்மாவும் தனக்குத் தெரிந்த வேறு செய்திகளை அவனுக்குச் சொல்லுவாள். இது அவர்களுடைய நாளாந்த வழக்கம்.

‘தென்னமரவடிக்கு அருகிலிருந்த காட்டுப் பிரதேசங்களை வெளியாக்கிப்போட்டு அங்கே சிங்களச் சனங்களைக் கொண்டுவந்து குடியேற்றுகிறார்களாம்.’

‘அப்படிப் புதிது புதிதாகப் பல சிங்களக் கிராமங்கள் உருவாகிறதாம்.’

‘அவர்கள் குடியேறிய இடங்களுக்கு அக்கம்பக்கத்தில் இருக்கும் தமிழ் கிராமங்களில் வசித்தவர்களை வலுக்கட்டாயமாகத் திரத்தியடித்துவிட்டு, அங்கேயும் சிங்களவர் அத்துமீறிக் குடியேறுகிறார்களாம்.’

‘துரத்தியடிக்கப்பட்ட கிராமத்தவருக்குச் சொந்தமான வயல் நிலங்களையும் அவர்கள் அபகரித்துக் கொண்டார்களாம்.’

‘பறிச்செடுத்தது மட்டுமில்லாமல், பாரம்பரியக் கிராமங்கள் பலதின் பழைய தமிழ்ப் பெயர்களையெல்லாம் வாயில் நுழையாத சிங்களப் பெயர்களாக மாற்றிவிட்டார்களாம்.’

‘நடப்பவை எல்லாம் அரசாங்கத்தின் திட்டமிட்ட சதிவேலைகள்தானாம்.’

‘அங்கே வந்து குடியேறிய எவரும் தாமாகவே விரும்பி வந்து

குடியேறியவர்கள் இல்லையாம்.'

'அவர்களுக்கு 'இது தாறோம், அது தாறோம்' என்று ஆசை காட்டித்தானாம் அவர்களை இங்கே கொண்டுவந்து இறக்கிவிட்டிருக்குதாம்.'

அம்மா சொன்ன இந்தத் தகவல்களுக்கெல்லாம் மேலதிகமாக, அந்தச் சிங்களவர்களைப் பற்றி வேறும் ஏதோ கதைகளெல்லாம் உலவின. அந்தக் கதைகளில் உண்மை எது? புனைவு எது? போன்ற கேள்விகளுக்கெல்லாம் யாருக்கும் பதில் தெரியாது.

'அவர்களெல்லாம் சாதாரண ஆட்கள் இல்லையாம். கள்ளர்கள், காடையர்கள், கொலைகாரர்கள் என்று பார்த்துப்பார்த்து அநுராதபுரம் மறியல் வீட்டிலிருந்தும், தெற்கிலிருந்தும் அவர்களைப் புறக்கியெடுத்துக் கொண்டுவந்ததாம். விவசாயம் செய்ய, தோட்டம் செய்ய ஆளுக்கு ஏக்கர் கணக்கில் காணி தருகிறோம், வீடு கட்டி வாழ பூமி தருகிறோம், மாதச் செலவுக்குப் பணமும் தருகிறோம் என்று இல்லாதது பொல்லாததெல்லாம் சொல்லித்தான் அவர்களையெல்லாம் அழைத்துவந்ததாம். இவை எல்லாவற்றிற்கும் மேலாக, நீங்கள் இதுவரை செய்த பாவங்கள், குற்றங்கள், களவுகளை மன்னித்தும் விடுகிறோம். ஏற்கனவே தந்த தண்டனைகளையும் ரத்துச் செய்கிறோம் என்றும் சொன்னதாம். இப்படியெல்லாம் ஆசை காட்டினால் யார்தான் வரமாட்டார்கள்? அப்படி அள்ளுப்பட்டு வந்த சனத்தைத்தான் இங்க கொண்டுவந்து, காட்டுக்குள்ள இடங்குடுத்து இருத்தியிருக்கிறாங்க' போன்ற தகவல்களையும் சொன்னாள் அம்மா.

"ஏனம்மா அப்பிடி? காட்டுக்குள்ள போய்க் குடியிருக்கிறது அவங்களுக்குப் பயமா இருக்காதா?" என்று அம்மாவிடம் அப்பாவியாகக் கேட்டான் ஷிவா.

"எங்களுக்குத்தான் காட்டு விலங்குகளைக் கண்டால் பயம். காடையருக்குப் பயமில்ல. அவங்கெல்லாம் காட்டுப்புறத்தார் எண்டதால விலங்குகளோட வாழ்ந்து அவங்களுக்குப் பழகியிருக்கும்" என்று கூறிய கௌரியின் குரலில் உள்ளார்ந்த கோபத்தின் சாயல் தொனித்தது. ஆனால் ஷிவா அதனைக் கவனித்துவிடக் கூடாது என்ற பிரக்ஞை காரணமாகச் சுதாரித்துக்கொண்டாள்.

"காட்டு மிருகங்களிடமிருந்து தங்களைப் பாதுகாத்துக்கொள்ள அரசாங்கத்தால அவங்களுக்கெல்லாம் துவக்குக் குடுத்திருக்காம். அந்தத்

துவக்க பாவிச்சு அவங்க தங்களைப் பாதுகாத்துக்கொள்ளுவாங்க'' என்று சொன்னாள்.

''அப்போ அவங்கள காட்டு விலங்குகள் தாக்க வந்தால், அதுகளை எல்லாம் சுட்டுத்தள்ளுவாங்க என்ன?'' என்று உற்சாகத்தோடு கேட்டான் ஷிவா. காட்டு விலங்குகளால் அவர்களுக்கு ஏதும் கேடு வந்துவிடாதென்ற திருப்தி அவனுக்கு உற்சாகத்தைக் கொடுத்திருந்தது.

''ஓமோம் அவங்களுக்குக் குடுத்த துவக்கால காட்டு விலங்குகளச் சுட்டுத் தள்ளுறாங்களோ இல்லையோ, அப்பாவிச் சனங்களைச் சுட்டுத் தள்ளாமல்விட்டால் சரிதான். அவங்க எதைச் சுட்டுத்தள்ளினாலும், யாரைச் சுட்டுத்தள்ளினாலும் அவங்களைக் கேட்கிறதுக்கு யாரும் இல்லை? அவங்களைப் பாதுகாக்கிறதுக்கெண்டு பக்கத்திலயே ராணுவ முகாம்கள் இருக்குது. ஊர்காவல் படையும் இருக்குது. பிறகெதுக்கு அவங்களுக்குக் கவலை? இவங்களுக்குப் பாதுகாப்பு அவங்கள், அவங்களுக்குப் பாதுகாப்பு இவங்கள் எண்டமாதிரித்தானே எல்லாம் ஏற்பாடாகி இருக்குது'' என்று தன்னிடமிருந்த ஆதங்கத்தையெல்லாம் அந்தச் சின்னவனுக்கு முன் அள்ளிக்கொட்டினாள் அம்மா.

அவர்களும் மனிதர்கள்தான் எனும் அடிப்படை மனிதாபிமானம் அவளிடம் அடியோடு இல்லாமற்போயிருந்தது.

''அரசாங்கம் எங்களுக்கும் துவக்குத் தரமாட்டாங்களா அம்மா? எங்களுக்கும் காட்டு விலங்குகளால் ஆபத்து இருக்குத்தானே?'' என்று கேட்டான் ஷிவா.

அவனுடைய அப்பாவித்தனமான கேள்வியைக் கேட்டுச் சிரித்தாள் அம்மா. அவள் ஏன் சிரிக்கிறாள் என்று ஷிவாவிற்குப் புரியவில்லை.

''எங்களுக்கேன் துவக்குத் தரப்போறாங்க? பொல்லுக் குடுத்து அடி வாங்கவே?'' என்று கூறி மீண்டும் சிரித்தாள் அம்மா. அவள் சொன்னதை ஷிவாவால் உடனடியாகக் கிரகித்துப் புரிந்துகொள்ள முடியவில்லை.

''ஆனால் எங்களிட்ட இருந்த துவக்குகளையெல்லாம் பறிச்செடுப்பாங்க'' என்று மேலும் சொன்னாள் அம்மா.

''எங்களிட்டயிருந்து துவக்குகளைப் பறிச்சாங்களா? என்னம்மா சொல்லுறீங்க? எங்களிட்ட துவக்கு இருந்திச்சா?'' என்று கேட்டான்

ஷிவா.

“ஓமடா கண்ணா எங்களிடமும் துவக்குகள் இருந்தது. அவையெல்லாம் வெளிநாட்டுத் துவக்குகளில்லை. நாமே தயாரிச்சுப் பயன்படுத்திய துவக்குகள். எங்கட பிரதேசத்தில செய்த விசேசமான துவக்குகள்” என்று சொன்னபோது அம்மாவின் குரலில் பெருமை பொருந்தியிருந்தது.

“அப்படியா? அதைப் பற்றி இன்னும் சொல்லுங்கம்மா” என்று ஆச்சரியம் மேலிடக் கேட்டான் ஷிவா.

“உள்ளூரில் செய்து பாவிக்கிற துவக்குகள பொதுவா 'கட்டுத்துவக்கு' எண்டு சொல்லுவாங்க. இந்தத் துவக்குகளக் கொண்டுதான் வேட்டைக்குப் போவாங்க. எங்கட பக்கங்களில செய்யிறது ‘இடியன் துவக்கு’. சுட்டால் இடி இடிக்கிற மாதிரி. அதாலதான் அந்தத் துவக்குகளுக்கு இடியன் துவக்கு எண்டு பெயர் வந்தபோல.” திறந்த வாய் மூட மறந்தவனாக ஆர்வத்தோடு கேட்டுக்கொண்டிருந்தான். தொடர்ந்து சொல்லலானாள் அம்மா.

“காட்டு விலங்குகளிடமிருந்து எங்கட தோட்டங்களைப் பாதுகாக்கிறதுக்கும், விலங்குகளை வேட்டையாடுறதுக்கும் இடியன் துவக்குகளை நாங்க பாவிச்சோம். அப்பாவிடம் ரெண்டு இடியன் துவக்குகள் இருந்திச்சு. ஆனால் அதையெல்லாம் வீடுகளில் வைச்சிருக்கக் கூடாது என்று அரசாங்கம் சட்டம் போட்டதால அந்தத் துவக்குகள் இல்லாமல் போச்சுது. அத்தோட எங்களுக்குப் பாதுகாப்பும் இல்லாமல் போச்சுது” என்று கூறிமுடித்தாள்.

சொல்லிமுடித்தவளின் பார்வை வீட்டிற்குப் பின்னாலிருந்த புளியமரத்தின் அடியை வெறித்தபடியிருந்தது. மனதிற்குள் ஏதோ பழைய நினைவுகளை அசைபோடுமாப்போலிருந்தது. அப்பாவிடமிருந்த இடியன் துவக்குகளுக்கு என்ன ஆனது என்பதைப் பற்றி யோசித்துப் பார்க்கிறாளோ என்னவொ?

“அப்போ எங்களுக்கு யாரம்மா பாதுகாப்பு தாறது?” தனது நினைவுகளில் தொலைந்துபோயிருந்த அம்மாவைப் பார்த்துக் கேட்டான் ஷிவா. அவளிடமிருந்து எந்தப் பதிலும் அவனுக்குக் கிடைக்கவில்லை. தனது மனதிற்கு நம்பிக்கையைத் தரவல்ல பதிலெதுவும் அவளிடமிருந்து கிடைத்துவிடாதா எனும் ஏக்கத்தோடு அம்மாவின் முகத்தையே கண்வெட்டாமல் பார்த்தபடியிருந்தான்.

அவளது பார்வையோ இப்பொழுது தூரத்திலிருந்த கந்தசாமி மலையின் உச்சியில் நிலைத்திருந்தது.

“இயக்கம் எங்களைப் பாதுகாக்காதா அம்மா?” என்ற அவனது அடுத்த கேள்வியில் அளவிற்கதிகமான எதிர்பார்ப்பு ஏறிக்குந்தியிருந்தது.

மெல்லக் கவனங்கலைந்தவளாக “தெரியல்ல ராசா. அவங்கதான் எங்களைப் பாதுகாக்க வேணும். ஆனால், அவங்களும் என்ன செய்வாங்க, பாவம்” என்று பதில் சொன்னாள். அம்மாவின் குரலில் நம்பிக்கையின்மையே தெரிந்தது.

‘இயக்கத்து அண்ணாமார் இடைக்கிடையே ஆர்மியை ஒளிஞ்சிருந்து சுடுறதும், அந்தக் கோபத்தில ராணுவமும், ஊர்காவல் படையும் கிராமங்களுக்க பூந்து ஆக்களுக்கு அடிக்கிறதும், இயக்கமில்லாத அண்ணாமாரைப் பிடிச்சுக்கொண்டு போறதும், அவங்களை அடிச்சுத் துவைக்கிறதும், சுட்டுச் சாக்காட்டுறதும், பிடிபட்டவங்களைத் தேடிக்கொண்டு அவங்கட அம்மா, அப்பாமார் நடையா நடக்கிறதும், கிடையா கிடக்கிறதும், பிறகு அவங்களும் அடிவாங்கிக் கட்டிக்கொண்டு வாறதுமாக’ நடப்பதெல்லாம் ஷிவாவுக்கு மெள்ள மெள்ளப் புரிந்தது.

மற்றும்படி நடந்தவை யாவும் புரியாத புதினமாகவே இருந்தன.

‘சில நாட்களில் இயக்கத்து அண்ணாமார் இரவில் ஊருக்குள்ள வந்துபோறவங்களாம். அவங்க வரும்போது துவக்கு கொண்டுவருவாங்களாம். அவங்க வச்சிருக்கிறது அம்மா சொன்னமாதிரி இடியன் துவக்கு இல்லையாம். அதெல்லாம் வேற சாதி வெளிநாட்டுத் துவக்குகளாம். அவங்க புல்மோட்டைக்குப் போய்த் தங்களுக்குத் தேவையான சாமான்களையெல்லாம் வாங்கிப்போறவங்களாம்.’ இதையெல்லாம் ஷிவா என்றுமே நேரில் கண்டதில்லை. இவற்றையெல்லாம் கேள்விப்படுவதோடு சரி.

‘இருந்தாற்போல முதல் நாள் ஊரில் இருந்த அண்ணாமாரை இரவோடு இரவாகக் காணக்கிடைக்காது. எங்கடா போய்த்துலைஞ்சாங்க என்று விசாரித்தால், அவங்களும் இயக்கத்தில போய்ச் சேர்ந்திட்டாங்களாம் என்று அரசல்புரசலாகக் கதைகள் வரும். ஆனால் இதைப் பற்றியெல்லாம் ஒருவரும் மூச்சுக்காட்ட மாட்டாங்கள்.’

‘பயங்கரவாத இயக்கங்களைச் சேர்ந்தவர்கள் எவருக்கும், எந்த உதவியும்

செய்யாதீர்கள். அப்படி உதவிசெய்பவர்களும் பயங்கரவாதிகளாகவே கருதப்படுவார்கள் என்று பாதுகாப்புப் படையினர் ஒலிபெருக்கியில் கொச்சைத் தமிழில் அறிவித்தாலும், ஊருக்குள்ள இருக்கிற 'சப்போர்ட்டர்ஸ்' தாங்கள் செய்யிறதைத் தொடர்ந்து செய்துகொண்டுதான் இருந்தாங்க. நிறுத்தவேயில்லை.'

கடந்த சில நாட்களாகவே தென்னமரவடி மற்றும் அதனைச் சூழவுள்ள கிராமங்களில் அதீத அச்சம் கவிந்திருந்தது. எப்பொழுதில், என்னவேண்டுமானாலும் நடக்குமெனும் கிலேசத்தில் கிராமத்தவர்கள் எல்லோரும் ஆழ்ந்திருந்தார்கள்.

'எல்லாவற்றிற்கும் 'தொப்பி' வைத்ததுபோல ஒரு விசயமும் நிகழ்ந்தது. ரெண்டு நாளுக்கு முன்னர் இயக்கம் கொக்கிளாயில ஆர்மிய சுட்டுச்சாக்காட்டினதாம். அதில ஆமியோட சேர்ந்து ஆமியில்லாத சில சிங்கள ஆக்களும் செத்துப்போனாங்களாம். அப்பாவிச் சிங்களச் சனத்தைச் சாகடிச்சுப்போட்டாங்கள் எண்டு, சிங்களவர் எல்லாரும் சரியான ஆத்திரத்தில இருக்கிறாங்களாம்.

பதவியாவில இருந்து துவக்கு, கத்தி, கோடாலி, பொல்லுகளோட காடையர்கள் வாறாங்களாம்' என்றெல்லாம் பற்பல பயங்கரச் செய்திகள் கிராமத்தினுள் பரவலாக அடிபட்டது.

எல்லோரும் பயந்துபோயிருந்தார்கள். பேதலித்தும்போயிருந்தார்கள். ஷிவா அடங்கலாக.

31

சிலைமேல் கறையாகப் பதிந்தவை — 4

இயற்கையின்வழி பேரழிவுகள் அசாதாரணமானவை. அவ்வகையிலான அழிவுகளை உணர்ந்து அறியும் திறன் சிறுசிறு பிராணிகளுக்கும், பறவைகளுக்கும் உண்டு.

பறவைகளும் சிறு விலங்குகளும் தமது நாளாந்த நடத்தைக் கோலத்திலிருந்து வேறுபடுமாயின், அசாதாரணமாக எதுவோ நடக்கப்போகிறது என்பது ஊகித்தறியக்கூடியதே.

மனிதருக்கோ இயற்கையில் இந்தத் திறன் கிடையாது. இதன் காரணமாக, ஏற்படவிருக்கும் அனர்த்தங்களை முன்கூட்டியே தெரிந்துகொண்டு அதிலிருந்து தப்பித்துக்கொள்வதற்குச் சாத்தியமில்லை.

ஆனால், தம்மால் உணர்ந்துகொள்ள முடியாத அசாதாரண மாற்றங்களை, மற்றைய பிராணிகளின் நடத்தையை அவதானிப்பதன் மூலம் மனிதர்கள் தெரிந்துகொள்கிறார்கள். தொழினுட்பத்தை உதவியாகக்கொண்டு இயற்கையின் மாற்றங்களையும், காலநிலை மாற்றங்களையும் துணிந்தறிவதற்கு மனிதரிடம் கருவிகளும் சாதனங்களும் உண்டு.

ஆனால், அன்று தென்னமரவடியில் நடக்கவிருந்த அனர்த்தத்தை முன்கூட்டியே அறிந்துகொள்வதற்கு எவ்விதமான கருவிகளும் அவர்களிடம் இருக்கவில்லை. அது மனிதரால் மனிதர்மேல்

கட்டவிழ்த்துவிடப்பட்ட அசம்பாவிதம். ஒரு பக்கத்தினர் திட்டமிட்டுப் புரிந்தது. மற்றவர் எதிர்பாராதது.

1984ஆம் ஆண்டு, மார்கழி மாதத்தின் மூன்றாம் நாள்.

காகங்கள், குருவிகள், பறவைகள் எல்லாம் வெளியே தமது அலுவல்களை முடித்துக்கொண்டு கூடு வந்து சேரத் தொடங்கின. ஆனால் தமது தோட்டங்களில் வேலைக்குச் சென்றவர்களும், மாடுகளைச் சாய்ப்பதற்காகச் சென்றவர்களும் இன்னும் வீடு திரும்பவில்லை.

மகனுக்காகக் காத்திருந்தனர் பெற்றோர்.

தந்தையின் வரவுக்காகக் காத்திருந்தனர் பிள்ளைகள்.

கணவன் வருகைக்காகக் காத்திருந்தாள் மனைவி.

வெளியே சென்றவர்களுடைய வரவிற்காக வீட்டிலே காத்திருந்தவர்கள் எல்லோரையும் பதட்டம் பற்றிக்கொண்டது. அரசல் புரசலாக ஏதேதோவெல்லாம் கேள்விப்பட்டார்கள். ஒவ்வொருவரும் ஒவ்வொன்றைக் கதைத்தார்கள்.

வெளியில் சென்றவர்கள் காடையர்களால் பிடிக்கப்பட்டார்கள் என்றும், பிடிபட்டவர்கள் யாவரும் கொல்லப்பட்டார்கள் என்றும் ஊருக்குள் கதைகள் பரவத் தொடங்கின. அவற்றில் வதந்தி எது? உண்மை நிலவரம் எது? என்பது யாருக்குமே தெரியவில்லை. எதை நம்புவது? எதை விடுவது? என்பதும் தெரியவில்லை.

கேள்விப்பட்ட செய்திகளை மெய்ப்பிப்பது போலத் தென்னமரவடிக் கிராமத்தை அண்டிய பகுதிகளில் துப்பாக்கி வேட்டுச் சத்தங்கள் கேட்டபடியிருந்தன. இது ஏற்கனவே பதறிப்போயிருந்தவர்களின் மனதிற்கு அமைதியைத் தரவில்லை.

இதற்குப் பிறகும் பொறுமை காப்பதில் பயனில்லை என்பதை உணர்ந்தவர்களாக, வெளியே சென்ற தமது பிள்ளைகளையும், பெற்றவரையும், கணவன்மார்களையும் காணாது தவித்த அப்பாவிகள், தாமே அவர்களைத் தேடிச் சென்றார்கள்.

இதைவிட அவர்களால் வேறு என்னதான் செய்ய முடியும்? ஆனால் வேட்டையில் திளைத்திருந்த வேடர்களுக்கோ பரம கொண்டாட்டம். ஓரிரு மான்களே போதுமென்று திருப்தியோடு கொண்டாடிய

வேளையில், இன்னும் பல மான்கள் தாமாகவே தேடி வந்து, அவர்களது பொறியில் விழுவதென்பது சாதாரண சமாச்சாரம் அல்லவே.

தமது பிள்ளைகளைத் தேடிச்சென்ற தாய்மாரையும், தமது கணவன்மாரைத் தேடிச்சென்ற மனைவியரையும் காடையர் கூட்டம் சுற்றிவளைத்துக் கொண்டது. ஓநாய்க் கூட்டத்திடம் அகப்பட்டுவிட்ட ஆட்டு மந்தையின் நிலையே அந்த அப்பாவி ஜனங்களுக்கும் ஏற்பட்டது.

‘எங்கே ஓடலாம்? எப்படித் தப்பிக்கலாம்?’ எனும் சமயோசிதமின்றி அவர்கள் எல்லாப் பக்கமும் சிதறி ஓடினார்கள். ஆனால் அவர்களை வேட்டையாடித் தீர்த்துவிடுவதையே தனியொரு நோக்கமாகக் கொண்டிருந்த காடையர்களிடமிருந்து அவர்களால் தப்பிக்கவே முடியவில்லை.

தம்மால் பிடிக்கப்பட்டவர்களில் ஏற்கனவே கொல்லப்பட்டவர்கள் போக, மீதிப்பேரை, அவர்களைக் காணாமல் தேடிச்சென்றவர்கள் முன்னிலையிலேயே வெட்டிக்கொன்றனர் காடையர்கள்.

தாய்மார் பார்த்திருக்க மகன்கள் கொல்லப்பட்டனர்.

மனைவிமார் முன்னிலையில் கணவர்கள் கொல்லப்பட்டனர்.

பார்த்திருந்தவர்களையும் கொன்றார்கள்.

பெண்களை மட்டும் அப்போதைக்குக் கொல்லாமல் விட்டார்கள்.

அவர்களை அம்மணமாக்கினார்கள். மானபங்கப் படுத்தினார்கள். பாலியல் பலாத்காரம் செய்தார்கள். இதையெல்லாம் நடத்திமுடித்துவிட்டுப் பெண்களையும் கொன்றார்கள். அப்பெண்களில் இருவர் மட்டும் எப்படியோ நழுவித் தப்பித்துக்கொண்டார்கள்.

இக்கொடுமைகள் யாவும் இரவின் மடியிலே நடத்தப்பட்டன. அவையெல்லாம் அத்தோடு முடிந்துவிடவுமில்லை. அந்தக் கொலைவெறியாட்டம் தொடரத் திருவுளம் கொண்டது. அந்த நாள் வரையிலும் தென்னமரவடியில் தொட்டந்தொட்டமாக நடாத்தப்பட்ட வன்முறைகளுக்கும், வன்செயல்களுக்கும் கிரீடம் வைத்தாற்போலவே அன்றைய கொலையாட்டம் அமைந்தது. அன்றிரவு பதினொரு உயிர்களைப் பலியெடுத்ததோடு முடித்துவிடாமல், அந்த ஆட்டத்தின் உச்சத்தைக் காணும் வரையில் அதனைத் தொடர்வதாகவே திட்டமிடப்பட்டதோ என்னவோ?

மறுநாள் ஊரவர் எவரும் எதிர்பார்த்திராத விடியற்காலை நேரத்தில், தென்னமரவடிக் கிராமத்தினுள் புகுந்து அந்தக் கிராமத்தையே இல்லாதொழித்த செயற்திட்டமானது ஏற்கனவே தயாரிக்கப்பட்ட நிகழ்ச்சி நிரலின் அடிப்படையில்தான் நிகழ்ந்தேறியது.

இயற்கையின் வழிமுறைகள் பாரபட்சமற்றவை. சுற்றியிருக்கும் வழிகள் யாவும் அடைக்கப்பட்டாலும், புதிதாய் ஒரு வழியைச் சமைத்து அதனைத் திறந்தும்விடக்கூடிய சாத்தியம் இயற்கையின் வழி என்றுமே இருந்தது.

முதல் நாள் இரவு, காடையர்கள் தமது வெற்றியைக் குடித்து வெறித்துக் கொண்டாடிய தருணம் பார்த்து, அவர்களிடம் மாட்டிக்கொண்ட பதின்மூன்று பேரில் இரு பெண்கள் மட்டும் எப்படியோ இருளில் நழுவித் தப்பித்துக்கொண்டார்கள். தமது கிராமத்தை அழித்தொழிப்பதையே நோக்கமாகக் கொண்டிருந்த காடையர்களிடமிருந்து தம் கிராமத்து மக்களைக் காப்பாற்றிவிடும் எண்ணத்தோடு, மிச்சம் சொச்சமாய் அவர்கள் உடலில் ஒட்டியிருந்த மூச்சைப் பிடித்தபடி தென்னமரவடிக் கிராமத்தின் குடிமனைகளை நோக்கி ஓடிவந்தார்கள்.

அவர்களால் அடுத்த அடியையே எடுத்து வைக்க முடியாதிருந்தபோது, தென்னமரவடிக் கிராமத்தை எப்படிக் காப்பாற்ற முடியும்? குற்றுயிரும், குறையுயிருமாக ஓடி வந்து தம் மக்களை எச்சரிக்க வேண்டும் என்பதே அவர்களின் இறுதி மூச்சின் இலக்காயிருந்தது. தமது உடலில் ஒரு பொட்டுத் துணிகூட இல்லாதிருந்தும், தமது இலக்கை அடைந்துவிடும் வெறியோடு அவர்கள் இருவரும் ஓடிவந்தார்கள்.

அதுவொன்றும் தப்பிப்பிழைப்பதற்காக ஓடிய ஓட்டமல்ல. மற்றவர்களையாவது தப்பச்செய்வதற்காக ஓடிய ஓட்டம். அந்த இரு அபலைப் பெண்களின் "ஐயோ சிங்களவர் திரண்டு வாறான்கள். எல்லோரும் ஊரைவிட்டு ஓடுங்கோ. பிடிச்சு வைச்சிருந்த எல்லோரையும் வெட்டிக்கொன்று போட்டான்கள்..." என்ற அடித்தொண்டை அலறல், அந்த அதிகாலை வேளையில் உறக்கமும் கலக்கமுமாய் இருந்த மொத்தத் தென்னமரவடியையும் உலுப்பியெழுப்பியது.

32

சிலைமேல் கறையாகப் பதிந்தவை — 5

*1984*ஆம் ஆண்டு, மார்கழி மாதம் நான்காம் நாள் அதிகாலை வேளை.

வானம் மப்பும், மந்தாரமுமாக முட்டிக்கொண்டு கோலங்காட்டியது. மழை பெய்யவில்லை.

கடந்த ஓரிரு நாட்களாகவே தென்னமரவடிக் கிராமத்தைச் சூழவிருந்த பகுதிகளில் நடப்பதெல்லாம் அசாதாரணமான நிகழ்வுகளாக அமைந்திருந்தன.

கொக்கிளாய்ப் பிரதேசத்தில் நடைபெற்ற அசம்பாவிதங்களால் அங்கேயிருந்த சிங்களவர்கள் ஆத்திரமடைந்திருந்தார்கள். நடந்தவற்றிற் கெல்லாம் பழிதீர்க்கும் வெறி அவர்களிடம் மேலோங்கியிருந்தது. தமது ஆத்திரத்தையெல்லாம் தென்னமரவடியில் கொட்டித்தீர்ப்பதுவே அவர்களின் நோக்கமாக இருந்தது.

'காடையர்கள் தம்மைக் கொல்ல வருகிறார்கள்' என்ற தகவல் ஏற்கனவே கிடைத்திருந்தும், 'அடப் போடா, குலைக்கிற நாய் எப்ப கடிச்சிருக்கு?' என்று அந்தத் தகவலைப் பெரிதுபடுத்தாமல் அசமந்தமாக இருந்தது, தென்னமரவடி எனும் கிராமத்தில் தொன்றுதொட்டு வாழ்ந்துவந்த தமிழர்கள் தம் வாழ்வில் இழைத்துவிட்ட மாபெரும் வரலாற்றுப் பிழை.

இப்படித்தான் இது நடக்கவிருக்கிறது என்பதைத் துல்லியமாகத் தூரநோக்குச் சிந்தையோடு அனுமானித்திருந்தாலோ அல்லது தமக்குக் கிடைத்த தகவலைக் கொஞ்சமேனும் கருத்திற் கொண்டிருந்தாலோ தொன்மை நிறைந்த தென்னமரவடியின் வரலாறு வேறுமாதிரி அமைந்திருக்கக்கூடும்.

ஆனால் இயற்கையின் நியதிப்படி அமைந்த நேர்வுகளில் பலதும் மனித அறிவுக்கு எட்டாத விசித்திரமாகவே இன்றும் உள்ளது. நடக்கவிருந்த கொடியதை அறிந்துங்கூட இயற்கையும் மௌனங்காத்திருந்தது.

திடீரென்று, அன்றைய நாள் காலை வேளையில், சொல்லாமல் கொள்ளாமல் ஆரம்பமானது கூற்றுவனின் கோரத்தாண்டவம்.

யார் செய்த புண்ணியமோ, கிராமத்தைக் காக்கவந்த தேவதைகளாகத் தம்மைச் சிறைப்படுத்தியிருந்த கயவர்களிடமிருந்து தப்பிப்பிழைத்து ஓடிவந்து தம்மை எச்சரித்த இரு பெண்களால் கிராமத்தவர்கள் சுதாரித்துக்கொண்டனர்.

கிராமத்தவர்கள் யாவரும் தத்தமது வீடுமனைகளைக் கைவிட்டுக் காடு நோக்கி ஓடத்தொடங்கினார்கள். அவர்கள் எதிர்பார்த்தபடியே, ஆயுததாரிகளாகக் கொக்கரித்தபடி காடையர்கள் ஊருக்குள் நுழைந்திருந்தார்கள்.

கண்ணில் பட்டவர்கள் எல்லோரையும் அடித்தும், வெட்டியும் கொன்று குவித்தார்கள். ஊரே அல்லோலகல்லோலப்பட்டது.

அவர்கள் வீடுவீடாகப் புகுந்தார்கள்.

கடைகளை உடைத்து நொறுக்கினார்கள்.

வீடுகளைக் கொளுத்திப் பற்றவைத்தார்கள்.

அக்கினியின் ஜுவாலை கொழுந்துவிட்டெரிந்தது.

கரும்புகையோ வான்வரை எட்டியது.

அவலக்குரல்கள் அதையும் தாண்டி ஒலித்தன.

நாய்களின் குரைப்பொலியும், மனிதரின் அவலக் குரல்களும் சேர்ந்தே ஒலித்தன. எது யாருடையதென்று பிரித்தறிய முடியாத கலவையாக அவை ஓங்கியொலித்தன.

எங்கே ஓடுகிறோமென்ற புரிதல் இல்லாமலேயே எல்லோரும் எங்கெங்கோ தலைதெறிக்க ஓடினார்கள்.

ஓடியவர்கள் துரத்தப்பட்டார்கள்.

துரத்திப் பிடிக்கப்பட்டார்கள்.

பிடிபட்டவர்கள் கொன்றொழிக்கப்பட்டார்கள்.

குழப்பமும், கூச்சலும் நிமிடத்திற்கு நிமிடம் அதிகரித்தவண்ணமே இருந்தது.

அறிவைப் போதித்த பாடசாலையும், அருளை அள்ளித் தந்த ஆலயமும் நிர்மூலமாக்கப்பட்டன. காலகாலமாகத் தாம் வசித்திருந்த ஊரைவிட்டே விரட்டியடிக்கப் பட்டவர்களாக, பறையனாற்றை அண்டிய காடுகளை நோக்கி ஓடிய அத்தனைபேரோடு, கௌரியும், ஷிவாவும் சேர்ந்து ஓடினார்கள்.

கொல்லப்பட்டவர்கள், காயப்பட்டு நகரமுடியாமல் கிடந்தவர்களைத் தவிர வேறு எவருமே மிச்சமில்லாதபடிக்கு, ஒரு பெருங்கிராமமே ஓடியொளிந்தது. தனது கையைப் பற்றிக்கொண்டு ஓடிய அம்மாவின் இழுப்பிற்கு ஈடுகொடுத்துத் தானும் ஓடினான் ஷிவா. ஆங்காங்கே இருந்த பற்றைக்குள்ளும், புதருக்குள்ளும் அவர்கள் இருவரும் ஒளித்தார்கள். யாரும் அவர்களைத் துரத்திக்கொண்டு அந்தப் பக்கம் வரவில்லை என்பதை உறுதிப்படுத்திக்கொண்டு மீண்டும் ஓடினார்கள்.

காடையர்களைப் பற்றி நிறையவே கேள்விப்பட்டிருந்தான் ஷிவா. ஆனால் இன்றுதான் முதன்முதலில், அவர்களைக் கையில் கத்தியோடும், பொல்லோடும், வேறும் ஆயுதங்களோடும் கோரர்களாக நேரில் கண்டான். பார்ப்பதற்கு அவர்கள் எவரும் சாதாரண மனிதர்களைப் போலத் தோன்றவில்லை. பூதகிங்கரர்களைப் போலத் தோற்றமளித்தார்கள். அவர்களைப் பார்க்கவே பயங்கரமாயிருந்தது. செக்கச் சிவந்த கண்களில் கொலைவெறி தாண்டவமாடியது. அந்தப் பாதகர்களைக் கண்டு பயந்து நடுங்கினான் ஷிவா.

கோரப்பசியுடன் தாம் இலக்கு வைத்த இரையைத் துரத்தித் துரத்தி வேட்டையாடும் கொடிய விலங்குகள்போலத் தம்மைத் துரத்தியவர்களிடமிருந்து தப்பிப்பிழைத்துவிடலாம் என்ற நப்பாசையுடன் ஓடிய அப்பாவிக் கிராமத்தவர்களைக் கண்டான் ஷிவா.

தான் கண்டதைக் காணச் சகிக்காமல் கண்கள் இரண்டையும் இறுக மூடிக்கொண்டாலும் அது காணத் தவிர்க்கமுடியாத காட்சியாகவே இருந்தது.

வெவ்வேறு திசைகளிலிருந்தும் ஆண்கள், பெண்கள், சிறுவர்கள் என்ற வயது பேதமின்றிய கதறலின் பேரவலம் கேட்டுக்கொண்டே இருந்தது. தனது காதுகளிரண்டையும் பொத்திக்கொண்டான் ஷிவா.

கொல்லும் குரல்கள் சிங்களத்திலும், கெஞ்சும் அவலக் குரல்கள் தமிழிலும் ஓங்கி ஒலித்தன. அதைக் கேட்டு நடுங்குவதைத் தவிர வேறெதுவும் செய்யத் தோன்றவில்லை.

அவர்கள் ஒளிந்திருந்த புதருக்கு மறுபக்கத்தில் யாரோ ஒருவரை வெட்டிப்போட்டிருந்தார்கள். வயிறு பிளந்து குடலெல்லாம் வெளியே பறிந்திருந்தது. ரத்தமும், சதையுமாகக் குழைந்து கோரமாகக் காட்சியளித்த அந்தச் சடலத்தைப் பார்த்து வெலவெலத்துப் போனான் ஷிவா. பயத்தில் அவனுடல் நடுங்கியது. அழுகை பீரிட்டது. அவனிடமிருந்து எந்தச் சத்தமும் வெளியே வராமலிருக்க, ஷிவாவின் வாயைத் தன் கைகளால் பொத்தித் தன்னோடு அணைத்துக்கொண்டாள் அம்மா.

மழை சாதுவாகத் தூறத்தொடங்கியிருந்தது. அடிக்கடி தனது உதட்டில் ஒரு விரலை வைத்துக்காட்டிச் ‘சத்தம்போடாதே’ என்று கூறிய அம்மாவின் கண்களில் பயத்தின் எந்த அறிகுறிகளையும் ஷிவாவால் காணமுடியவில்லை. அவளிடமிருந்ததெல்லாம் ஓர் ஓட்ட வீராங்கனையிடமிருந்த உத்வேகம். எப்பாடுபட்டாகிலும் குறித்த இலக்கை அடைந்தேயாக வேண்டும் என்ற பரபரப்பு. அவளுடைய மனதிற்கொண்ட உணர்வுகள் எதையும் வெளிப்படுத்தாத அந்த முகத்தை அவனால் என்றுமே மறக்க முடியாது.

மெள்ள அவ்விடத்தை விட்டு அகன்று வேறிடத்தில் சென்று ஒளிந்துகொண்டார்கள். அருகில் எங்கிருந்தோ ஒரு பெண்ணின் அழுகுரல் கேட்டது. அந்தக் குரலைக் கூர்ந்து கேட்டான் ஷிவா. அந்தக் கீச்சுக்குரலை ஷிவாவால் இலகுவில் அடையாளம்காண முடிந்தது. அது ராஜியக்காவின் குரல்.

ஷிவாவுக்கு ராஜியக்காவை ரொம்பப் பிடிக்கும். அவர்கள் வீட்டிலிருந்து பார்த்தால் ராஜியக்காவின் வீடு தெரியும். அவளும் அடிக்கடி அவர்கள் வீட்டுக்கு வருவாள். அம்மாவுக்கு வேண்டிய உதவிகளைச்

செய்துகொடுப்பாள். இல்லாவிட்டால் அம்மாவோடு ஊர்த்துளவாரம் அலம்பிவிட்டுப் போவாள். ஷிவாவின் வீட்டுப்பாடங்களைச் செய்வதற்கும் உதவுவாள். அவனுக்கு விளங்காத பாடங்களையும் சொல்லித்தருவாள்.

சத்தம் வந்த திசையை அம்மாவிடம் சுட்டிக் காட்டி, 'ராஜியக்கா' என்று மெல்லிய குரலில் கூறினான் ஷிவா. அவனைப் புதரினுள்ளேயே அமர்த்திவிட்டு மெல்லக் குரல் வந்த இடத்தை எட்டிப்பார்த்தாள் கௌரி. சற்றுத்தள்ளி, தனது உடையும், உடலும் கிழிக்கப்பட்டவளாகப் பற்றைக்குள் கைகால் பரத்திக் கிடந்தாள் ராஜியக்கா. அவளுடைய உடலில் எந்த அசைவுமில்லை. கண்கள் இரண்டும் வானில் தெரிந்த ஏதோவொரு புள்ளியை வெறித்துப் பார்த்தபடியிருந்தன.

“ராஜீ... ராஜீ... எழும்படீ, எழும்பு. எழும்பி வா, போகலாம்” என்ற அம்மாவின் அழைப்பையோ, உலுக்கலையோ அவள் பொருட்படுத்தியதாய்த் தெரியவில்லை. எந்தச் சுரணையும் இல்லாமல் கிடந்தாள் ராஜியக்கா. அவளது உடலின் அத்தனை அந்தரங்கங்களும் அப்பட்டமாகத் தெரியும்படி, வெட்கம் துளியும் இல்லாமல் அலங்கோலமாகப் படுத்துக்கிடந்தாள்.

அவள் தனது கீச்சுக்குரலில் அழுதுகொண்டிருந்தாள். அது அழுகையா?, முனகலா? அல்லது அவளுடைய மூச்சுச் சத்தந்தானா? என்பது தெளிவாகத் தெரியவில்லை. ஆனால் அவள் தான் அழுவதை மட்டும் நிறுத்தவேயில்லை.

அங்கே தம்மால் ஆகக்கூடியது எதுவுமில்லை என்பதைப் புரிந்துகொண்டவளாக, ராஜியக்காவை அவ்விடத்திலேயே விட்டுவிட்டு, ஷிவாவை வலுக்கட்டாயமாக அழைத்துக்கொண்டு அவ்விடத்தை விட்டு நகர்ந்தாள் அம்மா. ஆனால் ஷிவாவிற்கோ ராஜியக்காவை அங்கே விட்டுச்செல்வதில் கொஞ்சமேனும் இஷ்டமில்லை.

இதற்கு மேல் அவளுக்கு என்ன ஆகுமோ என்ற எண்ணமே அவன் மனதை அரித்தது. தரையில் கிடந்த ராஜியக்காவைத் திரும்பித் திரும்பிப் பார்த்தபடியே, அம்மாவின் இழுப்பின்வழி செல்லலானான் ஷிவா.

ராஜியக்காவின் கீச்சென்ற அழுகைக்குரல் வெகுதூரம் விடாமல் அவனுக்குக் கேட்டபடியிருந்தது.

33

சிலைமேல் கறையாகப் பதிந்தவை — 6

உண்பதற்கு உணவின்றி, உடுக்க உடையின்றி, உயிரைக் கையில் பிடித்தபடி, ஊரை விட்டு வெளியேறுவதைத் தவிர வேறு எந்த மார்க்கமும் அவர்களிடம் இருக்கவில்லை.

வேறு எந்த வாய்ப்புகளும் அவர்களுக்கு வழங்கப்படவில்லை.

அவர்களுக்கு வழங்கப்பட்டதோ இரண்டு தெரிவுகள் மட்டுமே. அவை 'இங்கிருந்து ஓடிப்போய்விடு' அல்லது 'இங்கே, இப்போதே செத்து மடி' என்பதே. பாவப்பட்ட அந்த மாந்தரோ முன்னையதைத்தான் தேர்ந்தார்கள்.

காலகாலமாக அங்கே வாழ்ந்தவர்களையெல்லாம் அடித்துத் துரத்திய பிற்பாடு, அவர்கள் குடியிருந்த வீடுகளும், கடைகளும், பொதுவிடங்களும் சூறையாடப்பட்டன. உடைத்து நாசமாக்கப்பட்டன. தீ வைத்துக் கொளுத்தப்பட்டன. மொத்தக் கிராமமும் கொழுந்துவிட்டுப் பற்றியெரிவதை காட்டுக்குள் ஒளிந்திருந்தவர்கள் மரங்களின் மேலேறிப் பார்த்து வெந்தார்கள். வீட்டினுள் கிடைக்காத பாதுகாப்பைத் தேடிக் காட்டினுள் ஓடினார்கள். காட்டுக்குள்ளேயே ஒழிந்தும் கிடந்தார்கள். காட்டினுள் தஞ்சமடைந்தவர்கள் மனதில் பயம் மண்டியிருந்தது.

அவர்கள் உடல் பசியால் களைத்திருந்தது. களைத்திருந்த உடலைக் கல்லும், முள்ளும் கீறிக் கிழித்தன.

ஓரிடத்தில் தங்கமுடியாமல் கால்நடையாகவே வெகுதூரம் நடந்து மேலும் களைத்தார்கள். களைத்த உடல் நொந்தார்கள். ஆங்காங்கே நின்று தணிந்தார்கள். அவர்கள் பட்ட துன்பங்களையெல்லாம் எழுத்தில் வடிக்க முடியாது.

ஷிவாவைப் பொறுத்தவரையிலும் அதுவொரு முடிவில்லாத பயணமாயிருந்தது.

காடு மேடெல்லாம் ஏறியிறங்கிய பயணம் அது.

பரந்து, விரிந்த கடலிலே அலையோடு செய்த பயணம் அது.

ஆகாயவழியே நாடுகளைக் கடந்த பயணம் அது.

அந்தப் பயணம் முழுவதுமே அம்மாவின் கைப்பற்றல் கழறவேயில்லை. ஷிவாவின் மணிக்கட்டு சிவந்து, கண்டித்தும்போனது. வலித்தது.

எவ்வளவுதான் முயன்றாலும் அழித்துவிட முடியாமல் ஷிவாவின் நினைவுகளில் தெளிவாகப் பதிந்திருந்த ஞாபகங்கள் இவை. இவற்றையெல்லாம் அனுபவமாய்ச் சேர்த்தபோது, அவனுக்கு வெறுமனே ஆறு வயதுதான். பெருசாயில்லை.

34

குட்டிக்கதை: வருக்கன் பலாப்பழம்

அந்த ஊரிலே இரண்டு விதமான சந்தைகள் கூடும். வாரத்திற்கு ஒருமுறை கூடுகின்ற சந்தை விசேசமானது. தினப்படி கூடும் சந்தையோ வழக்கமானது.

தினமும் கூடுகின்ற சந்தையில் உள்ளூர் வியாபாரிகள் கடை விரித்திருப்பார்கள். நாளாந்தம் வீட்டுக்குத் தேவையான மரக்கறி சாமான்களை விற்பார்கள். ஆனால் அங்கே கூட்டமிராது.

தினப்படி சந்தை அழுதுவடியும். வாரத்தில் ஒருமுறை கூடும் சந்தையின் கதை வேறு. திருவிழாப்போலக் கூட்டம் அலைமோதும். சுற்றுப்பற்றில் இருக்கும் ஊர்களில் இருந்தெல்லாம் வியாபாரிகள் வந்து சேருவார்கள். வருகின்ற வியாபாரிகள் வித்தியாசமாக எதையேனும் விற்பதற்குக் கொண்டுவருவார்கள்.

அதை முதலில் புதினம் பார்த்துவிட்டுத்தான் அதை வாங்குவதா? இல்லையா? என்பதை சந்தைக்கு வருபவர்கள் முடிவெடுப்பார்கள். இவ்வாறு வாராந்திரம் அந்த ஊரில் கூடுகின்ற சந்தைக்குத் தவறாமல் செல்வதைத் தனது வழக்கமாகக் கொண்டிருந்தார் பெரியவர்.

பெரியவர் என்றால் அவரொன்றும் அந்த ஊருக்குப் பெரியவர் கிடையாது. ஆனால் அவர் பெரியவர்.

பெரியவர் சந்தைக்குச் செல்வதொன்றும் தனது வீட்டுக்குத் தேவையான காய்கறி சாமன் வாங்குவதற்காக அல்ல. அந்த வேலையை அவருடைய மகளோ மருமகளோ செய்வார்கள். சந்தையைச் சுற்றிப்பார்ப்பதற்கும், பார்த்தது போக மிச்ச நேரத்தில் அங்கே கூடியிருக்கும் அவருடைய நண்பர் குழாத்தோடு அரட்டையடிப்பதற்குமே அவர் அங்கே செல்வார். அதைத் தவிர பெரும்பாலும் வேறு எந்த வேலையும் பெரியவருக்கு இருப்பதில்லை.

பெரியவருடைய வயதையொத்த அவருடைய நண்பர்களும் இவரைப் போலவே சந்தைக்கு வந்துசேருவார்கள். சந்தையோரத்திலிருக்கும் பழைய அம்பலத்தில் கூடுவார்கள். ஆளையாள் கண்டால் போதும், அங்கே சமாதான். சந்தையிலும் சமா நடக்கும்.

சந்தைக்குச் செல்லும்போது பெரியவர் தன் கையில் காசு இல்லாமல் வெளிக்கிடவே மாட்டார். சந்தையில் எதையும் வாங்காதவருக்குக் கையில் காசெதற்கு? என்ற கேள்வி சாதாரணமாகவே யாருக்கும் எழக்கூடியதுதான்.

பெரியவருக்கு ஒரு பழக்கம் உண்டு. சந்தையில் வித்தியாசமாக ஏதாவது அவருடைய கண்ணில் பட்டால் போதும், அதை வாங்காமல் வீட்டிற்குத் திரும்பவேமாட்டார். ஆனால் அவர் தனக்கென்று எதையும் வாங்குவதில்லை. வீட்டிலிருக்கும் மக்கள், மருமக்கள், பேரப்பிள்ளைகள்தான் அவருடைய சர்வ புலனிலும் உள்ளவர்கள். எதை வாங்குவதானாலும் அவர்களுக்குத்தான் அதை வாங்குவார்.

அன்றைய நாளும் வழமைபோலவே தனது கைகளிரண்டையும் பின்னால் கட்டியபடி சந்தையை வலம்வந்தவரின் கண்களில் பட்டது பலாப்பழம். அதுவும் சும்மா பழமல்ல. வருக்கன் பழம்.

பக்கத்து ஊரிலிருந்து பழங்கள் கொண்டுவரும் வியாபாரி அன்று வருக்கன் பலாப்பழங்களை விற்பதற்காகக் கொண்டுவந்து குவித்திருந்தான். குவியலிலிருந்த ஒவ்வொன்றும் நல்ல பெரிய சைஸ் பழங்கள். பச்சையும் மஞ்சளும் கலந்த நிறத்தில் பழுத்து முதிர்ந்திருந்த பழங்களின் தோலிலிருந்த முட்களெல்லாம் நன்றாகப் பெருத்து விரிந்திருந்தன.

ஓரிரு பழங்களை இரண்டாக, நான்காகப் பிளந்தும் வைத்திருந்தான் அந்த வியாபாரி. செம்மை கலந்த மஞ்சள் சுளைகள் புடைத்துப் பருத்திருந்தன. சுளைகளுக்கிடையில் இருந்த சக்கை நார்களே சதைப்பற்றாகக் காணப்பட்டன. தனது வாடிக்கையாளர்களின் ஆசையைத் தூண்டுவதன் மூலம் வியாபாரத்தை எகிற செய்வதற்காகத்தான் அவன் இவ்வாறு செய்தானோ என்னவோ? ஆனால் அதற்கு எந்த அவசியமும் இருக்கவில்லை. அந்த அத்தத்திலிருந்து இவ்விடம் வரை பலாப்பழத்தின் இனிய மணம் காற்றில் நிறைந்து மூக்கைத் துளைத்தது. அந்த மணத்திற்கு மயங்கியவர்களாய் அவ்விடந்தேடி எல்லோரும் வந்தார்கள்.

தனது கண்களை மூடிக்கொண்டு ஒரு தடவை அந்தப் பலாப்பழத்தின் மணத்தை நுகர்ந்தார் பெரியவர். நாசிக்குள் புகுந்த பலாப்பழ வாசம் அவருடைய மூளை நரம்புகளைத் தூண்டிவிட்டது. சல்லியம்மன் கோவிலில் புட்டும் பலாப்பழமும் சாப்பிட்ட அவருடைய பழைய நினைவுகளை அது கிண்டிக் கிளறிவிட்டது.

வைகாசி மாதப் பௌர்ணமியை ஒட்டி வருகின்ற சல்லியம்மன் திருவிழாவென்றால் திருகோணமலையெங்கும் கொண்டாட்டந்தான். திருகோணமலையிலிருந்து மட்டுமல்ல சுற்றியிருக்கும் பிரதேசங்களில் இருந்தெல்லாம் சல்லிக்கு வருவார்கள். முல்லைத்தீவிலிருந்து, வல்வெட்டித்துறையில் இருந்தெல்லாம் பக்தர்கள் வருவார்கள்.

சல்லியம்மன் திருவிழாவில் புட்டுக்கடை மிகமிக விசேசம். கோவிலுக்கு அம்பாளைத் தரிசித்து அருள்பெற்றுச்செல்ல வருகிறார்களோ இல்லையோ, புட்டும் பலாப்பழமும் சாப்பிடுவதற்கென்றே தனியாக ஒரு கூட்டம் அங்கே வந்துசேரும்.

நீத்துப்பெட்டியில் அவித்த புட்டைச் சுடச்சுடப் பலாப்பழத்தோடு சாப்பிடுவதில் கிடைக்கும் இன்பமே தனியானதுதான். புட்டின் அவிந்த மணத்தோடு பலாப்பழ வாசமும் சேர்ந்து அந்த அனுபவத்தைச் சுகானுபவமாக மாற்றிச் சுடச்சுடத் தரும்.

சில காலமாகவே சல்லிக்குச் செல்லக் கிடைக்கவில்லை. இந்த வருடமாகிலும் அங்கே சென்றுவரலாமா என்று பார்க்கோணும் என்று தனது பலாப்பழ நினைவுகளில் லயித்தபடியே சந்தையில் வருக்கன் பழம் குவிக்கப்பட்டிருந்த இடத்தை நோக்கிச் சென்றார் பெரியவர்.

அவரைப்போலவே வேறும் பலரும் பலாப்பழ மணத்துக்குக் கவரப்பட்ட இலையான்களைப் போல அவ்விடத்தில் வந்து மொய்த்துக்கொண்டு நின்றார்கள்.

அங்கே நின்றவர்களின் எண்ணிக்கையோ விற்பனைக்கு வைக்கப்பட்டிருந்த பலாப்பழங்களின் எண்ணிக்கையைவிட அதிகமாக இருந்தது. அந்தக் கூட்டத்தினுள் புகுந்து, இடிபட்டு, நெருக்குப்பட்டு பலாப்பழத்திற்கு விலை பேசி வாங்குவதென்பது பெரியவரைப் பொறுத்தவரையில் முடியாத காரியமாகவே தோன்றியது.

ஆனால் அங்கிருந்த வருக்கன் பலாப்பழத்தைக் கண்டதுமே அதிலொன்றை எப்படியாவது வாங்கியே தீருவது என்ற எண்ணம் பெரியவரின் மனதில் முளைத்துவிட்டிருந்தது. இனி அதிலிருந்து பின்வாங்கும் திட்டம் அவருக்குத் துளியுமில்லை. எப்படியாவது பலாப்பழத்தை வாங்கியே தீர வேண்டும். இங்கே குவிந்திருப்பவர்களை வெல்லவே வேண்டும். வெல்லாவிட்டால் பெரியவருக்கு மரியாதையில்லை.

ஆனால் அங்கே கூடியிருந்தவர்கள் அனைவரையும் தாண்டித் தனக்கும் ஒரு பழம் கிடைப்பதற்கு அதிஸ்டம் தேவையென்பதை உணர்ந்திருந்தார் பெரியவர். அங்கே நின்றவர்கள் ஆளுக்கொரு பழத்தைக் காட்டி விலை பேசிக்கொண்டிருந்தார்கள். விற்பவரால் நியமிக்கப்பட்ட விலைக்கே வாங்கமுடியுமா என்ன? வியாபாரி சொன்ன விலையில் ஒரு ரூபாயையாவது குறைத்தால்தான் வாங்குபவருக்குத் திருப்தி. தமக்குத் தாமே ஒரு சபாஷ் கூறிக்கொள்வார்கள்.

பேரம் பேசுவதென்பது தனித்திறமை. அதற்குச் சந்தை நிலவரங்களை அறிந்திருக்க வேண்டும். பொருட்களைப் பற்றித் தெரிந்திருக்க வேண்டும். கொஞ்சமேனும் உளவியலைப் புரிந்திருக்க வேண்டும்.

பேரம் பேசுவதில் பெரியவர் விண்ணன். சந்தையில் எதை வாங்குவதென்றாலும் விலையைக் குறைத்துத்தான் பொருளைக் கொள்வனவு செய்வார். ‘அவன் சொன்ன விலைக்கு வாங்கிறதுக்கு நான் என்ன பைத்தியக்காரனே? நான் விலை குறைச்சுத்தான் வாங்கினனான்’ என்று, தனது திறமையைப் பெருமை பறக்கப் பீத்தியடிப்பார்.

ஆனால் இன்றைய நிலைமை பேரம்பேசி மாள்வதற்கானது இல்லை என்பதைப் புரிந்துகொண்டார் பெரியவர். பலாப்பழக்காரனுடன்

பேரம் பேசுவதற்கு அவர் முனையவில்லை. அங்கே பேரம் பேசிப் போட்டி போட்டுக்கொண்டு நிற்கும் முட்டாள் சனங்களை எப்படி வெல்வதென்று பெரியவருக்குத் தெரியும். இந்த மாதிரியான நேரங்களில் புத்தியைப் பாவிக்க வேண்டும் என்பதும் பெரியவருக்குத் தெரியும்.

சரசரவென்று அந்தக் கூட்டத்தின் ஒரு பக்கத்தால் புகுந்து முன்னே சென்று, “எனக்கொரு பழம் தா” என்று பலாப்பழக்காரன் கேட்ட விலைக்குரிய பணத்தை அவன் கைகளில் திணித்தார் பெரியவர். அவனும் ‘அடடா பேரம் பேசவில்லையே இந்த மகராசன்’ என்ற வியப்பு மேலிட்டவனாக, பெரியவர் கேட்ட பழத்தை அலாக்காகத் தூக்கி அவர் கையில் கொடுத்தான். அங்கே சுற்றி நின்றவர்கள் சுதாரிக்கும் முன்னமே பலாப்பழத்தைத் தன்னுடைய தோளிலிருந்த துண்டில் சுற்றியெடுத்துக்கொண்டு ‘ஆளை விட்டால் போதும்’ என்று அவ்விடத்தை விட்டு நகர்ந்தார் பெரியவர்.

அவரது நடையில் வெற்றியின் கம்பீரம் இருந்தது. வழமைபோல இம்முறையும் தனது பலாப்பழக் ‘கொள்வனவின் செயல்திறம்’ சார்பாக அவர் மனதில் பெருமிதம் இருக்கத்தான் செய்தது. கூடியிருந்த அத்தனைப்பேரில் தன்னுடைய திறமையை எண்ணிப் பெருமிதமடைந்தார் பெரியவர்.

தனியே பேரம் பேசும் திறன் மட்டும் போதாது. சமயோசிதமும் தேவை என்பது இங்கே யாருக்குப் புரிகிறது? அது இருந்ததனால்தானே பிள்ளையாருக்கு மாம்பழம் கிடைத்தது கணக்காகத் தனக்கும் இந்த வருக்கன் பலாப்பழமும் கிடைத்தது என்று எண்ணிக்கொண்டார்.

‘யாருக்காவது சந்தையில் நடந்ததைச் சொல்லியே ஆக வேண்டும்’ என்ற எண்ணம் அவர் மனதைக் குடைந்தது. சந்தையை விட்டுக் கிளம்பினார் பெரியவர். வீடு வந்துசேர்ந்ததும் பெரியவரது மக்களும், மருமக்களும், பேரப்பிள்ளைகளும் அவர் கொண்டுவந்த பலாப்பழத்தைக் கண்டு வியந்தார்கள். அந்தப் பழத்தைக் கொண்டாடினார்கள். அவரையும் போற்றிப் பாராட்டினார்கள். ஒரு வருடத்தில் பலாப்பழக் காலம் வந்து, தமக்குக் கிடைக்கின்ற முதலாவது பழத்தையோ அல்லது இருந்துவிட்டு ஒரு தடவை கிடைக்கின்ற வருக்கன் சாதிப் பழத்தையோ கொண்டாடுதல் சாதாரண நிகழ்வுதான்.

போகப்போக பலாப்பழக் கெலித்தனம் படிப்படியாகக் குறைந்து, ஒரு கட்டத்தில் ஒரேயடியாக அலுத்தே போய்விடும். அத்தோடு

அந்த வருடத்துக்குரிய பலாப்பழ ருசிப்புத் தீர்ந்துபோய்விடுகிறது. இனி அடுத்த வருடத்துப் பலாப்பழக் காலம் வரும்வரை காத்திருக்கவேண்டியதுதான். அந்நேரத்தில் பலாப்பழத்துக்கான 'அடிபிடி' திரும்பவும் ஆரம்பமாகும். இதுவும் சாதாரணமான நடைமுறைதான்.

வீட்டுத் திண்ணையில் ஒரு சாக்கை விரித்து அதன் மேல் அந்த வருக்கன் பழத்தை வைத்தார் பெரியவர். தேங்காயெண்ணை போத்தலையும் பாறாங்கத்தியையும் கைத்துடைப்பதற்கு ஒரு பழஞ்சீலைத் துணியையும் கொண்டுவந்து அருகில் வைத்தாள் மருமகள்.

பேரப்பிள்ளைகள் அவரைச் சுற்றி வட்டமாய் அமர்ந்தார்கள்.

தேங்காயெண்ணெய் போத்தலைக் கவிழ்த்துப் போதுமான அளவு எண்ணெயைத் தனது கையில் ஊற்றியெடுத்தார் பெரியவர். தனது கைகளிலும், கத்தியிலும் எண்ணெயைத் தடவிவிட்டு அந்த வருக்கன் பழத்தை வெட்டிப் பிளந்தார். ஒரு தேர்ந்த ஏந்திரியின் லாவகத்தோடு பருத்த சக்கையிழைகளுக்கு நடுவே பாதுகாப்பாய்ப் புகுந்திருந்த சுளைகளை ஒவ்வொன்றாகப் பிரித்தெடுத்தார் பெரியவர்.

பலாப்பழமென்றால் சும்மாவா? அது முக்கனிகளில் ஒன்றல்லவா? உள்ளேயிருந்த 'கொழுக்மொழுக்' பலாச்சுளைகளைச் சுற்றியிருந்து பார்த்த எல்லோருடைய வாயிலும் நீரூறியது. பலாச்சுளைகளை மட்டுமா? கூடவிருந்த சதைப்பாங்கான சக்கைகளையே உண்ணலாம்போலிருந்தது. ஆனாலும், சக்கையை உண்டு வயிற்று நோவைத் தேடிக்கொள்ளும் எண்ணம் யாருக்கும் இல்லை. சுளைகளையெல்லாம் தேர்ந்தெடுத்த பிறகு தோலைக் கொண்டுபோய் மாட்டுக்கு வைத்தார்கள்.

அன்று அவர்கள் விரும்பிய அளவு பலாப்பழம் சாப்பிட்டார்கள். சிறியவர்கள் தேனிலும் நனைத்துச் சாப்பிட்டார்கள். பக்கத்து வீட்டாருக்கும் சில சுளைகளைக் கொடுத்தனுப்பினார்கள். பழங்களை உண்டபிறகு பலாக்கொட்டைகளைச் சேர்த்தும் வைத்தார்கள். நாளையோ அல்லது நாளை மறு நாளோ அந்தக் கொட்டைகளை அவித்து அல்லது சுட்டுச் சாப்பிடுவார்கள். அதுவும் தனிச் சுவைதான்.

பலாக்கொட்டைப் பால்கறியோ, குழம்போ வைப்பதற்கும் சாத்தியமிருந்தது. இந்த அனுபவம் எல்லோருக்கும் கிடைப்பதில்லை. அதற்குக் கொடுப்பினை வேண்டும். அன்று மதியம்போல வீட்டுத் திண்ணையில் ஓய்வாகச் சாய்ந்திருந்தார் பெரியவர். அவர் மனம்

நிறைந்திருந்தது. தனது பிள்ளைகள், மருமக்கள், பேரப்பிள்ளைகள் எல்லோரும் ஆசைஆசையாகப் பலாப்பழம் உண்டதில் அவருக்குப் பரம திருப்தி.

இதே மகிழ்ச்சியும், திருப்தியும் அவரது குடும்பத்தில் என்றைக்குமே நிலைத்திருக்க வேண்டும் என்ற எண்ணம் அவர் மனதில் பேராசையாக வலுப்பெற்றது.

இன்று அவர் சந்தைக்குச் சென்றதால்தானே அந்த வருக்கன் பழத்தை அவரால் வாங்கிவர முடிந்தது? அதனால்தானே வீட்டிலிருந்தவர்கள் எல்லோரும் இப்படியொரு அனுபவத்தைப் பெற்றுக்கொண்டார்கள்? அன்று அவர் சந்தைக்குப் போயிராவிட்டால் என்னவாகியிருக்கும்? சிந்தித்துப் பார்த்தார் பெரியவர்.

இந்தப் பலாப்பழம் கிடைத்திருக்காவிட்டால் என்ன குடியா முழுகிப்போயிருக்கும்? வேறொரு நாளில் ஒரு கூழாம்பழமாவது கிடைத்திருக்கும்தான். ஆனால் அதுவே இந்த வருக்கன் பழமாய் இருந்திருக்காது. 'பெறமுடியாத ஒன்றைப் பெற்றுக்கொள்வதை உறுதிப்படுத்துவது எவ்விதம்?' என்று எண்ணத் தலைப்பட்டார் பெரியவர். திடீரென்று அவர் மனதில் ஒரு சிந்தனை உதித்தது. அதனால் ஏற்படக்கூடிய சாத்தியப்பாடுகளை எண்ணிப் பரவசமடைந்தார். உடனே எழுந்துசென்று, உள்ளே எடுத்து வைத்திருந்த வருக்கன் கொட்டைகளில் சிலதை எடுத்துப்போய்க் கிணற்றடியில் பதியம் போட்டார் பெரியவர்.

சில நாட்களுக்குப் பிறகு அவர் பதியம்வைத்த பலா வித்துக்களில் ஒன்று முளைத்திருந்தது. அதனைக் கண்டதில் அவருக்குப் பெருமகிழ்ச்சி. கையுமோடவில்லை காலுமோடவில்லை. அந்தப் பலாக்கன்றைக் கவனமாக வேறொரு பொருத்தமான இடத்தில் மீளநட்டார். அதற்குத் தண்ணீர் ஊற்றி, எருவுமிட்டுப் பராமரித்தார். இது நடந்து சுமார் ஏழு வருடங்களுக்குப் பிறகு அந்தப் பலாமரம் முதன்முதலாகக் காய்த்தது. அந்த மரத்தில் பொல பொலவெனப் பல காய்கள் காய்த்துத் தொங்கின. அவை பெருத்தும் வளர்ந்து பழுத்தன. இன்னும் நூறு வருடங்களுக்கு இந்தக் காய்த்தல், பழுத்தல் தொடரும். அந்த மரத்திலிருந்து ஆய்ந்த முதலாவது பழத்தை, அதே திண்ணையில் ஒரு சாக்கை விரித்து, அதன்மேல் வைத்து வெட்டிப் பிளந்தான் பெரியவரின் மூத்த மகன். பிரித்தெடுத்த சுளைகளை உண்பதற்கு முன் அவற்றில் சிலதை ஒரு

பாத்திரத்தில் எடுத்துச்சென்று பெரியவரின் படத்திற்கு முன்னால் வைத்து வணங்கினாள் அவரது மகள். படத்திலும் மகிழ்ச்சி பொங்கச் சிரித்தார் பெரியவர்.

“தயவுசெய்து இந்தக் கதையைக் கொஞ்சம் நிப்பாட்டுங்கோ அம்மா” என்று குறுக்கிட்டான் ஷிவா. அவனது முகத்தில் குழப்பமிருந்தது.

தான் சொல்லிக்கொண்டிருந்த கதையைச் சற்று நிறுத்தினாள் கௌரி.

“என்னடா ஷிவா? கதை நல்லாயில்லையா?” என்று மகனைக் கேள்வியுடன் நோக்கினாள்.

“இப்ப இந்தக் கதையில இருந்து என்னத்தைச் சொல்ல வாறீங்க? அதை முதலில் எனக்குச் சொல்லுங்க. ‘ஐயாம் சோ கொன்ஃபியுஸ்ட்’. வீடுகளில் மரம் நடுவது பெரிய விசயமா?” கேட்டான் ஷிவா.

“வீடுகளில் மரம் நடுவதொன்றும் பெரிய விசயம் இல்லைத்தான். அதுவும் கிராமப்புறங்களில் அது சகஜமானதுதான். ஆனால் இந்தக் கதை உனக்குச் சொல்லும் கருத்தை ஊன்றிக் கவனிக்காமல் மேலோட்டமாகவே யோசிக்கிறாய் நீ. நுனிப்புல் மேய்வது சரியல்ல” ஷிவாவைப் பார்த்துக் கூறினாள் கௌரி. இருந்தாலும் தனது மகன் அவ்வாறு மேலோட்டமாக மட்டுமே அந்தக் கதையை அலசியிருக்கமாட்டான் என்ற நம்பிக்கையும் அவளிடமிருந்தது.

“யா...யா... நீங்க என்ன சொல்ல வந்தீங்க எண்டதை நான் சரியா விளங்கித்தான் கேக்கிறனம்மா. நான் நுனிப்புல் மேயவில்லை.

அந்தப் பெரியவர் தன்னைப் பற்றி மட்டும் யோசிக்கவில்லை. தனக்கு அடுத்த ‘ஜெனெரேசனை’ யோசித்தார். அதுக்கு அடுத்த, அதுக்கும் அடுத்த சந்ததிகளையும் யோசிச்சுத்தான் அவர் அந்த மரத்தை நட்டிருக்கிறார். அந்த மரத்தில காய்க்கப்போற பழத்தை அவரால சாப்பிட முடியாது எண்டதுகூட அவருக்கு நல்லா தெரிஞ்சிருக்கும். ஆனால் அவர் அதைப் பற்றிக் கவலைப்படயில்லை. அவர்ட நோக்கமெல்லாம் எதிர்கால சந்ததிகள் பலன் பெறவேணும். அந்தப் பலன் நிரந்தரமானதா இருக்கவேணும் எண்டதுதான். அதில அவர் வெற்றியும் கண்டார்” ஒரே மூச்சில், தான் அந்தக் கதையிலிருந்து கிரகித்தவற்றைத் தாயிடத்தில் சொன்னான் ஷிவா.

“வாவ் ஷிவா. உனக்கு நல்லா விளங்கியிருக்குது. உன்னை நினைச்சு நான் பெருமைப்படுறன். உனக்குத் தெரியுமா ‘வீடுதோறும்

பலாமரமிருக்கப் பசியைக் கண்டு கலங்குவதேன்’ எண்டொரு முதுமொழி இருக்கு. சிறிலங்காவில் ஏற்பட்ட பஞ்சக் காலத்தில பசியைப் போக்கின மகிமை பலாவிற்குத்தான் உண்டு. பலா மரத்தில இருந்து கிடைக்கிற நற்பலன்கள் கனக்க இருக்கு” என்று கூறிவிட்டுத் தன் மகனின் முகத்தையே உற்றுப் பார்த்தபடியிருந்தாள் கௌரி.

அம்மாவின் அகத்திலிருந்த வேறு எதையோ அவள் முகத்தில் கண்டவனாக “அம்மா ‘ஐயாம் ரியலி வெரி சொறி’ நீங்க சொல்லவந்த ஏதோவொரு முக்கியமான விசயத்தை நான் ‘மிஸ்’ பண்ணிட்டன் எண்டது எனக்குத் தெளிவா விளங்குது. தயவுசெய்து அது என்னவெண்டு சொல்லுங்கோ அம்மா” கெஞ்சலாகக் கேட்டான் ஷிவா.

அவனைப் பார்த்துப் புன்னகைத்தாள் கௌரி. அவனுடைய தலைமுடியை அன்பாகக் கோதியும்விட்டாள்.

“நம் எண்ணத்தைப் பல விதமா, பல வடிவங்களில வெளிப்படுத்தலாம். அந்த வெளிப்பாடு நேரடியான கருத்துப் பரிமாற்றமாகவோ அல்லது கருத்து வெளிப்பாடாகவோ இருக்கலாம். அதே வேளை நம் எண்ணத்தையும், நினைப்பையும் மற்றவங்களுக்குத் தெரியாமல் திரையிட்டும் மறைக்கலாம். நம்மளோட உத்தேசமான எண்ணங்களை மூடிமறைச்சிட்டு, அதையே யாருக்கும் தெரியாமல் செய்தும் முடிக்கலாம். நாம் இதைத்தான் செய்கிறோமெண்டு யாராவது சந்தேகப்பட்டால், அப்படி எதுவுமே இல்லையென்று சப்பைக்கட்டுக் காரணங்களைச் சொல்லிச் சமாளிக்கலாம். முழுப்பூசணிக்காயையே மூடி மறைக்கலாம். நாம் இப்படிச் செய்வதற்கு பல காரணங்கள் இருக்கும். அந்தக் காரணங்கள் மிக எளிமையானதாகவோ சிக்கலானதாகவோ இருக்கலாம்” என்று கூறித் தொடர்ந்தாள் கௌரி.

“இந்தக் கதையில் வாற பெரியவரிடம் ஒரு சிந்தனை இருந்தது. அந்தச் சிந்தனையைச் செயலாக்கும் எண்ணமும் அவரிடமிருந்தது. அது மிகத்தூய்மையான எண்ணம். யாருக்கும் எந்தப் பாதிப்பும் அதனாலில்லை. தீமையுமில்லை. மாறாக நன்மைதான் இருந்தது. அவருடைய நோக்கமெல்லாம் எதிர்கால சந்ததிக்கு நிலையான ஒரு நன்மையைச் செய்துகுடுக்கிறதுதான். அது உனக்கு விழங்கிச்சுதுதானே?” ஷிவாவிடம் கேட்டாள் கௌரி.

“ஓமம்மா அது எனக்கு நல்லா விழங்கிச்சு” சொன்னான்.

“அதையே கொஞ்சம் மாற்றிச் சிந்திச்சுப் பார் ஷிவா. சிறிலங்காவில் நடக்கிற பல விசயங்களுக்கு அடிப்படையாக இருக்கும் உள்நோக்கம் என்னவெண்டு உனக்குப் புரியும். அந்த நோக்கம் எல்லாமே சிறிலங்காவில் உள்ள ஒரு குறிப்பிட்ட இனத்துக்குச் சாதகமாகவும் மற்ற எல்லாருக்கும் பாதகமாகவும் அமைஞ்சிருப்பது விளங்கும். பேரினவாதம் வளர்ந்ததும், மொழிப் பிரிப்பு ஏற்பட்டதும், சிங்கள-பௌத்த அரசியல் என்று ஒரு கோட்பாடு உருவானதும் அப்படித்தான். சிறுபான்மை இனமாக நாமெல்லாம் ஆனதும். ஆனபிறகு நசுக்கப்பட்டுத் துரத்தப்பட்டதும் அதாலதான். இது இண்டைக்கு நேற்றைக்கு நடந்த விசயமில்லை. பலகாலமாகவே நடந்துவாற விசயந்தான். ஒரேயொரு விசயத்த உனக்குச் சொல்லுறன் கேள். சிங்களக் குடியேற்றம் எண்டது அத்துமீறியது மட்டுமில்லை. அது மிகவும் கவனமாகத் திட்டமிடப்பட்டதுந்தான். ஆரம்பத்தில அது எங்களுக்கெல்லாம் புரியவே இல்லை. பிறகுதான் எல்லாமே புரிய ஆரம்பிச்சுது” என்று கூறி முடித்தாள் கௌரி.

35

பின்புலத் தகவல்கள் — தென்னமரவடி 1

*1984*ஆம் ஆண்டு மார்கழி மாதம் நான்காம் நாள் விடிகாலைப் பொழுதில் தென்னமரவடியில் கட்டவிழ்த்துவிடப்பட்டது சாதாரண வன்முறையல்ல. அது எழுந்தமானமான காடைத்தனத்தாலோ, பழியுணர்ச்சியினாலோ மூண்ட கலவரமுமல்ல.

யாருடைய கவனத்தையும் தன்பால் ஈர்க்காமல், நாட்டின் ஒரு மூலையில் அமைந்திருந்த எல்லைக் கிராமம் ஒன்றில், யாரோ ஒருசில துவேசிகள் மூக்குமுட்டக் குடித்துவிட்டுத் தங்களைக் கட்டுப்படுத்த முடியாமல், காட்டேறித்தனமாக, வெறும் ஆத்திரத்தின் உச்சத்தில் செய்து முடித்த அட்டூழியமும் அதுவல்ல.

நாட்டின் மூலோபாயக் கேந்திர முக்கியத்துவம் வாய்ந்த எல்லைக் கிராமத்தை நோக்கி நன்கு திட்டமிடப்பட்டுச் செலுத்தப்பட்ட வன்செயல் அது. தமிழரின் பூர்வீகத் தாயகமான வடக்கையும் கிழக்கையும் பிரிப்பதையே நோக்காகக்கொண்டு நுணுக்கமாகச் செருகப்பட்ட வினைத்திறன் மிக்க ஆப்பு. அது ஒரு வரலாற்றுச் சதி. இந்தச் சதியின் வேரடியானது வெறும் இன்று, நேற்றைக்குரியதல்ல. பிரித்தாளும் தந்திரப் பொறிமுறை பிரித்தானியர்களுடையது. இலங்கையரிடத்தில் அதனைப் பிரயோகித்ததற்கு அவர்களுக்குக் கைமேல் பலனே கிட்டியது.

அதுவரை காலமும் கைப்பற்றவே முடியாமலிருந்த இலங்கையின் முக்கியத்துவம் வாய்ந்த பல பிரதேசங்களுட்பட, இலங்கைத் தீவு முழுவதையும் அவர்களது ஆட்சிக்குள் கொண்டுவர முடிந்தது.

பிரித்தானியரிடமிருந்து இலங்கை சுதந்திரம் பெற்ற பிற்பாடு, அவர்கள் பிரயோகித்துப் பயன்பெற்ற அதே பழைய பொறிமுறையை தாமும் கையாளத் தலைப்பட்டது இலங்கை அரசு. இனவிகிதாசாரச் சுத்திகரிப்பினை அடிப்படையாகக் கொண்ட, அரச இயந்திரத்தின் திட்டமிடப்பட்ட நிகழ்வாகவே அத்துமீறிய சிங்களக் குடியேற்றங்களும், அதற்குப் பொருத்தமான பிரதேசத் தெரிவுகளும் அமைந்திருந்தன.

பெரும்பான்மை இனத்து அரசியல்வாதிகளின் தூரநோக்குச் சிந்தையில் உதித்த மூலோபாய வினைத்திறமிக்க சாணக்கியம் இதுவென்றால் அது மிகைப்படுத்தப்பட்ட கூற்றல்ல.

திருகோணமலை மாவட்டத்தில், தென்னமரவடிக் கிராமத்தை அண்டியதாக நிகழ்த்தப்பட்ட குடியேற்றங்கள் யாவுமே, இலங்கையின் வடக்குக் கிழக்கு எல்லைப் பகுதிகளில், வடக்கையும், கிழக்கையும் இணைத்திருந்த, தொடர்ச்சியான தமிழர் வாழ்விடத்தையோ அல்லது தமிழர்களின் இருப்பினையோ இல்லாது ஒழிப்பதை நோக்கமாகக் கொண்டு நடாத்தப்பெற்றது. இதன் காரணமாக ஆகக்குறைந்தது, தமிழர் தாயகம் துண்டாடப்படுவதைத் தவிர்க்கமுடியாமல்போனது.

தென்னமரவடி எனும் கிராமத்தை எவரும் சாதாரணமாகப் புறக்கணித்துவிட்டுக் கடந்துசெல்ல முடியாது.

அது தமிழர்களின் பூர்வீக நிலப்பகுதி.

வடக்குக் கிழக்கில் ஒரு முக்கியப் புள்ளி.

வட மாகாணத்தைக் கிழக்கு மாகாணத்துடன் இணைக்கும் புள்ளி.

திருகோணமலை மாவட்டத்தின் வடக்கு உச்சிப் புள்ளி.

முல்லைத்தீவு - திருக்கோணமலை மாவட்டங்களின் எல்லைப் புள்ளி.

திருகோணமலையில் அமைந்திருப்பதைப் போல இங்கேயும் இயற்கைத் துறைமுகம் போன்றதொரு நிலவமைப்பைக் காணமுடிவதால், புவியல் ரீதியாகவும் தென்னமரவடியை அண்டிய பிரதேசமானது மிக முக்கியத்துவம் வாய்ந்ததாகக் காணப்படுகிறது.

நீண்ட காலமாகவே இந்தத் தமிழ் எல்லைக் கிராமமானது அரச-பௌத்த பேரினவாதிகளின் பல்வேறுபட்ட அத்துமீறல்களுக்கும் ஆதிக்கச் சவால்களுக்கும் உட்படுத்தப்பட்டே வந்திருக்கிறது.

1881ஆம் ஆண்டு ஏப்ரல் மாதத்தில், ஆங்கிலேயரின் காலனித்துவ நிர்வாகத்திற்கு உட்பட்டிருந்த இலங்கையில் நடாத்தப்பட்ட குடிசன மதிப்பீட்டிலிருந்து பெறப்பட்ட தரவுகள் இலங்கை முழுவதுமான தமது நிர்வாகத்தினைத் திறம்பட மேற்கொள்வதற்கு ஆங்கிலேயருக்கு மிகவும் உதவியாக அமைந்தன.

இந்த மதிப்பீட்டின் பிரகாரம் திருகோணமலை மாவட்டத்தில் வாழ்ந்த மக்கள் தொகையில் வெறும் ஐந்து வீதத்திற்கும் குறைவானவர்களாகவே சிங்களவர் காணப்பட்டார்கள்.

முற்றிலும் புறக்கணிக்கத் தக்க இவ்வெண்ணிக்கையானது காலப்போக்கில் மெல்லமெல்ல உயர்வடைந்துகொண்டே வந்தது. புறக்கணிக்கத் தக்க இவ்வெண்ணிக்கை உயர்வும் கவனியாமல் புறக்கணிக்கப்பட்டது. தொடர்ந்து வந்த காலங்களில் இந்த எண்ணிக்கையானது யாராலுமே தவிர்க்க முடியாத பெரும்பான்மையை நிலைநிறுத்தி ஆளக்கூடிய மக்கள் தொகையாக மாறியது. இது இயற்கையாக நிகழ்ந்ததற்குச் சாத்தியமில்லை.

அத்துமீறிய குடியேற்றம், சட்டத்திற்குப் புறம்பான குடியேற்றம் என்றெல்லாம் விழிக்கப்பட்ட இவ்வகையான செயற்பாடுகள் யாவும் 1970ஆம் ஆண்டிலிருந்தே பரவலாக நடைபெற்றுவந்துள்ளன.

திருகோணமலை மாவட்டத்தில் அமைந்திருந்த அரச காணிகளிலும், ஆங்காங்கே அமைக்கப்பட்டிருந்த இராணுவ முகாம்களை அண்டிய பிரதேசங்களிலுமே இவ்வகையான பல குடியேற்றங்கள் நடைபெற்றன.

இவையெல்லாம் ஏலவே இருந்த தமிழ் பிரதேசங்களிலோ அல்லது தமிழ் பிரதேசங்களை ஊடறுத்த நிலப்பரப்புகளிலேதான் நிகழ்ந்தன.

பாரம்பரிய மிக்கவையாகக் கருதப்பட்ட பல்வேறு கிராமங்களின் தமிழ்ப் பெயர்கள் யாவும் மாற்றப்பட்டு அந்தக் கிராமங்களுக்கெல்லாம் புத்தம்புதிய சிங்களப் பெயர்கள் சூட்டப்பட்டன. அந்தப் பெயர்களிலேயே சட்ட ஆவணங்களும் பதியப்பட்டன. பழைய, பாரம்பரியப் பெயர்களெல்லாம் வழக்கொழிந்து போய் சிங்களப் பெயர்களே பாவனைக்கு ஆகிவந்தன.

1983ஆம் ஆண்டிலிருந்தே தென்னமரவடி போன்ற பல தமிழ் எல்லைக் கிராமங்களில் வாழ்ந்துவந்த தமிழர்கள் அவற்றைச் சூழ அமைந்திருந்த சிங்களக் கிராமங்களிலிருந்து தம்மை நோக்கிச் செலுத்தப்பட்ட அச்சுறுத்தல்களுக்குத் தொடர்ச்சியாக ஆளாகி வந்தார்கள்.

தென்னமரவடிக் கிராமத்தை அண்டிய பகுதிகளில் மூன்று தடவைகள் பாரிய அளவிலான படுகொலைகளும், இடப்பெயர்வுகளும் இடம்பெற்றுள்ளன.

1984ஆம் ஆண்டு மார்கழி மாதம் நடைபெற்ற வன்முறைகளோ தென்னமரவடிக் கிராமத்தவர்களின் வாழ்வில் மறக்கமுடியாத வரலாற்று நிகழ்வாகவே பதியப்பட்டது. அவர்களுடைய தலையெழுத்தையும் அந்த நிகழ்வுகள் மாற்றியமைத்தன.

‘சிங்கத்தின் நகரம்’ எனப் பொருள்படப் பெயர்கொண்ட அயற்கிராமத்திலிருந்து கிளம்பிவந்த ஊர் காக்கும் படையினரும் மற்றவர்களுமாகத் தென்னமரவடிக் கிராமத்தவர்கள் பதின்மூன்று பேரை இரக்கமின்றிச் சுட்டுக் கொன்றார்கள். இதனால் அச்சமடைந்த கிராமத்தவர்கள் பலர் தமது உயிர்களைக் காப்பாற்றிக்கொள்ளும் நோக்கத்தோடு தமது இருப்பிடங்களை விட்டு வழமைபோல அருகிலிருந்த காடுகளுக்குள் ஓடியொளிந்துகொண்டார்கள்.

ஒரு நாள் வனவாசம் இருந்ததற்குப் பிறகு, எல்லாம் வழமைக்குத் திரும்பியிருக்கும் என்ற நம்பிக்கையுடன் தமது சொந்தக் கிராமத்தின் அரவணைப்பினுள் மீண்டும் வந்துசேர்ந்தார்கள்.

இது அவர்களுக்கெல்லாம் வழமையானதுதான். ஏதோ ஒரு காரணத்திற்காக இப்படித்தான் இடைக்கிடையில் யாராவது வந்து அடித்து முறிப்பார்கள். இவர்களும் அள்ளிக் கட்டிக்கொண்டு காடுகளுக்குள் ஓடி ஒளிந்துகொள்வார்கள். வந்தவர்களும் தமது வெறி அடங்கியபிறகு வந்த வழியே திரும்பிப் போய்விடுவார்கள். ஓரிரு நாட்கள் காட்டுக்குள் இருந்துவிட்டு இவர்களும் தத்தமது வீடுகளுக்குத் திரும்பி வருவார்கள்.

இந்த எலியும் பூனையும் விளையாட்டு அவர்களுக்குப் பழகிப் போனதுதான். ஆனால் அன்றைய தினம் அப்படி நடக்கவில்லை. காட்டுக்குள் ஒளிந்திருந்துவிட்டு வீடு வந்தவர்களை, இனக் கலவரமென்கிற அரக்கன் குதறியெறியக் காத்திருந்தான்.

மார்கழி மாதம் நான்காந் திகதி, மணலாற்றிலிருந்து படையெனக் கிளம்பிவந்த காடையர் கூட்டத்தினால் தென்னைமரவடிக் கிராமம் கொடூரமாகச் சூறையாடப்பட்டது.

கண்ணில் பட்டவர்கள் எல்லோரும் வெட்டிக் கொல்லப்பட்டனர். கொடியவர்கள் கைகளிலே அகப்பட்ட பெண்கள் வல்லுறவிற்கு உள்ளாக்கப்பட்டனர். பலர் கடத்திச் செல்லப்பட்டுச் சித்திரவதைக்கும் உட்படுத்தப்பட்டனர். பதினான்கு பேரை வெட்டிச் சாய்த்து, மூன்று பெண்களை நாசப்படுத்தியதோடு, தென்னைமரவடிக் கிராமத்தில் காலகாலமாக வசித்தவர்கள் யாவரும் அயல் சிங்களவரால் துரத்தியடிக்கப்பட்டனர்.

தமிழர்களுக்குச் சொந்தமான நூற்று அறுபத்தைந்து வீடுகளும், ஏழு கடைகளும் தீக்கிரையாக்கப் பட்டன.

சுமார் நூற்று ஐம்பது குடும்பங்களைச் சேர்ந்த எண்ணூற்றுக்கும் அதிகமானோர் தென்னமரவடிக் கிராமத்திலிருந்து நிரந்தரமாகவே இடம்பெயர்ந்துபோயினர்.

தென்னமரவடிக் கிராமத்தைச் சேர்ந்தவர்கள் ஒன்றும் சாமானியர்களல்லர். அவர்களும் வீரத் தமிழர்கள்தான். எத்தனையோ தடவைகள் இவ்வாறு வாலாட்டிய காடையர்களை அடித்தும் விரட்டியிருக்கிறார்கள். ஆனால் அதே மாந்தரால், பெரும்பான்மையின அரசின் ஆசியுடனும், ராணுவத்தின் பக்கபலத்துடனும் தம்மை அன்று வேட்டையாடிய கொடியவர்களை எதிர்த்துப் போராடமுடியவில்லை.

நாதியற்றவர்களாக, தமது உயிரைக் காப்பாற்றிக்கொள்வதற்காக, அவர்கள் யாவரும் ஊரைவிட்டே ஓடவேண்டியிருந்தது. சுமார் இருபது நாட்கள் அவர்கள் காட்டினுள் தஞ்சமடைந்தார்கள். வழமைபோலவே காடும் அவர்களுக்கு அடைக்கலம் தந்தது. அவர்களால் மீண்டும் தமது கிராமத்துக்குத் திரும்பிப் போக முடியவில்லை. குழந்தை, குருமன்களோடு காட்டிலும் எத்தனை நாட்கள்தான் தங்கியிருக்க முடியும்?

தென்னமரவடியிலிருந்து வெளியேறியவர்கள் அங்கிருந்து அக்கரைவெளி, கொக்குத்தொடுவாய் வழியாக முல்லைத்தீவு நோக்கி இடம்பெயர்ந்தார்கள்.

ஆங்காங்கே இடை நடுவில் பாடசாலைகளிலும், கோவில்களிலும் தங்கினார்கள். அவர்கள் தங்கிய இடங்களில் எல்லாம் அந்த ஊர்மக்கள் அவர்களைப் பாசத்துடன் அரவணைத்தார்கள். இருந்துங்கூட அங்கே அவர்களால் நிரந்தரமாகத் தங்க முடியவில்லை.

தென்னமரவடியிலிருந்து இடம்பெயர்ந்தவர்களின் பயணம் முள்ளியவளை எனும் இடம்வரை நீண்டது. முள்ளியவளையில் அவர்கள் தங்குவதற்காகத் தற்காலிக முகாம்கள் அமைத்துக்கொடுக்கப்பட்டன. அந்தத் தற்காலிகத் தங்கு முகாம்களிலேயே அம்மக்கள் தமது தற்காலிக வாழ்க்கையை ஆரம்பித்தார்கள்.

தென்னமரவடியிலிருந்து 1984ஆம் ஆண்டு மார்கழி மாதத்தில் இவ்வாறாக இடம்பெயர்ந்து, இன்னல்கள் பலவும் அனுபவித்த இத்தனை காலத்திற்குப் பிறகும், இன்று வரையில், ‘பொன்நகர்’ என்றழைக்கப்பட்ட தென்னமரவடியிலிருந்து இடம்பெயர்ந்தவர்களின் தற்காலிக இருப்பு முகாமில், அந்த மக்கள் தமது விடிவுக்காகக் காத்துக் கிடப்பதற்கும், காலமாற்றத்திற்கும் எதுவிதமான தொடர்புமில்லை.

தென்னமரவாடிக் கிராமம் தொன்மைமிக்கது. பாரம்பரியமானது.

வரலாற்றுப் பெருமை வாய்ந்தது. ஈழப்பிரச்சினையின்போது, முற்றுமுழுதாக இடம்பெயர்ந்த கிராமம் இதுவென்பது மட்டும் அதற்கான காரணமில்லை.

36

ஏது இனி வாழ்க்கை?

மற்றைய நாட்களைப்போலல்லாத, மற்றைய நாட்களைப் போல இதுவும் இருந்திருக்கக்கூடாதா என்று மனதைப் பிழிந்த, துரதிஷ்டவசமாகவோ அல்லது தலையெழுத்தின் பேரிலோ நாசமாய்ப்போன ஒரு நாளில், ஒரு கையில் தனது மகனையும் மறு கையில் உயிரையும் பிடித்துக்கொண்டு, மனதில் நம்பிக்கையின் துணையோடு, அவளுக்கே நிச்சயமற்றதோர் எதிர்காலத்தைத் தேடி, தென்னமரவடியை விட்டு ஓடித்தப்பினாள் கௌரி.

தென்னமரவடியைப் பிரட்டிப்போட்ட அந்த அசம்பாவிதம் நடப்பதற்கு முன்னமே, தமக்கு இப்படியொரு நிலைமை வந்துவிடக்கூடும் என்று கிராமத்தவர்கள் அனுமானித்திருந்தார்கள். என்ன நடக்குமோ என்ற பயம் அவர்களுடைய மனதில் ஏறிக்குந்தியிருந்தாலும், அப்படியொரு நிலைமை வந்துவிடக்கூடாதென்று தமக்குத் தெரிந்த கடவுள்களையெல்லாம் மனதுருக வேண்டினார்கள். எல்லாக் கோவில்களுக்கும் நேர்ந்து வைத்தார்கள். இதையெல்லாம் தாண்டி ஏதும் அசம்பாவிதங்கள் நேர்ந்துவிட்டால் அதை எதிர்கொள்வதற்கு அவர்கள் ஆயத்தமாகவும் இருந்தார்கள்.

இந்த நிலைமையை அவர்கள் பெரிதுபடுத்தவில்லை. இது தற்காலிகமானதொரு மாற்றமென்றே நம்பினார்களன்றி, இது அவர்களுடைய வாழ்விலே ஏற்படுத்தவிருக்கும் நிரந்தரமான தாக்கங்களின் தாற்பரியத்தை முன்கூட்டியே அறிந்திருக்கவில்லை. இப்படித்தான் நிகழ்வுகள் நேரப்போகிறதென்று ஒரு சிறிய அசுமாற்றமேனும் அவர்களுக்குத் தெரிந்திருந்தால், அவர்களது முடிவுகளிலும் மாற்றங்கள் இருந்திருக்கலாம். தென்னமரவடியை விட்டு அத்தனை பேரும் ஒட்டுமொத்தமாக இடம்பெயர்ந்திருக்கவேண்டி வந்திராதோ என்னவோ?

ஊரைவிட்டுக் கிளம்பியபொழுது தம்முடைய தேவையறிந்து மிகச்சொற்பமான பொருட்களையே கையோடு கொண்டுசெல்வதற்காக எடுத்துவைத்தாள் கௌரி. தான் காவிச்செல்லும் கனத்தினால் தமது தப்பித்தலானது பாதிக்கப்படலாகாது என்பதில் கவனமாக இருந்தாள்.

தமது இன்னுயிர்களைத் தவிர மற்றைய எதுவுமே அவளுக்கொரு பொருட்டாயில்லை. எதுவானாலும் அதை மீளவும் பெற்றுக்கொள்ளலாம் என்பது அவளுக்கு நன்றாகவே தெரிந்திருந்தது. அவளிடமிருந்த பொருட்கள் எதையும் விட, அவளது உயிரையும் விடப் பெறுமதிமிக்க அவளது மகனைக் காப்பாற்றிக் கரை சேர்ப்பதே அவளுடைய முதல் நோக்கமாயிருந்தது. இருந்தும் தமது திக்கில்லாப் பயணத்தின்போது உதவுமென்று, மறக்காமல் கைவசமிருந்த கொஞ்சப் பணத்தையும், தன்னிடமிருந்த நகைநட்டுகளில் சிலதையும் எடுத்துத் துணியொன்றில் கவனமாகச் சுருட்டி முடிச்சாகக் கட்டினாள். அதனைத் தனது இடுப்பில் சுற்றி முடிந்துகொண்டாள்.

கௌரி, ஷிவா அடங்கலாகத் தென்னமரவடிக் கிராமத்திலிருந்து உயிர் தப்பி வெளியேறிச் சென்ற பல நூற்றுக்கணக்கானவர்கள் கால்நடையாகவே சென்று முள்ளியவளையை அடைந்தார்கள்.

அதற்குமேல் ஓரடி எடுத்து வைப்பதற்கு அவர்களுக்குத் திராணியில்லை. இயலாதவர்களில் பலர் தமது பயணத்தை அங்கேயே முடித்துக் கொள்ளவேண்டி இருந்தது. அவர்களுக்காக அமைத்துக் கொடுக்கப்பட்ட தற்காலிக முகாம்களில் தமது மறுவாழ்வை ஆரம்பித்தார்கள். அப்போதுகூட அவர்களுடைய மனங்களில் நம்பிக்கையின் தீற்று மறையாமலே இருந்தது.

‘இது தற்காலிகமானதுதான். வெகுவிரைவிலேயே எமக்கான இயல்பு வாழ்க்கை திரும்பக் கிடைத்துவிடும். எமது சொந்தக் கிராமத்திற்கு விரைவிலேயே திரும்பிச் சென்று, அங்கே எமது வீடுகளில் மீண்டும் சொகுசாக வாழலாம்.’ இவ்வாறெல்லாம் அவர்கள் மனக்கோட்டை கட்டினார்கள். அதையே முற்று முழுதாக நம்பினார்கள். கடைசிவரைக்கும் தமது நம்பிக்கையை அவர்கள் இழக்கவேயில்லை.

ஆனால் தொடர்ந்துவந்த இருபத்தேழு வருடங்களில் அவர்களது நம்பிக்கை ஈடேறவில்லை. அவர்களைக் காத்துக் கரைசேர்ப்பதற்கு எந்த ‘மெசையா’வும் வரவேயில்லை. அவர்களது நம்பிக்கை வெறும் கனவாகவே போனது. அந்தக் கனவு நனவாகாமல் இறந்துபோன பல துர்ப்பாக்கியசாலிகளின் சடலங்கள்கூடத் தென்னமரவடி மண்ணோடு மண்ணாகவேயில்லை.

இதைவிட துரதிஸ்டவசமானது அவர்களுக்கு வேறெதுவும் இல்லை.

கௌரியின் மனதிலும் நம்பிக்கை இருந்தது. ஆனால் அவளுடைய நம்பிக்கை வேறாக இருந்தது. அவளிடமிருந்த நம்பிக்கை அவளுக்குத் தேவையாயிருந்த ஊக்கத்தை அள்ளிவழங்கியது. இலக்கை எட்டும்வரை பயணிப்பதாகவே உறுதி பூண்டாள். ஆதலால் கௌரியின் பயணம் முள்ளியவளையில் முடியவில்லை.

தம்மால் மீண்டும் தென்னமரவடிக்குத் திரும்பிச்செல்ல முடியாதென்பதும், அப்படி ஒருவேளை திரும்பிச்செல்ல முடிந்தாலும், அங்கே அவர்களுக்குப் பாதுகாப்பானதொரு எதிர்காலம் அமையப்போவதில்லை என்பதும் அவளுக்குத் தெளிவாகத் தெரிந்திருந்தது. தென்னமரவடியிலிருந்து தப்பிப்பிழைத்து வந்துசேர்ந்திருந்த முள்ளியவளையிலுங்கூட ஷிவாவுக்கான எதிர்காலம் மலரப்போவதில்லை என்பதையும் அவள் புரிந்திருந்தாள்.

தென்னமரவடிக்கு அவர்களைத் தேடிவந்த கலவரம் முள்ளியவளைக்கு வராது என்பதன் நிச்சயமின்மையானது அவளது மனதில் ஐயத்தையும், அச்சத்தையுமே தோற்றுவித்தது. தற்காலிகமான வாழ்வில் நிரந்தரமான நன்மையேதும் விளையப்போவதில்லை எனும் புரிதல் அவளை அங்கே தரிக்கவிடவில்லை. முள்ளியவளையில் சில நாட்களே கௌரியும் ஷிவாவும் தங்கியிருந்தார்கள். அங்கிருந்து வேறும் பலருடன் அவர்கள் இந்தியாவுக்குப் புலம்பெயர்ந்து சென்றார்கள். முல்லைத்தீவிலிருந்து கடல் வழியாகப் படகுமூலம் சென்றார்கள்.

முன்னொரு காலத்தில் இலங்கைக்கும் இந்தியாவுக்கும் இடையில் மரக்கலங்களிலே இப்படித்தான் பயணம்செய்திருப்பார்களோ? என்று வரலாற்றை மீட்டுப் பார்ப்பதற்கு இயலாமற்போன பயணம் அது. அந்தப் பயணம் அவர்களுக்கு வேறொரு வகை அனுபவத்தைக் கொடுத்தது. அது ரசிக்கத் தக்க அனுபவமில்லை.

அந்தப் பயணம் திகில் நிறைந்த பயணமாக அமைந்தது. இருப்பினும், அது அவர்களுக்குத் தந்த பயங்கரானுபவத்தை உணரக்கூடிய மனநிலை அவர்களிடத்தில் இருக்கவில்லை. தமது உயிர்களைக் காவுகொண்டிருக்கக்கூடிய அதைவிடவும் பயங்கரமான சூழ்நிலை ஒன்றிலிருந்து தப்பிப்பிழைத்து வந்தவர்களுக்கு, முல்லைத்தீவுக் கரையிலிருந்து தமிழ் நாட்டுக் கரைக்கான ஒற்றை இயந்திரப்படகுப் பயணமொன்றும் பெரிதாயில்லை.

ஆனால் பிறிதொரு சந்தர்ப்பத்தில், அந்தப் படகுப் பயண அனுபவத்தைத் தமது மனதில் மீட்டுப்பார்த்த பொழுதிலெல்லாம் அவர்களை அந்நேரத்தில் சூழ்ந்திருந்த பயங்கரமும், அந்தகாரமும் உறைக்காமலுமில்லை. அது பலநாட்கள் அவர்கள் உறக்கத்தைப் பறித்துவைத்த நினைவுகள்.

> “நடுக் கடல்.
> தனிக் கப்பல்.
> வானமே சினந்துவருவது போன்ற புயற்காற்று.
> அலைகள் சாரிவீசுகின்றன, நிர்த்தூளிப்படுகின்றன.
> அவை மோதி வெடிக்கின்றன, சூறையாடுகின்றன.
> கப்பல் நிர்த்தனஞ்செய்கிறது.”

என்று பாரதி சொன்னதுபோலவே இருந்தது அப்பயணம்.

இல்லையில்லை, பாரதி சொன்னதைவிடக் கொடூரமாயிருந்தது அவர்களுடைய அனுபவம்.

அசுரக்காற்றின் அகோர தாண்டவத்தை அன்றுதான் முதன்முதலில் கண்டார்கள். அதற்கு ஏற்றாற்போல் அலைக் கைகளும் முகத்திலறைந்து தாளமிட்டன. அலைகளின் அடிப்பில் அல்லாடியது படகு. பேயெனச் சுழன்றடித்த காற்றுச் சுழலில் சிக்கிய சருகாகப் பயமுறுத்தியது. எப்பாடு பட்டாகிலும் படகினைக் கவிட்டுப் போட்டுத்தான் மறுவேலை பார்ப்போமென்று ஆர்ப்பரித்தன பேரலைகள்.

எந்தப் பக்கம் திரும்பினாலும் கட்டக்கரியாய் கும்மிருட்டுப் பூசிய கடல்வெளி. தனது கோரைப் பற்களைக்காட்டிப் பயமுறுத்திய அரக்கனைப் போலிருந்தது.

அவர்களை ஏற்றிச்சென்ற சிறிய படகும், அதை உந்திச்சென்ற ஒற்றை மோட்டார் இயந்திரமும் அவர்கள் மனதில் நம்பிக்கையைத் தருவதாயில்லை. ஒரு நேரம் ‘டுர்ர்ர்ர்ர்...’ என்ற சத்தத்துடன் புதிதாக மணமுடித்த இளைஞனைப் போலச் செயல்திறனோடு இயங்கினாலும், பல நேரங்களில் ‘கொழகொழ பொழபொழ’ என்று இந்தா செத்துவிடுகிறேன் என்று போக்குக் காட்டிய அந்த ஒற்றை இயந்திரத்தின் நிச்சயமற்ற இயக்கம் முக்கி முக்கியிழுத்துக் கொண்டுபோய்ச் சேர்த்தது.

சிறிலங்கா கடற்படையினரின் கண்ணில் பட்டுவிடாமல், கண்ணீரும், கம்பலையுமாகத் தொப்புள்கொடி உறவுகளைத் தேடி ராமேஸ்வரத்தை வந்தடைந்தவர்களை இருகைகள் நீட்டிப் பாசத்துடன் ஏற்றுக்கொண்டது தமிழகம். அங்கே இலங்கைத் தமிழ் அகதிகளாகத் தொடர்ந்த வாழ்க்கையும் கௌரிக்குத் தற்காலிகமானதாகவே தோன்றியது.

இலங்கையிலிருந்து தமிழகத்தை வந்தடைந்தவர்களில் அநேகமானவர்கள் தற்காலிக இடைத்தங்கல் முகாம்களில் தமது அகதி வாழ்க்கையை ஆரம்பித்தார்கள். அவர்களிடமும் நம்பிக்கையிருந்தது.

தமிழ்நாட்டில் தமது வாழ்வு செழிக்குமென்று நம்பினார்கள். அங்கேயே தங்கினார்கள். ஆனால் கௌரியின் மனதிலோ திருப்தியின்மை தீயாகக் கொழுந்தது. நிரந்தமில்லாத வாழ்வைத் தற்காலிகமாயேனும் ஏற்க மறுத்தாள். கௌரியால் அங்கும் தரிக்க முடியவில்லை.

தனது மகனுக்காக அவள் சிந்தித்து வைத்திருந்த எதிர்காலமானது அவள் மனதில் மாபெரும் கோட்டையாக வியாபித்திருந்தது.

நிச்சயம், நம்பிக்கை, பாதுகாப்பு போன்றவற்றின் ஒரு சிறு படிமத்தையேனும் அவளால் அங்கே காணமுடியவில்லை. அது ஏமாற்றத்தையே அவளுக்கு வழங்கியது. விடாத தேடலே அவளுடைய வாழ்வையும் தீர்மானித்தது.

37

ஏதிலி வாழ்க்கை

தமிழகத்திற்கு வந்துசேர்ந்த சில மாதங்களிலேயே, அங்கிருந்து வெளிநாடு ஒன்றிற்குச் செல்வதற்கான வாய்ப்புகளைத் தேட ஆரம்பித்தாள் கௌரி. இது தொடர்பாக விசாரித்ததில் கனடா நாட்டிற்குச் செல்வதே அவளுடைய நோக்கிற்குத் தோதாயிருந்தது. தனக்குத் தெரிந்தவர், மற்றவர்களிடம் விசாரித்து, வெளிநாட்டுக்கு ஆட்களை அனுப்புகின்ற முகவர் ஒருவரைக் கண்டுபிடித்தாள் கௌரி. தன்னிடமிருந்த பணம், நகைகளையெல்லாம் முதலீடாக்கி, தமிழ்நாட்டிலிருந்து பம்பாய் வழியாகக் கனடாவுக்குப் பறந்துசென்றார்கள் கௌரியும் ஷிவாவும்.

அந்தப் பயணமும் அவர்களுக்குச் சவாலானதொரு நீண்ட பயணமாகவே அமைந்தது. ஆனால் நல்லவேளையாக இந்தியாவிற்கு வந்த கடற்பயணம்போலிருக்கவில்லை. சங்கரலிங்கத்தின் அகால மறைவுக்குப் பிறகு, கௌரியிடத்தில் முளைத்திருந்த தைரியமும், ஷிவாவின் எதிர்காலம் தொடர்பாக அவள் கொண்டிருந்த மனத்திடமுமே இத்தனை தூரம் அவளைப் புலம்பெயரச் செய்தது.

கௌரியிடமிருந்த அடிப்படை ஆங்கில மொழியறிவும், சமயோசித புத்தியும் அவளுக்குக் கைகொடுத்தன. நாடற்ற ஏதிலியாகக் கனடா வந்துசேர்ந்த பிறகு, புதியதொரு வாழ்க்கையை அங்கே வேரூன்றுவதற்கான சாத்தியத்தையும் அமைத்துத் தந்தன.

புதிய இடம், புதிய மனிதர்கள், புதிய வாழ்க்கைமுறை மட்டுமின்றி, உணவு, மொழி, உடை, கல்வி, கலாச்சாரம் போன்ற புதிய சவால்களையும் எதிர்கொண்டார்கள். கனடா அரசாங்கத்திடமிருந்தும், சமூக அமைப்புகளிடம் இருந்தும் அவர்களுக்குக் கிடைக்கப்பெற்ற வாழ்வாதார உதவிகளை அத்திபாரமாகக்கொண்டு வாழ்க்கையை முன்னெடுக்க முடிந்தது. கௌரியின் முயற்சிகள் யாவும் ஷிவாவிற்கான சிறந்ததொரு எதிர்காலத்தைக் குவியப்படுத்தியதாகவே அமைந்தது.

வாழ்வில் மிகச்சாதாரணத்திலிருந்து, மிகச்சிறந்த நிலைக்கு வருவதென்பது அவர்கள் இருவருக்குமே சாமானிய காரியமாக இருக்கவில்லை. அதற்காக அவர்கள் நிறையவே உழைக்கவேண்டியிருந்தது. கணக்கு வழக்கின்றித் தியாகிக்கவேண்டியிருந்தது. எப்பொழுதும் மங்கிவிடாத சுடராய் தன்னம்பிக்கையும், முயற்சியும் அவசியமாயிருந்தது. இவை அத்தனையும் கௌரியிடமிருந்தது. அவற்றையெல்லாம் ஷிவாவிற்கும் சொல்லித்தந்தாள். அவர்கள் இருவரும் மாறாத உத்வேகத்துடன் பயணித்தார்கள்.

ஷிவா தனது படிப்பை, மேற்படிப்பையெல்லாம் முடித்து, நல்லதொரு நிலையை அடைந்து, தேவைக்கும் மேலதிகமாகச் சம்பாதித்து, அந்தச் சிறிய குடும்பத்தின் தலைமைப் பொறுப்பைக் கையிலெடுத்த பிறகு, அம்மாவின் ஆசீர்வாதத்துடன் அவனுக்கென்று குடும்பமொன்றை அமைத்துக்கொண்டான். அதன் பின்னரே கௌரியால் 'அப்பாடா...!' என்று ஆசுவாசமாகச் சுவாசிக்க முடிந்தது. சாய்ந்து அமர முடிந்தது. அமைதியாகத் தூங்க முடிந்தது. அனால், காலம் அப்பொழுதும் அவளுக்கு ஆதரவாயில்லை.

அதுவரையில் அவளுடைய மனதின் ஆழத்திலே உறங்குநிலையில் கிடந்த பழைய நினைவுகள் யாவும் மெல்ல மெல்ல உயிர்த்தெழ ஆரம்பித்தன. அதுவரைக்கும் அவளது கட்டுக்குள்ளிருந்த ஞாபகங்கள் அவள் மனதைக் கீறிக் கிளரத் தொடங்கின. கவலையின் பெருந்துயரம் ஊற்றெடுத்தது.

அதன் பிறகான அவளது வாழ்க்கைப் பயணம் பிரயத்தனமிக்கதாக இருந்தது. உடலும் மனதும் நோயால் நலிவடைந்தன. அதுவொன்றும் 'பென்ஸ் ஈ கிளாஸ்' போலச் சௌகரியமான பயணமாக இருக்கவில்லை.

38

காலை மணி 10:30 போல் திருகோணமலை நகரை வந்தடைந்தான் ஷிவா. தென்னமரவடிக் கிராமத்திற்கு அடுத்தபடியாக அவனுக்கு மிகவும் பிடித்தமான இடம் திருகோணமலை நகரந்தான். தென்னமரவடியில் அவர்கள் வாழ்ந்திருந்த காலத்தில் அவனது பெற்றோருடன் அடிக்கடி திருகோணமலைக்கு வந்திருக்கிறான். அந்தப் பயணங்கள் யாவும் அவனுக்கு இனிப்பானவை.

ஏறத்தாழ வாரத்தில் ஒருமுறையாகிலும் அப்பாவுக்குத் திருகோண மலையில் ஏதேனும் வேலையிருக்கும். என்னதான் தலைமேல் வேலையென்றாலும் திருகோணமலைக்குச் சென்று திரும்பும்போது அவனுக்கென்று எதையாவது கட்டாயம் வாங்கிவருவார்.

ஒருபோதும் மறக்கவேமாட்டார். அவன் மறக்க விட்டால்தானே? அவர் புறப்படும்போதே 'இது, அது' என்று அவரிடம் சொல்லிவிடுவதற்கு ஒரு பட்டியலே அவனிடம் இருக்கும். இது தவிர, மாதத்தில் ஒரு தடவையாவது எல்லாருமாகச் செல்வார்கள். அப்பொழுதெல்லாம் அவனது கொண்டாட்டத்துக்கு அளவேயிருக்காது. அப்பாவுக்குத்தான் செலவு. அவனுக்கு மட்டுமில்லாமல் அம்மாவுக்கும் விரும்பியதை எல்லாம் வாங்கித் தருவார். காளி கோவில் தேர், கோணேசர் தெப்பம், சிவராத்திரி ஊர்வலம், நவராத்திரியில் ஆடிவரும் கும்பமெல்லாம் பார்த்துக் களித்த நினைவுகள் ஷிவாவின் மனதை நிறைத்திருந்தன. சுமார் முப்பது வருடங்களுக்குப் பிறகு, அன்றிருந்த திருகோணமலை நகரை ஷிவாவால் அடையாளம் காண்டுகொள்ள முடியவில்லை. அவன்

சிறுவனாயிருந்தபோது கண்டு ரசித்தவற்றிற்கும், இப்போதுள்ளதற்கும் இடையே அடிக்கும் முடிக்குமான வேறுபாடிருந்தது. அடையாளமே தெரியாமல் யாவும் உருமாற்றப்பட்டிருந்தன.

அவனுடைய நினைவுகள் பழசாகியிருந்தன. கண்டவை யாவும் புதிதாகத் தோன்றின. அந்தப் புதிய தோற்றங்கள் யாவும் அவனைத் தம்மிலிருந்து அந்நியப்படுத்தின. ‘உன்னை யாரென்று தெரியவில்லையே! யார் நீ?’ என்று அவனைப் பார்த்துக் கேட்பதுபோல் தோன்றியது. இது ஷிவாவுக்கு மகிழ்ச்சியைத் தரவில்லை.

“என்ன ஷிவாண்ணா, இப்பிடி மலைச்சுப் போனீங்க? எல்லாமே உங்களுக்குப் புதுசா இருக்குப் போல?” கேட்டான் குகன்.

“ம்ம்... ஓமோம்! எதையுமே அடையாளம் காணமுடியல. எல்லாம் மாறிப்போச்சு” வீதிப் பராக்கிலிருந்து பார்வையை அகற்றாமல், குகனின் கேள்விக்குப் பதிலளித்தான் ஷிவா. மாற்றங்கள் பொதுவானவைதான். மாற்றங்கள் எதிர்பார்க்கப்படுபவைதான். கடந்துபோன முப்பது வருடங்களில் மாற்றமேதும் நடந்திராது என எதிர்பார்க்கும் அளவிற்கு அவனொன்றும் முட்டாளில்லை. ஆனால் அங்கே அவன் கண்ட மாற்றங்கள் அவனுக்கே புரியாத ஏமாற்றத்தை அவன் மனதில் விதைத்திருந்தன.

“உங்களுக்கு இந்த இடங்கள் ஏதும் ஞாபகமிருக்கும் எண்டதே எனக்குப் புதினமாகத்தான் இருக்குது. அப்போ நீங்க சரியான சின்னப்பெடியனா இருந்திருப்பீங்க. அந்த நேரத்தில பார்த்ததெல்லாம் இன்னும் நினைவில இருக்குமா என்ன?” என்று ஆச்சரியத்தோடு கேட்டான் குகன்.

“ஓமோம் அதுவும் சரிதான். அப்ப எனக்கு ஐந்து, ஆறு வயசுதான் இருக்கும். ஆனால் நான் அப்போ பார்த்த இடங்களெல்லாம், ஏதோ நேற்றுத்தான் பார்த்தமாதிரி தெளிவா என் ஞாபகத்தில இருக்குது” என்று கூறியபோது அவன் மனதில் சோகமிருந்தது.

“நீங்க எதுக்கும் யோசிக்காதேங்கண்ணா. நீங்க திரும்பிப் போகமுதல் எல்லா இடத்தையும் பார்த்து ஞாபகப்படுத்தலாம்” என்று அவனைத் தேற்றினான் குகன்.

“ஓமோம் கட்டாயம் பார்க்கவேணும்” என்று குகன் சொன்னதை ஆமோதித்தான் ஷிவா. குகன் சொன்னதுபோல் அவற்றை மீளவும் ஞாபகப்படுத்தலாமென்றே ஷிவாவிற்கும் தோன்றியது.

“வீட்டில அம்மா உங்களுக்காகப் பார்த்துக்கொண்டிருக்கிறா. எதால வாறீங்க? எண்டு கேட்டு ‘கோல்’ எடுத்தவ. நாங்க நேராக வீட்ட போய் அவவைப் பார்த்துவிட்டு, அதுக்குப் பிறகு உங்களுக்கு எங்க போக வேணுமோ அங்க போவோம் என்ன?” என்று ஷிவாவிடம் கேட்டான் குகன்.

“யா, யா பெர்ஸ்ட் திங் பெர்ஸ்ட். முதலில் சித்தியைப் போய்ப் பார்ப்போம். எனக்கும் அவவைத்தான் முதலில் பார்க்க ஆசையா இருக்கு. அவவைப் பார்த்த பிறகுதான் மிச்சமெல்லாம்” என்று சொன்னான் ஷிவா.

இத்தனை காலத்திற்குப் பிறகு தனது சித்தியைப் பார்க்கப்போகிறேன் என்ற ஆர்வத்தில் அவன் மனது குதூகலித்தது. அவனது தாய்க்கு அடுத்து இவ்வுலகத்தில் அவனுக்கென்று இருக்கக்கூடிய ஒரேயொரு உறவு அவனது சித்தி விமலாதான்.

தென்னமரவடியில் வாழ்ந்திருந்த காலத்தில் அவனை அன்னைக்கு அடுத்ததாகச் சீராட்டி வளர்த்தவள் விமலா. அவர்கள் தென்னமரவடியை விட்டு இடம்பெயர்ந்து செல்வதற்குச் சில மாதங்களுக்கு முன்னர்தான், அவள் மணமுடித்துத் திருகோணமலையில் குடிபுகுந்தாள். கௌரிக்கு ஷிவாபோல, குகன் மட்டுமே விமலாவுக்கு ஒரேயொரு பிள்ளை.

அவர்கள் சென்ற வாகனம் பிரதான வீதியால் சென்று ஒரு வீட்டின் முன் நிறுத்தப்பட்டது. அந்த வீடு ஷிவாவுக்குப் புதியது. அங்கே வருவது இதுவே முதற்தடவை. மனதில் படபடப்பு மேலிட வாகனத்திலிருந்து கீழே இறங்கினான் ஷிவா. அவனது வருகைக்காகவே காத்திருந்த விமலாவும் வாசற்கதவைத் திறந்துகொண்டு, வாஞ்சையுடன் ஷிவாவை நோக்கி வந்தாள்.

அவளைக் கண்ட மாத்திரத்தில் ஷிவாவின் இதயம் ஒரு கணம் இயங்க மறந்தது. அவனது கண்களையே அவனால் நம்ப முடியவில்லை. அவனுக்குப் பேச்சும் வரவில்லை. அப்படியே உறைந்துபோனான். அந்த முகம். அந்த உருவம். அந்த நடை. அவ்வளவும் அப்படியே அவளிடமும் இருந்தது. விமலா அரித்துரித்துத் தனது அக்காள் கௌரியைப் போலவேயிருந்தாள். விமலாவின் உருவத்தில் தனது தாயைக் கண்டான் ஷிவா. அவனுடைய நெஞ்சம் விம்மியது. கண்களிலிருந்து கண்ணீர் பொலபொலவென வழிந்தோட, அவனால் தன்னைக் கட்டுப்படுத்தவே முடியவில்லை.

"அம்மா..." என்றழைத்தபடியே விமலாவை எதிர்கொண்டான் ஷிவா.

"ஷிவா...." என்றழைத்தபடி அவனிடம் வந்தாள் விமலா.

அதே குரல். ஷிவாவின் தாயின் குரல். எந்தப் பிசிறுமில்லை.

இந்தக் குரலைத்தான் தனது தாய் இறந்த சில நாட்களுக்குப் பிறகு தொலைபேசியூடாகக் கேட்டான்.

அந்தத் தொலைபேசி அழைப்பின்பொழுதுதான் "உன் அம்மாவின் கடைசி ஆசையொன்று இருக்குடா ஷிவா. அதை நீதான் நிறைவேற்றி வைக்கோணும். நீ இங்க ஒருக்கால் வந்திட்டுப் போ" என்று அவனிடம் கூறியிருந்தாள் விமலா.

இதோ... அதற்காகத்தான் இன்று, இங்கே வந்திருக்கிறான் ஷிவா.

தனது தாயின் கடைசி ஆசையை நிறைவேற்றுவதற்காக வந்திருக்கிறான். துரதிஸ்டவசமாக, அவள் உயிருடன் இருந்தபோது நிறைவேற்ற முடியாததை, அவள் இறந்த பிறகாவது நிறைவேற்றுவதற்காக வந்திருக்கிறான் ஷிவா.

39

“கௌரியக்காச்சியோட நான் கதைக்கிற பொழுதுகள்தான் என்னோட மகிழ்ச்சிக்கும், வேதனைகளுக்கும் வடிகால். எனக்கு மட்டுமில்ல, அவளுக்கும் அப்படித்தான். கிழமைக்கு ஒரு தரமாவது கனடாவில இருந்து ஃபோண் வரும். நாங்க பழசு, புதுசெண்டு எல்லாத்தையும் பற்றிக் கதைப்போம். இப்ப மட்டுமில்ல, அந்தக் காலத்தில இருந்தே அப்பிடித்தான். எனக்கு அவள், அவளுக்கு நான். எங்களுக்கு இடையில வேற யாருமே வந்ததில்ல. நன்மை, தீமை எது எண்டாலும் சரி, நாங்க ரெண்டுபேரும் ஆளையாள் மாறிக் கதைச்சாத்தான் எங்களுக்கு ஆறுதல்.” தனது வீட்டு ஹாலில் போடப்பட்டிருந்த சோஃபாவில் அமர்ந்திருந்தாள் விமலா. அவளுக்கு அருகிலே அமர்ந்திருந்தான் ஷிவா. அவனுக்கோ தனது தாயின் அருகிலே அமர்ந்திருந்து அவள் சொல்வதைக் கேட்பதுபோலிருந்தது.

“நீ பிறந்ததில இருந்தே உன்னைப் பொத்திப் பொத்தித்தான் வளர்த்தோம். உனக்கு ஏதும் எண்டால் துடிச்சுப் போயிருவோம். தென்னமரவடியில ஏதும் அசம்பாவிதமாக நடந்துவிடுமோ எண்டு பதட்டமாகவே இருந்திச்சு. அத்தான் போனதுக்குப் பிறகு நீங்க ரெண்டுபேரும் அங்க தனிய இருந்தது எனக்குச் சரியாப் படயில்ல. அங்கே வன்செயல் நடக்கமுன்னமே உன்னையும் கூட்டிக்கொண்டு திருகோணமலைக்கு வந்து இருக்கச்சொல்லி அக்காச்சிட்ட நான் கெஞ்சாத கெஞ்சு இல்லை.” தனது மனதிலிருந்த பழைய கதைகளைச் சொல்லலானாள் விமலா.

“அத்தானோட அவள் சந்தோசமா வாழ்ந்த வீட்டை விட்டிட்டு வாறதுக்கு அவளுக்குக் கொஞ்சமும் விருப்பமில்லை. பாவம் அவளையும் பிழைசொல்ல ஏலாது. அந்த வீட்டையும் சூழலையும் சுற்றித்தான் அத்தானோட அவள் வாழ்ந்த சந்தோசமான வாழ்க்கையோட நினைவுகள் இருந்திச்சு. அதை விட்டிட்டு அவளால வர ஏலாமப்போச்சு. கடைசியில ஒரு மாதிரி என்னோட தெண்டிப்புக்கு, உன்னோட நல்லதுக்காக ஒத்துக்கொண்டாள். திருகோணமலைக்கு வாறதுக்கு ஓமெண்டு வெளிக்கிட்டாள்.” சற்றே நிறுத்தித் தொடர்ந்தாள்.

“ஆனால் கஸ்டகாலம் எங்களை விடயில்ல. அதுக்கிடையில அந்தப் படுபாவிகள் முந்திட்டாங்கள். வன்செயலும் வந்திச்சு. உங்க ரெண்டு பேருக்கும் என்ன நடந்திச்சோ எண்டு எங்களுக்குத் தெரியல. இப்ப மாதிரி அந்தக் காலத்தில செல்ஃபோனும் இல்ல. நீங்க உயிரோட இருக்கிறீங்களா? செத்துப் போனீங்களா? எண்டதுகூடத் தெரியாமல் கொஞ்ச நாளா நான் பட்ட பாடு இருக்கே, அதை இப்ப நினைச்சாலும் என் ஈரக்குலை நடுங்கும்” என்று கூறி மௌனத்தில் ஆழ்ந்தாள் விமலா. அந்த மௌனமும் அதனோடு சேர்ந்த அசையாப் பார்வையும் சிவாவிற்குப் பரிச்சியமானதே.

முப்பது வருடங்களுக்கு முன்பு நடந்த அசம்பாவிதத்தின் காரணமாகத் தனது வாழ்வு முழுவதும் மனதளவில் பாதிக்கப்பட்டு, உடைந்து போனது தனது அம்மா மட்டுமல்ல என்ற புரிதல் ஷிவாவின் மனதை அலைக்கழித்தது. வீட்டு ஹாலின் உட்கூரையில் பூட்டப்பட்டிருந்த ‘உஷா’ மின்விசிறி காற்றை வெட்டி விசிறிய ‘சர்ர்ர்க்... சர்ர்ர்க்...’ சத்தம் அங்கே நிலவிய மௌனத்தைத் தாண்டி மெலிதாகக் கேட்டுக்கொண்டிருந்தது.

“தன்னோட வாழ்க்கையில அனுபவிச்ச எந்தக் கஸ்டங்களும், துன்பங்களும் உன்னைத் தீண்டக்கூடாதெண்டு வலு கவனமா இருந்தாள். தன்னோட துக்கங்கள் எதுவுமே உனக்குத் தெரியக் கூடாது எண்டதில அவள் திடமா இருந்தாள். அவள்ட பிடிவாதக்குணம் உனக்குத் தெரியுந்தானே? தான் எதையாவது செய்யோணும் எண்டு நினைச்சிட்டாளெண்டாள் அதைச் செய்துமுடிக்கும்வரை அவள் ஓயவேமாட்டாள். அவ்வளவு திடமன். தனியாளாய் இங்க இருந்து உலகத்திண்ட அந்தத்துக்கே உன்னைக் கொண்டுபோய் சேர்த்தவள். அவளிட்ட இருக்கிற தைரியத்தில கால்வாசியாகிலும் என்னட்ட இல்ல.”

தனது சகோதரியின் செயலாற்றலை எண்ணிப் பெருமைப் பட்டவளாகத் தோன்றினாள் விமலா. தனது சித்தியின் அருகாமையில் அம்மா தொடர்பான தகவல்களைப் பேசுவது அவன் மனதிற்குப் பிடித்தமான செயலாகவே இருந்தது.

“அவள் எங்களையெல்லாம் விட்டிட்டுப் போறதுக்கு கொஞ்சக் காலத்துக்கு முன்னம்தான் தன்னோட கடைசி ஆசை, கடைசி ஆசையெண்டு புலம்பத்தொடங்கினவள். இருந்தும் அது என்னவென்று என்னட்ட சொல்லவேயில்ல. அவள் சொன்னதிலிருந்து நானாத்தான் எல்லாத்தையும் கோர்த்தெடுத்தனான். இவ்வளவு காலத்துக்கு அவளோட மனசில அப்படியொரு ஆசை இருந்த விசயமே அதிசயமாத்தான் இருந்திச்சு. இவ்வளவு காலத்துக்குப் பிறகும் இப்படியொரு ஆசையை வச்சிருப்பாள் என்று நான் நினைச்சுக்கூடப்பார்க்கயில்ல.”

“நாங்க பலதையும், பத்தையும் கதைச்சிருக்கிறோம். ஒரு தடவைகூட அவள் இதைப் பற்றி மூச்சுக் காட்டயில்ல. கடைசியாத்தான் எனக்குத் தெரியவந்திச்சு. தான் போற நேரம் வந்திட்டுது எண்டத அவள் புரிஞ்சுகொண்டாள் போல. அதாலதான் தன் மனசில பூட்டி வைச்சத இப்பயாவது சொல்லோணும் என்று அவளுக்குத் தோன்றிச்சோ என்னவோ? இதுக்குப் பிறகு எதுவும் இல்ல எண்டத தெரிஞ்சுதான் தன்னோட கடைசி ஆசையெண்டு அதைச் சொல்லியிருக்கிறாள் மகராசி. ஆனால் அவள்ட மனசில இருந்த அந்த ஆசை தீராமலே தான் செத்துப்போயிருவன் எண்டதும் அவளுக்குத் தெரியுமோ என்னவோ?”

இதையெல்லாம் சொன்னபோது விமலாவின் முகத்தில் எந்தச் சலனத்தையும் கண்டுகொள்ள முடியவில்லை. பெருந்துயரின் தொடர்ச்சியான தாக்கத்தால் அவள் முகம் இறுகிப் போயிருந்ததாகத் தோன்றியது. அவளுக்கு அருகில் அமர்ந்து அவள் சொல்வதையெல்லாம் அம்மாவே சொல்வதாக எண்ணி அமைதியாகக் கேட்டுக்கொண்டிருந்தான் ஷிவா.

அந்த வீட்டு ஹால் பெரிதாக, வசதியாகவே இருந்தது. நிலத்திற்கு டைல்ஸ் பதிக்கப்பட்டிருந்தது. சுவர்களுக்கு அண்மையில்தான் வர்ணத் தீந்தை பூசியிருப்பார்கள்போல. இருந்தும் ஓரிரு இடங்களில் ‘கிரயோன்’ கட்டியால் கிறுக்கப்பட்டிருந்ததில், அந்த வீட்டுச் சிறுமியின் கைவண்ணத்தைக் காணக்கூடியதாகவும் இருந்தது. இதைத் தவிர அந்த வீடு சுத்தமாயிருந்தது.

ஹாலின் ஒரு பக்கச் சுவரோடு அண்டியதாக அகன்ற, உயரமான கண்ணாடி கபினட்டினுள் பலவிதமான பொருட்கள் வைக்கப்பட்டிருந்தன. அருகிலேயே ‘எல்.ஜீ’ தட்டைத் திரைத் தொலைக்காட்சியொன்று பொருத்தப்பட்டிருந்தது.

“கடைசிவரைக்கும் தன் மனசில இருந்ததையெல்லாம் உன்னட்ட காட்டிக்கொள்ளவுமில்ல, சொல்லவுமில்ல. அவளோட கதைக்கக் கிடைச்ச சந்தர்ப்பத்திலயெல்லாம், எத்தனையோ தரம் அவளிட்ட நான் சொல்லிப் பார்த்தன். உன்னட்ட இதையெல்லாம் சொல்லச்சொல்லி அவளிடம் கேட்டுப் பார்த்தன். ஆனால் நான் சொன்னதை அவள் எங்க கேட்டாள்? இதையெல்லாம் சொல்லி உன்னைக் கவலைப்படுத்த அவள் விரும்பவேயில்ல.”

“உன்னட்ட சொல்லாவிட்டாலும் ஷோபியிடமாவது இதைப் பற்றிக் கதைக்கச்சொன்னன். அதுக்கும் அவள் ஓம்படயில்ல. ஷோபியிடம் கதைத்தால், ஷோபி முதல் வேலையா அதை உன்னிடந்தான் சொல்லுவாளெண்டு அதுக்கும் ஏலாதெண்டு சொல்லிட்டாள். உனக்கு ஏதும் தெரியவந்திருந்தால், கட்டாயம் அதை நீ நிறைவேற்றி வச்சிருப்பாய். அவளும் சமாதானப்பட்டிருப்பாள். ஆனால், பாவி மகள் என்ன நினைச்சாளோ, தான் சாகும்வரைக்கும் இதை உன்னட்ட சொல்லவேகூடாதெண்டு என்னட்ட சத்தியம் வேற வாங்கிட்டுத்தான் போனாள். அவளுக்குக் குடுத்த சத்தியத்தை கடைசிவரைக்கும் என்னால மீற ஏலாமல்போச்சு. நானும் ஒரு மடைச்சிதானே” இதைச் சொன்னபோது விமலாவின் குரலில் தொய்விருந்தது. கண்கள் பனித்திருந்ததைப் போல் கோலங்காட்டின.

ஹாலின் மற்றப்பக்கச் சுவரில் நிழற்படங்கள் சிலது சட்டமிட்டு மாட்டப்பட்டிருந்தன. சில படங்களுக்குப் பிளஸ்டிக்கினாலான பூமாலை இடப்பட்டிருந்தது. தான் அமர்ந்திருந்த இடத்திலிருந்து எழுந்து அருகில் சென்று, அந்தப் படங்களில் இருப்பவர்கள் யாரெனப் பார்த்தான் ஷிவா. ஒரு சிலரை அவனால் அடையாளம் காணக்கூடியதாய் இருந்தது. அவனுடைய அம்மம்மாவும் அம்மப்பாவும் சேர்ந்திருந்த படத்திற்கு மாலையிடப்பட்டிருந்தது. விமலாச்சித்தியும், சித்தப்பாவும் வேறொரு படத்தில் சிரித்தார்கள். குகனின் திருமணத்தின்போது எடுக்கப்பட்ட படமும் அங்கே இருந்தது. இந்தப் படங்களோடு அவனுடைய அம்மாவும் அப்பாவும் ஜோடியாக எடுத்துக்கொண்ட படமொன்றும் கொழுவப்பட்டிருந்தது.

அம்மாவும் அப்பாவும் சேர்ந்து நின்ற இந்தப் படத்தை இதற்கு முன் அவன் கண்டதாய் ஞாபகமில்லை. இன்று அதைக் கண்டு ரசித்தான் ஷிவா. அவர்கள் இருவருடைய இளமைக்காலப் புன்னகை அவனுக்கு ஆயிரம் சேதிகளைச் சொல்லின.

அவனோடு, அவர்களிருவரும் மானசீகமாகக் கதைப்பதுபோலிருந்தது. தன்னை மறந்தவனாக அந்த உரையாடலில் லயித்தான் ஷிவா.

'உங்கள் ஆசையை நிறைவேற்றுவேன் அம்மா' என்று அவர்களிடம் சொன்னபோது, தனது மனம் முழுதும் பரவசமடைந்ததாய் உணர்ந்தான் ஷிவா. ஷிவாவின் தாயிடம் இருந்ததொன்றும் அசாதாரணமான ஆசையல்ல. சொந்த நாட்டைவிட்டுப் புலம்பெயர்ந்து, பிற தேசங்களில் குடியேறித் தசாப்தங்களைக் கழித்த எவருக்குமே இருக்கக்கூடிய இயல்பான ஆதங்கந்தான் அவள் மனதிலுமிருந்தது.

விட்டு வந்த ஊரையும், பிரிந்து வந்த உறவுகளையும் மீண்டுமொருமுறை பார்த்துவிடமாட்டோமா என்கிற அவா எவர் மனதிலும் சாதாரணமாகவே எழக்கூடிய ஒன்றுதான். தனது கணவனோடு இன்பமாக வாழ்ந்த இல்லத்தின் சுவடுகளை ஒரு தடவை காண வேண்டும் எனும் ஏக்கத்தைக் கடந்த இருபத்தெட்டு வருடங்களுக்கும் மேலாகத் தனது மகனின் நல்வாழ்விற்காக அர்ப்பணிக்கப்பட்ட அவளது மனதின் எங்கோ மூலையில் ஒளித்து வைத்திருந்தாள் கௌரி.

எத்தனை காலத்திற்குத்தான் அந்த ஆசையை அவளால் பூட்டிவைக்க முடியும்? கடைசி வரைக்கும் அதனைப் பூட்டித்தான் வைத்திருந்தாள் கௌரி. ஷிவாவைப் பொறுத்தவரையில் சிறிலங்காவைத் தவிர உலகின் பெரும்பாலான நாடுகளுக்கெல்லாம் சுற்றுப்பயணம் சென்றிருக்கிறான். சிறிலங்காவிற்குச் செல்வது பற்றி அவன் கடந்த காலங்களில் சிந்தித்துப் பார்த்ததுகூட இல்லை. அதற்கான சந்தர்ப்பம் அமையுமென்றும் அவன் நினைத்தும் பார்த்ததில்லை. முன்னொரு காலத்தில் சிறிலங்காவில் அவனுக்குக் கிடைத்த விரும்பத் தகாத அனுபவங்களோடு, தனது தாயின் துன்பமெல்லாம் அங்கேதான் ஆரம்பமாயின எனும், சிறு பிராயத்திலேயே அவனுடைய மனதில் விதைக்கப்பட்ட எண்ணந்தான் பெரு விருட்சமாக வளர்ந்து, தனது தாய்நாட்டுடனான அந்நியத் தனத்திற்குக் காரணமாயிருந்தது.

40

குட்டிக்கதை: புத்தர் சிலை

தமிழுக்குப் பெருமை சேர்த்த காப்பியங்கள் ஐந்தில் ஒன்று சிலப்பதிகாரம். புனிதமே உருவாய், கற்பின் வடிவாய் திகழ்பவளான கண்ணகியே காப்பியத் தலைவி. கண்ணகியைப் பெண்தெய்வமாக வரித்துக்கொண்டதற்கு பல்வேறு காரணங்கள் இருந்தன. அவையெல்லாம் ஒன்றுக்கொன்று முரணாயும் இருந்தன.

கண்ணகிக்குச் சிலையெடுத்தான் சேரன் செங்குட்டுவன், இமயமலையிலிருந்து எடுத்துவரப்பட்ட கல்லிலே கண்ணகிக்குச் சிலையும் செய்வித்தான். வஞ்சிப் பெருநகரிலே கண்ணகிக்குக் கோவில் எழுப்பி அந்தச் சிலையைப் பிரதிஷ்டை செய்வித்தான். அப்போதிலிருந்துதான் கண்ணகியம்மன் வழிபாடு ஆரம்பமாகியது.

வரலாற்றுக்குப் பெருமை சேர்த்த இந்தப் பெருவிழாவிற்குப் பலதேசத்து மன்னர்களும் விருந்தினராக அழைக்கப்பட்டிருந்தார்கள். சேரனின் நல்ல நண்பனான, இலங்கை அரசன் கஜபாகுவும் இந்தப் பெருவிழாவிற்கு அழைக்கப்பட்டிருந்தான். சேரனின் தலைநகரான வஞ்சி நகர் கோலாகலம் பூண்டிருந்தது. விசேட விருந்தினராகக் கலந்து சிறப்பித்த கஜபாகு மன்னன் கண்ணகியின் அற்புதங்களில் மனம்கொண்டான்.

கண்ணகியின் பெருங்கருணையை இலங்கை மக்களும் பெற்றேக வேண்டும் என விரும்பினான். தானும் இலங்கையில் கண்ணகிக்குக் கோவில் செய்யத் திருவுளம் கொண்டான்.

சேரன் செங்குட்டுவனிடமிருந்து பெற்றுக்கொண்ட சந்தன மரத்தினாலான கண்ணகி சிலையையும், காற்சிலம்பையும் இலங்கைக்குக் கொண்டுவந்தான் கஜபாகு மன்னன்.

இந்தியாவிலிருந்து கடல் வழியாக இலங்கையில் ஜம்புகோளப் பட்டணத்தில் வந்திறங்கினான். அங்கே, அங்கனங்கடவை எனும் இடத்திலே முதலாவது கண்ணகியம்மன் ஆலயம் கஜபாகு மன்னனால் கட்டுவிக்கப்பட்டது. இதிலிருந்தே இலங்கை வரலாற்றிலும் கண்ணகியம்மன் வழிபாடு ஆரம்பமாகியது.

இந்தியாவிலிருந்து தான் கொண்டுவந்த சிலையையும், சிலம்பினையும் யானைமேல் ஏற்றிப் பரிவாரங்கள் புடைசூழ, மாதகலிலிருந்து ஊர்வலமாகக் கண்டிவரைக் கொண்டுசென்றான் மன்னன் கஜபாகு. இதுவே எசல பெரஹெராவின் ஆரம்பமாகக் கொள்ளப்படுகிறது.

கண்டிவரை சென்ற அந்த மாபெரும் ஊர்வலத்தின்போது யானையை நிறுத்திய இடங்களிலெல்லாம் கண்ணகிக்குக் கோவில்களை எழுப்பினான் மன்னன். பத்தினி தெய்வம் கண்ணகி வழிபாடானது இலங்கையில் தனித்துவமான பெண் தெய்வ வழிபாடாகச் சிறப்புற்று விளங்குகின்றது. சிங்களவர்களால் ‘பத்தினி தெய்யோ’ என்றும் தமிழர்களால் ‘கண்ணகியம்மன்’ என்றும் வழங்கப்பட்டுவருகின்றது.

தமிழர்களுக்கும் சிங்களவருக்கும் இடையில் பொதுமைப்பாடானதொரு வழிபாட்டுப் பாங்கினை ஏற்படுத்துகின்ற தெய்வமாகவே கண்ணகியம்மன் விளங்கினாலும், இலங்கையில் உள்ள இருவேறு இனக்குழுக்களுக்கும் இடையில் கண்ணகி தொடர்பாகப் பல்வேறு நம்பிக்கைகளும் வேறுபாடுகளும் இருக்கவே செய்கின்றன.

எது எவ்வாறாயினும் பத்தினியம்மன் வழிபாடானது இலங்கைத் திருநாட்டிலே ‘இந்து-பௌத்த’ சமரசப் பண்பிற்கு ஊக்கமளிக்கின்ற பண்பாடாகவே கொள்ளப்படுதல் அவசியமானது. கிழக்கிலங்கையில் கண்ணகி வழிபாடு மெத்தெனப் பரவியதற்கு மன்னன் கஜபாகுவோ அல்லது இலங்கையின் கிழக்குப் பிரதேசங்களை ஆண்ட பல தமிழ் சிற்றரசர்களோ காரணகர்த்தாக்களாக இருந்திருக்கலாம்.

கண்டி ராஜ்ஜியத்திலிருந்து வீரமுனை வழியாகவோ அல்லது யாழ்ப்பாணத்திலிருந்து முல்லைத்தீவினூடாகவோ கண்ணகி வழிபாட்டுப் பாங்குகள் மட்டக்களப்புக்கும் அதை அண்டிய மற்றைய கிழக்குப் பிரதேசங்களுக்கும் வந்திருக்கவுங்கூடும்.

யாழ்ப்பாணத்திலிருந்து புறப்பட்ட நாடார் பரம்பரையினர் வற்றாப்பளையூடாக மட்டக்களப்புக்கு வந்து குடியேறியபோது, அவர்கள் தம்முடன் கொண்டுவந்த ஏழு கண்ணகி சிலைகளையும் ஏழு கிராமங்களில் பிரதிஷ்டை செய்து வழிபட்டதாகவும் கருத இடம் உண்டு.

மட்டக்களப்புப் பக்கம் கண்ணகி வழிபாடு வந்துசேர்ந்ததைக் கூறுகின்ற வேறொரு கதையும் உண்டு. பலநூறு ஆண்டுகளுக்கு முன், வெருகல் ஆற்றுக்குக் கிழக்கே அமைந்துள்ள கடற்கரைத் துறைமுகத்திற்கு மதுரை மாநகரிலிருந்து பல்வேறு அம்மன் சிலைகள் கப்பல் மூலமாக வந்திறங்கியதாகவும், அந்தச் சிலைகளில் ஒன்றான கண்ணகியம்மன் சிலையை மட்டக்களப்பிற்குத் தெற்கேயுள்ள ஓர் ஊரில் பிரதிஷ்டை செய்து வழிபட்டதாகவும், அங்கிருந்தே கண்ணகியம்மன் வழிபாடானது மட்டக்களப்பின் மற்றைய பகுதிகளுக்கும் பரவியதாகவும் அந்தக் கதை சொல்லப்படுகிறது.

இவ்வாறாக நம்மிடையே வழக்கில் உள்ள கதைகள் யாவுமே கிறிஸ்துக்குப் பின் இரண்டாம் நூற்றாண்டிலிருந்து பதினைந்தாம் நூற்றாண்டு வரையிலான காலப்பகுதிக்கானவை என்று நம்பப்படுகின்றது.

இனி கதைக்கு வருவோம்.

மட்டக்களப்பு மாவட்டத்தில் ஒருபுறமாக ஒதுங்கியிருந்தது அந்த ஊர். அதுவொரு தமிழ்க் கிராமம். அங்கிருந்த புராதன கண்ணகியம்மன் ஆலயமே அந்தக் கிராமத்திற்குச் சிறப்பைத் தந்தது. அந்தக் கோவிலுக்குத் தொன்மையான வரலாறுண்டு.

அந்தக் கிராமத்துப் பெரியவர்களுக்குத் தெரிந்து, அவர்களுடைய பாட்டன் முப்பாட்டன் காலத்திற்கும் முன்னமிருந்தே, அரசமரம் ஒன்றை அண்டியதாகப் பழைய கண்ணகியம்மன் கோவில் இருந்ததாகச் சொல்லப்படுகிறது. பல நூறு வருடங்களை வரலாறாகக் கொண்டிருந்தும், யாரால், எப்படி, எப்போது போன்ற விவரங்கள்

எதுவும் அந்தக் கிராமத்தவருக்குத் திட்ப நுட்பமாகத் தெரியாது.

அந்த ஊரின் சனத்தொகை ஒப்பீட்டளவில் மிகக் குறைவானது. மிஞ்சிப்போனால் நூறு குடும்பங்களே அங்கு வாழ்ந்துவந்தார்கள். மக்கள் குடியிருப்பிலிருந்து ஒரு சில கிலோ மீற்றர்கள் தள்ளிக் காட்டுப்பகுதியிலேதான் கண்ணகியம்மன் கோவிலும் அமைந்திருந்தது. அவ்விடத்தே காட்டு விலங்குகள் வெகுசாதாரணமாக நடமாடின. இதனால் கோவிலுக்கு யாரும் தனியாகப் போவதில்லை.

கிராமத்திலிருந்த குறித்தவொரு குடும்பத்தைச் சேர்ந்தவர்கள்தான் தலைமுறை தலைமுறையாக அம்மனுக்குரிய பூசைப் பணிகளை மேற்கொண்டு வந்தார்கள். வாரமொன்றில் செவ்வாய் மற்றும் வெள்ளிக்கிழமைகளிலும் விசேட தினங்களிலுமே கோவிலில் பூசைகள் நடைபெறுவது வழக்கம். ஊரவர்களும் அந்த நாட்களிலேயே கோவிலுக்குச் செல்வார்கள். அந்த நாட்களைத் தவிர்ந்த வேறு நாட்களில் செல்லவேண்டிய தேவை ஏற்பட்டால், ஒரு சிலராகச் சேர்ந்துதான் செல்வார்கள். மற்றும்படி, வருடந்தோறும் வருகின்ற சடங்கின்போதுதான் அக்கம்பக்கத்து ஊர்களிலிருந்தெல்லாம் சனம் அள்ளுப்பட்டு வரும்.

கதவு திறத்தல், கடல் தீர்த்தம் கொணருதல், கல்யணக்கால் நடலோடு ஆரம்பமாகும் அம்மனின் வருடாந்தத் திருச்சடங்கு திருக்குளிர்த்தியுடன் நிறைவுபெறும். அந்த ஊரே விழாக்கோலம் பூணும்.

இந்தக் கோவிலுக்கு வேறொரு விசேசமும் உண்டு. இதுவரை காலமும் அந்தக் கோவிலில் எந்தவொரு திருப்பணிகளும் மேற்கொள்ளப்படாமல் இயன்றவரையிலும் பழைய கோவிலின் கட்டுமானமும் புராதனமும் ஊரவர்களால் காக்கப்பட்டே வந்துள்ளது. புதிதாகக் கட்டப்பட்ட ஓரிரு கட்டடங்களும், பரிவார மூர்த்தங்களுக்குரிய சிறு ஆலயங்களும் பழைய கோவிலின் தனித்துவத்தைப் பேணும்வகையில் சற்றுத் தள்ளியே அமைக்கப்பட்டிருந்தன.

இந்தக் கோவிலைச் சுற்றியுள்ள பகுதிகளில் பழைய கற்றூண்களும், எழுத்துக்கள் பொறிக்கப்பெற்ற கற்களும், நாகர் வழிபாட்டின் சின்னங்களும் மண்ணுட் புதைந்தது பாதி, புதையாதது பாதியென்று ஆங்காங்கே காணப்படுவது மேலும் சிறப்பானது.

பல்கலைக்கழகங்களிலிருந்து வரலாற்றை ஆய்கிறோமென்று யாராவது

இடைக்கிடையே வந்து இந்தப் புராதனச் சின்னங்களைப் பார்த்துப் பதிந்துவிட்டுப் போவார்கள். அவையெல்லாம் அந்தக் காலத்தைச் சேர்ந்தது இந்தக் காலத்தைச் சேர்ந்தது என்று சொல்லி வியந்துவிட்டுச் செல்வார்கள்.

இடையில் ஓரிரு தடவைகள் தொல்லியல் திணைக்களத்திலிருந்து வருகிறோமென்று சொல்லிக்கொண்டு ஒரு சிலர் வந்து பார்த்துவிட்டுப் படங்களெல்லாம் எடுத்துவிட்டும் சென்றார்கள். ஆனால் வந்தவர்கள் யாரும் இதுவரையில் அங்கே எந்தவொரு ஆக்கப்பூர்வமான நடவடிக்கைகளிலும் ஈடுபட்டதாக இல்லை. அதனால் கோவிலுக்கோ அல்லது அந்த ஊருக்கோ எந்த நன்மையும் ஏற்படவில்லை.

எது எப்படியோ, அந்தக் கோவில் மிகமிகப் பழமையானது என்பதோடு வரலாற்று முக்கியத்துவம் வாய்ந்தது என்பதும் தெளிவு.

இப்படியிருந்த நாட்களில்தான் அந்தப் புதுமையும் நடந்தது.

அந்த ஊரைச் சேர்ந்தவர்கள் யாவருமே அதனை ஒரு புதுமையான, அதிசயமான நிகழ்வாகவே கருதினார்கள். தங்களுக்கு நல்லதொரு எதிர்காலத்தைக் கூட்டித்தரவுள்ள நிகழ்வாகவே அதனை நோக்கினர். ஊரிலிருந்தவர்கள் எதிர்பாராமல் நிகழ்ந்த நிகழ்வு அது.

வைகாசி மாதத்தின் பூரணைக்கு முன்பாக வருகின்ற பத்து வளர்பிறை தினங்களில் கண்ணகியம்மன் திருக்குளிர்த்திச் சடங்குக்காக ஊரிலிருந்தவர்கள் யாவரும் தயாராகிக்கொண்டு இருந்தார்கள். கோவிலையும் அதைச் சுற்றியிருந்த காட்டுப் பகுதியையும் சடங்குக்கு முன்னதாகவே துப்புரவு செய்வது ஊரவர்களின் வழக்கம்.

வழமைபோலவே அந்த வருடமும் கோவிலைச் சுற்றி மண்டியிருந்த புற்களையும் புதர்களையும் வெட்டித் துப்புரவு செய்தார்கள்.

சேர்த்த குப்பைகளை ஓரிடத்தில் போட்டுப் பற்றவைப்பதுவே அவர்களினது வழக்கமாயிருந்தாலும், குப்பைகளைப் புதைத்து எருவாக்கி கோவிலைச் சுற்றி நடப்பட்ட பூஞ்செடிகளுக்கு உரமாகப் போடலாம் என்று யாரோ சொன்ன ஆலோசனைப்படி, ஒரு குழியைத் தோண்டி அதனுள் குப்பைகூளங்களைப் போட்டுப் புதைத்து உக்கச்செய்வதென்று உத்தேசித்தார்கள்.

குப்பைகளைப் போடுவதற்காக வெட்டப்பட்ட குழியிலிருந்துதான்

அந்தப் பொருள் கிடைத்தது.

அதுவொரு செப்புச் சிலை. ஒன்றரை அடி உயரமிருக்கும். மிக அழகாக வார்க்கப்பட்ட சிலை. பல வருடங்களாகவே அது மண்ணுக்குள் புதைந்திருந்த காரணத்தால், கரும்பச்சைச் செழும்பு பிடித்து, ஊத்தை மண் ஒட்டிக் கல்லைப் போல் இறுகக் காய்ந்து காணப்பட்டது. இருந்தாலும் அந்தச் சிலைக்கு எந்தப் பாதிப்பும் ஏற்பட்டிருக்கவில்லை.

அந்தச் சிலையின் முக, அங்க லாவண்யமும், அடையாளங்களும் மிக நுணுக்கமாக வடிக்கப்பட்டிருந்தன. பார்த்தவர் மனதைப் பார்த்த மாத்திரத்திலேயே கொள்ளைகொள்ளக்கூடிய அழகுகொண்ட அந்தச் சிலையை வெளியே எடுத்தபோது, எல்லோர் மனதிலும் மகிழ்ச்சியும் உற்சாகமுமே காணப்பட்டாலும், அந்தச் சிலையை இன்னதென்று முழுமையாகக் கண்டறிந்த பிற்பாடு அங்கிருந்த அத்தனை பேரின் மனதையும் பீதியும் பயமுமே ஆட்கொண்டது.

அதுவொன்றும் செப்பாலான கண்ணகி சிலையல்ல. வேறு எந்தத் தெய்வங்களின் உருவுமல்ல. நீண்ட சிரசணியும், மெல்லிய காவி உடையும் அணிந்து, நீள்வட்ட முகத்தில் கருணையும், இரக்கமும் ததும்ப, நின்ற நிலையில் அருள்பாலிக்கும் ததாகதரான புத்த பகவானின் செப்புச்சிலை. கோவிலைச் சுற்றிச் சிரமதானப் பணிகளில் ஈடுபட்டிருந்தவர்கள் யாவருமே உடனடியாக அவ்விடத்தில் ஒன்று கூடினார்கள். அடுத்து என்ன செய்வதென்று அங்கிருந்த யாருக்குமே புலனாகவில்லை. எல்லோரும் குழம்பியிருந்தார்கள். அங்கிருந்தவர்களில் பெரும்பாலானவர்கள் இளைஞர்கள். ஒரு சில பெரியவர்களும் கோவில் பூசாரியும் அங்கிருந்தார்கள். எல்லோர் மனதிலும் பயம் தொற்றியிருந்தது.

இதனால் என்ன ஆகுமோ? ஏது நடக்குமோ? என்று ஆளுக்காள் விவாதித்தார்கள். ஆங்காங்கே தமிழ் பிரதேசங்களில் திடீர் திடீரென்று முளைக்கும் புத்தர் சிலைகளையும், காலப்போக்கில் அதனையண்டி உருவாகும் புத்தவிகாரைகளையும், அந்த விகாரைகளைச் சூழ ஏற்படுத்தப்படும் சிங்களக் குடியேற்றங்களையும் பற்றி அவர்களுக்குத் தெரிந்திருந்தது. இவ்வாறான அத்துமீறிய செயற்பாடுகளைத் தடுக்க முடியாதென்றும், தமிழர் தரப்பிலிருந்து என்னதான் எதிர்ப்புகள் முன்னெடுக்கப்பட்டாலும் அவையெல்லாம் பலனில்லாத முயற்சிகளாகவே முடிவன என்றும் அவர்களுக்குத் தெரிந்திருந்தது.

அவர்களால் எதையும் செய்ய முடியாது. நடப்பதையும் தடுத்து நிறுத்த முடியாது. அதது அதனதன்பாட்டிற்கு நடக்கத்தான் செய்யும்.

புத்தர் போதித்த கருணையும் காருண்ணியமும் இப்போ இல்லாமலே போய்விட்டது. அவர் போதித்ததைக் கடைப்பிடித்து வாழவேண்டிய பிக்குகள் ரவுடித்தனம் காட்டுகிறார்கள். காவியுடையை மடித்துக்கட்டிக்கொண்டு குடும்பிப்பிடி சண்டைக்கு வருகிறார்கள்.

அவர்களை முன்னால் விட்டு, அரசியல்வாதிகள் பின்னுக்கு நிற்கிறார்கள். பாதுகாப்புப் படையினரும் தொல்பொருள் திணைக்களமும் ஆதரவு தருகிறார்கள்.

அரசாங்கமே எல்லாவற்றிற்கும் பின்புலமாக நிற்கிறது.

'அவர்களுடைய கண்ணில்பட்ட பிரதேசமெல்லாம் அவர்களுடையது. அங்கே அவர்கள் என்ன வேண்டுமானாலும் செய்வார்கள். அதைக் கேட்பதற்கு யாருமில்லை' எனும் மமதைத்தனத்தின் அடிப்படையிலேயே அனைத்தும் நடாத்தப்படுகிறது.

இவற்றையெல்லாம் அந்தக் கிராமத்தவர்கள் நன்கு அறிந்திருந்தார்கள்.

சிவனே என்று சும்மா கிடந்த இடத்தையே பிடித்துப் புத்தர் சிலை வைக்கிறார்களென்றால், இங்கே ஒரு புத்தர் சிலையே நிலத்திற்குக் கீழிருந்து கிடைத்திருப்பது அவர்களுக்குத் தெரியவந்தால் என்ன ஆகுமோ? என்ற எண்ணம் அவர்கள் மனதில் அமைதியைத் தருவதாக இல்லை. அவர்கள் காலங்காலமாக வழிபட்டு வந்த கோவிலும், அதை அண்டியிருந்த ஊருங்கூட அவர்களிடமிருந்து பறித்தெடுக்கப்படக்கூடிய அபாயத்தை அவர்கள் உணராமலில்லை.

அது மட்டுமில்லாமல், அந்தப் பாரம்பரியப் பிரதேசத்தையே புதிதாக ஒரு சிங்களக் குடியேற்றத்துக்குத் தாரைவார்த்தும் கொடுக்கவேண்டிய நிலையும் அவர்கள் முன்னால் பல்லை இளித்துக்கொண்டு நின்றது. இக்கட்டான இது போன்ற ஒரு சூழலில்தான் மனிதன் சிந்திக்க ஆரம்பிக்கிறான். சிந்தனையின் விளைவால் அவனுடைய குழப்பங்கள் தீர்ந்துபோகின்றன. அவர்களும்கூடச் சிந்தித்தார்கள். தம்முன்னே கடைவிரித்திருக்கும் குழப்பத்தைத் தீர்ப்பதற்கு ஆவது என்ன என்று ஆழமாக விவாதித்தார்கள்.

அவர்கள் ஒவ்வொருவரிடமும் ஏதோவொரு யோசனை இருந்தது.

ஆனால் அந்த யோசனைகள் எதுவுமே நடைமுறைக்குச் சாத்தியமாக இருக்கவில்லை. எந்த யோசனையும் அவர்களின் பாரம்பரியத்தைக் காப்பாற்றப் போதுமானதாக இல்லை.

“எடுத்த இடத்திலேயே இதனைத் திரும்பவும் புதைத்துவிடலாமா?”

“எங்கேயாவது கண்காணாத இடத்தில் ஒளித்துவைப்போமா?”

“நடுக்கடலினுள் தூக்கி எறிந்துவிடுவோமா?”

“கோடரியால் கொத்தி உடைத்துவிடலாமா?”

“உலை நெருப்பில் போட்டு உருக்கிவிடுவோமா?”

போன்ற கேள்விகளோடு “எங்கே கிடைத்ததென்று சொல்லாமல் இதைக் கொண்டுபோய் பக்கத்து ஊரில் உள்ள விகாரையில் கொடுத்துவிடுவோமா?” எனும் அப்பாவித்தனமான கேள்வியும் அவர்களிடத்தில் இருந்தது.

எந்தக் கேள்விக்கும் அவர்களிடம் திருப்திகரமான பதிலில்லை. எதையும் தீர்மானிக்க இயலாதவர்களாக, எதையுமே செய்யமுடியாதவர்களாக, மொத்தத்தில் கையாலாகாதவர்களாக மேலும் மேலும் சிந்திக்கலானார்கள்.

“புத்தர் எண்டாப்போல அவரென்ன சும்மா ஆளா? அவரும் கடவுள்தானே? கடவுள் சிலையை அழிக்கலாமா? அந்தப் பாவம் எங்களைச் சும்மா விடுமா? எங்களை மட்டுமில்ல எங்கட சந்ததியையே பீடிக்குமல்லவா?”

“இந்தச் சிலையைத் திரும்பவும் புதைக்கிறதோ, ஒளிக்கிறதோ நல்ல தீர்வாயிராது. புதைச்சதும் ஒளிச்சதும் கட்டாயம் ஒரு நாள் வெளியில் வந்தே தீரும். கண்டுபிடிக்கப்படும். அப்போ என்ன நடக்கும்? இப்ப நடந்திருமோ? எண்டு பயந்ததுதான் அப்போ நடக்கும்.”

”இப்படி ஒன்று இங்கே கிடைத்திருக்கிறது என்ற செய்தி மட்டும் வெளியில தெரிய வந்தால், அவ்வளவுதான். அதற்குப் பிறகு நடக்கக்கூடியதைக் கற்பனையிலும் நினைத்துப் பார்க்க முடியவில்லை.”

“நாம காலா காலமாக வாழ்ந்த இடத்தை வெள்ளித்தட்டில் வைத்து நாமளே அவங்களுக்குத் தாரைவார்த்துக் குடுத்த மாதிரி ஆகிவிடக் கூடாது.”

“எல்லாவற்றிற்கும் முதல் இங்க நடந்தது, இனி நடக்கப்போறது எதுவுமே எங்களைத் தவிர வெளியில ஒரு குஞ்சு குருமானுக்கும் தெரியக் கூடாது. நாங்க இது தொடர்பாக எதைச் செய்தாலும் அது இந்தக் கண்ணகியம்மன் அருளாலேயே நடப்பது என்று நாமெல்லாம் நம்பவேணும். என்ன செய்யப்போகிறோம் என்றதை நாங்கள் முடிவெடுத்த பிறகு அதையும் நாங்கள் காதோடு காது வைத்ததுபோலச் செய்துமுடிக்கவேணும்.”

“இது சம்பந்தமாக யாராவது எதையாவது வெளியில் சொன்னாலோ கதைத்தாலோ அவர்கள் கண்ணகியம்மனின் கோபத்திற்கு ஆளாகவேண்டி வரலாம்.”

நிலைமையின் முக்கியத்துவத்தை கருத்தில்கொண்டு அங்கிருந்தவர்கள் அத்தனைப்பேரும் தாம் மௌனம் காப்போமென்று கண்ணகியம்மன் முன்னிலையில் கற்பூரமேற்றி சத்தியம் செய்தார்கள். அன்றைய தினம் கோவில்முன்றலில் பல மணி நேரமாகத் தொடர்ந்த விவாதத்தின் இறுதியில், கண்ணகித் தாயின் அருட்கடாட்சத்தால் இந்தப் பிரச்சனையிலிருந்து வெளியே வருவதற்கான நல்லதொரு வழியொன்று அவர்களுக்குத் தெரிந்தது.

பத்தினி தெய்வமாம் கண்ணகியம்மனே தங்களையும், தங்கள் சந்ததியினரையும் காத்தருளும் பொருட்டு அப்படியொரு தீர்வை முன்வைத்ததாக அவர்கள் யாவரும் நம்பினார்கள். மதுரையை எரித்தழித்த மங்கையர்க்கரசி அவர்கள் வாழ்ந்த ஊரையும் காப்பாற்றத் திருவுளம் கொண்டதாகவே எண்ணி மகிழ்ந்தார்கள். தாம் இனி என்ன செய்ய வேண்டும் என்பதையும் தெளிவாகத் தெரிந்துகொண்டார்கள். நல்லதொரு முடிவுக்கும் வந்தார்கள்.

அந்த முடிவு மிகச் சிறந்ததாகவே இருந்தது. அவர்கள் அனைவருக்கும் ஏற்புடையதாகவும் அமைந்தது. அது அற்புதமானது. கண்ணகியம்மனின் அருளால் தாம் எடுத்த முடிவின்படியே அவர்கள் செயற்பட்டார்கள். அதற்காகச் சில பல முன்னாயத்தங்களைச் செய்யவேண்டியிருந்தது. அவற்றை ரகசியமாகவே செய்தும் முடித்தார்கள். தாம் செய்தது தொடர்பாக யாருக்கும் எந்தத் தகவலும் தெரியாதவண்ணம் பார்த்துக் கொண்டார்கள். காட்டிலிருந்த பறவைகளும், சிறு விலங்குகளுங்கூட இதுபற்றி மூச்சுக்காட்டவில்லை.

சடங்கும் வந்தது. திருமா பத்தினி அருள் வேண்டிப் பெருந்திரளாகப் பக்தர்களும் கூடினார்கள். அன்னையை தேடிவந்த பக்தர்களுக்கெல்லாம் இம்முறை அதிசயமொன்று காத்திருந்தது. கண்ணகி அம்மன் சன்னிதியிலே, தனியே ஒரு பரிவார மூர்த்தியாகச் செப்பினாலான புத்தம்புதிய முருகன் சிலையொன்று பக்தர்களுக்கெல்லாம் அருள்பாலித்தவண்ணம் இருந்தது.

தலையிலே பட்டுத் தலைப்பாகையும் பட்டுடையும் உடுத்தி, நீள்வட்ட முகத்தில் கருணையும், இரக்கமும் ததும்ப, கையிலே வேலாயுதத்தோடு அருள்பாலிக்கும் சுப்பிரமணியரான கந்தபிரானின் செப்புச்சிலை.

பக்தர்களுக்கோ பெருமகிழ்ச்சி.

கந்தப்பெருமானையும் வணங்கினார்கள்.

‘கந்தா போற்றி! கடம்பா போற்றி! கார்த்திகேயா போற்றி!’

‘கதிர்காமக் கந்தனே போற்றி போற்றி!’

41

கனவு

சிறிலங்காவுக்குப் புறப்படுவதென்று முடிவெடுப்பதற்குச் சில நாட்களுக்கு முன்பொரு நாளிரவு, கனவொன்று கண்டான் ஷிவா. மிக விசித்திரமான கனவு அது.

அதுவொரு பூங்கா. அப்படித்தான் இருந்தது. அல்லது அதுவொரு சிறிய பூந்தோட்டமாகக்கூட இருக்கலாம். வேளைக்கு ஏற்றவாறு விதவிதமாகக் கோலங்காட்டியது.

காலையோ அல்லது மாலை நேரமோ தெரியவில்லை. ஆனால் அது இரவல்ல என்பதைத் தவிர, அந்தக் கனவின் காலநேரம் தொடர்பான எந்தப் புரிதலும் இருக்கவில்லை. அது எங்கே, எவ்விடம் என்றுகூடச் சரியாகச் சொல்லமுடியவில்லை. கனடாவாயிருக்கலாம். லண்டன், தென்னமரவடி என்று காட்சிகளும் இடத்துக்கு இடம் தாவின. பின்புல விளக்கங்கள் பெரும்பாலும் தெளிவாக இருக்கவில்லை.

வேப்பமரமொன்றின் கீழிருந்த சாய்வு நாற்காலியில் ஆர அமர்ந்திருந்தாள் கௌரி. அங்கே அவனும் இருப்பதாகவே ஷிவாவுக்குத் தோன்றியது. அல்லது அவன் வேறெங்கோ ஓரிடத்திலிருந்து இந்தக் கனவைக் கண்டுகொண்டிருக்கலாம்.

மேலே கிளைத்து விதானித்திருந்த வேப்பையில் ஒரேயொரு வேப்பங்காய் காய்த்திருந்தது. அது சாதாரண வேப்பங்காயைப் போலல்லாமல், அதைவிடப் பல மடங்கு பெரிதாக இருந்தது. ஒரு தேங்காய் அளவிற்கு பெரிதாக இருந்தது. அந்தப் பச்சைநிறக் காயை அண்ணாந்து பார்த்தபடியிருந்தாள் கௌரி. அவளது முகத்தில் அமைதி கவிந்திருந்தது. அல்லது ஏதோவொரு கேள்வி புதைந்திருந்தது. அந்தக் காட்சியை ரசித்தபடியிருந்தான் ஷிவா. அல்லது பார்த்தபடி.

“என் கடைசி ஆசையைத் தீர்த்துவைப்பியா ராசா?”

வேப்பமரத்தின் மேலிருந்து, குனிந்து ஷிவாவைப் பார்த்துக் கேட்டாள். சாய்வு நாற்காலியில் இருந்தவள் வேப்பமரத்திற்கு எப்போது, எப்படிப் போனாள் என்ற கேள்வி அவனிடம் எழவில்லை.

அவளது கண்களிரண்டும் பனித்திருந்தன. அவற்றில் மகிழ்ச்சியைக் காணமுடியவில்லை. அதுமட்டுமல்லாமல் அந்த மரத்திலிருந்த ஒற்றைக் காயையும் காணவில்லை. சுற்றுமுற்றும் பார்த்தான். சுற்றியெங்கும் கௌரியும் இல்லை. சாய்வு நாற்காலியும் காலியாகவே இருந்தது.

‘அம்மா அம்மா’ என்று குழறியழ முயன்றான். முடியவில்லை. இருந்தும் அழுதான். அவனோடு சேர்ந்து கௌரியும் அழுதாள். தாயின் கரங்களை ஆதரவுடன் பற்றிக்கொண்டான். அவளது கண்களில் ஆனந்தத்தின் ஒளிக்கீற்றுத் தெரிந்தது. தனது மகனின் நெற்றியில் அன்புடன் முத்தமிட்டாள். ஒரு சிறு குழந்தைபோல் அவள் குதூகலித்தாள்.

அவளோடு சேர்ந்து தானும் மகிழ்ச்சியில் திளைத்தான். அத்தோடு அவன் கண்ட கனவு முடிந்திருந்தது. அந்தக் கனவிலிருந்து மீண்டவனின் நெஞ்சிலோ அந்தக் கனவின் சுமையும், சோகமும் மீந்திருந்தன. அதன் பிறகு பல தடவைகள் தான் கண்ட கனவை மீட்டிப் பார்த்தான் ஷிவா. அவன் கண்ட கனவின் பல விபரங்கள் அவனுக்கு மறந்துபோயிருந்தது. ஞாபகத்தில் இருந்த மிச்சஞ்சொச்சம் கனவின் பகுதிகளும் அவனது நினைவிலிருந்து கொஞ்சங்கொஞ்சமாக மறைந்தும் போயின.

ஆனாலும் அந்தக் கனவைத் தன் மனதில் உயிர்ப்புடன் வைத்திருக்கவே விரும்பினான். மறதியால் ஏற்பட்ட வெற்றிடங்களைத் தனது கற்பனையால் நிரப்பிப் புதுப்பித்தான்.

புதுப்பொலிவு பெற்றது அவனுடைய கனவு.

அது புதிய கனவு!

அதே வேப்பமரத்தின் கீழே போடப்பட்டிருந்த சாய்வு நாற்காலியில் ஆசுவாசமாக அமர்ந்திருந்தாள் கௌரி. இம்முறை இவனும் அவளுக்கு அருகில் அமர்ந்திருந்தான். வேறெங்கோ இருந்துகொண்டு அந்தக் கனவின் பார்வையாளனாக மட்டுமில்லாமல் வேப்பமரத்தின் கிளையில் கட்டப்பட்டிருந்த ஊஞ்சலில் ஆடிக்கொண்டிருந்தான்.

"பெரிசா ஒண்டுமில்லடா மகனே. சின்னதா ஒரு ஆசை. அவ்வளவுதான். பெரிதாக ஆசைப்பட்டு உன்னை நான் கஷ்டப்படுத்தமாட்டன். என்னுடைய நேரம் இங்க முடிஞ்சுபோச்சு. நான் சாகிறதுக்கு முதல், நானும் உன் அப்பாவும் வாழ்ந்த அந்த வீட்டு மண்ணில ஒருதரம் கால் வைக்கோணும். அந்த மண் புழுதி என்னில அப்போணும். அந்தப் புழுதி வாசத்தை, அது கலந்த காற்றின் குளிர்ச்சியை நான் சுவாசிக்கவேணும். தென்னமரவடிக்கு என்னை ஒருதரம் கூட்டிக்கொண்டு போவியா கண்ணா? என் குஞ்சுமகனெல்லோ?" என்று அவனிடம் கெஞ்சலோடு கேட்டாள் கௌரி.

எங்கிருந்தோ வந்துசேர்ந்த உற்சாகம் அவனைப் பற்றிக்கொண்டது.

"அட இவ்வளவுதானேம்மா? நானும் என்னவோ ஏதோ எண்டு பயந்திட்டன். நல்ல காலம் நீங்க எதையும் பெரிசா கேக்கயில்ல" என்று சிரித்தபடி கூறினான். தான் பற்றியிருந்த தாயின் கைகளைத் தடவிக்கொடுத்தான். அவளும் புன்னகைத்தாள். பிரகாசித்தாள்.

"உங்கட விருப்பத்தை நான் கட்டாயம் நிறைவேற்றுவனம்மா. அது ஒன்றும் பெரிய விசயமேயில்ல. நாங்க எல்லோரும் சேர்ந்தே தென்னமரவடிக்குப் போவோம். எனக்கும் எங்கட ஊரை ஒருதரம் பார்க்க விருப்பமாக்கிடக்கு. எவ்வளவு காலமாச்சு? வாற சமர் ஹொலிடேக்கு வெளிக்கிடுவோம். விஷ்ணுவுக்கும், ஷோபிக்கும் நான் பிறந்து வளர்ந்த இடங்களையெல்லாம் காட்டத்தானே வேணும். ஒண்டுக்கும் யோசிக்காதெங்கோ. என்ஜோய் பண்ணுவோம்."

அவள் உயிருடன் இருந்தவரையிலும் ஷிவாவிடம் தனக்கென்று எதையுமே கேட்டதில்லை. மாறாக அவனுக்கு வேண்டியதையெல்லாம் அவளே பார்த்துப் பார்த்துச் செய்தாள். அவளது கடைசிக் காலம் வரையிலும் இது தொடர்ந்தே வந்தது.

அன்று அவனது கனவில் கண்ட அந்த அபலைத் தாயின் கெஞ்சல், கல்லையும் கரைக்கக்கூடியது. அப்படியிருக்க, அவன் எம்மாத்திரம்? தனது தாயின் கண்களிலிருந்து உருண்டோடிய கண்ணீர்த்துளிகள், ஷிவாவின் நெஞ்சில் ஈட்டியாய்த் தெறித்தன. ஒவ்வொரு துளிக்கும் அவனது உயிர்வரை வலித்தது.

ஆனால், காலத்தின் கட்டாயத்தின்படிதான் நேர்வுகளும் மாற்றப்படுகின்றன. எங்கே சேர்வது, எங்கே பிரிவது என்பதெல்லாம் இயற்கை அமைத்துத் தருகின்ற சாத்தியங்களே.

அன்று அவனது கற்பனையால் நிறைக்கப்பட்ட கனவில், அவனால் அவனது தாய்க்குக் கொடுக்கப்பட்ட வாக்கினை, அவள் உயிருடன் இருந்தபொழுதே அவனால் கொடுக்கமுடியாமல்போனது.

கொடுக்கமுடிந்திருந்தால் என்னவாகியிருக்கும் என்பது ஷிவாவின் வாழ்வில் வேறொரு சாத்தியப்பாடு.

அது மற்றதைவிடவும் விரும்பத்தக்கதாக அமைந்திருந்திருக்கலாம்.

நிறைவேறாத ஆசையோடுதான் கௌரியும் இறந்துபோனாள்.

அவளது கடைசி ஆசைபற்றி எதுவுமே தெரியாதவனாகத்தான் தனது தாயின் இறுதிக்கிரிகைகளை ஷிவாவும் செய்துமுடித்தான்.

இது ஷிவாவின் மனதில் மாறாத ரணத்தையே ஏற்படுத்தியது. அதனால் உண்டான வலியை அவனது நாளாந்த அனுபவத்தில் ஒன்றாக்கிக் காலமும் கடந்துருண்டோடிப் போனது.

42

திருகோணமலையில் விமலாவை கண்ட மாத்திரத்தில் ஷிவாவிற்குத் தனது தாயின் நினைவே மேலிட்டதைப் போல, ஷிவாவைக் கண்டதும் விமலாவின் மனதெல்லாம் தனது சகோதரியின் ஞாபகமே அலைமோதியது. ஒருவரைக் கண்டு மற்றவர் தமக்கான உள்ளார்ந்த ஆறுதலைப் பெற்றுக்கொண்டனர்.

ஷிவா தன்னுடன் கொண்டுவந்திருந்த கௌரியின் அஸ்தி அடங்கிய பேழையைக் கவனமாக வெளியிலெடுத்தான்.

பெருந்துயரின் விரல்கள் அவனது இதயத்தைப் பிறாண்டியதன் வலியை உணர்ந்தான். அவ்உணர்வுச் சுழலில் சிக்கித்தவித்தான். சோகசாகரத்தில் மூழ்கியும் போனான்.

பேழையினுள் இருந்த சாம்பலோடு கௌரியின் நினைவுகளும் சேர்ந்ததால், அதன் கனத்தை அவனால் தாங்கமுடியவில்லை. கனத்த இதயத்துடன் தன்னிடமிருந்த பேழையை விமலாவின் கைகளில் கொடுத்தான்.

சுற்றுப்புற இயக்கமெல்லாம் ஒரு கணம் உறைந்துபோனது. அங்கே என்ன நடக்கிறது என்பதை அறிந்துகொள்வதற்கும், அதற்கான எதிர்வினையை வெளிப்படுத்துவதற்கும் இடையிலான சில கண நேரத்து அமைதியில், புயலொன்று மையங்கொண்டது.

துக்கத்தைத் தாங்கமாட்டாதவளாகக் கதறியழுதாள் விமலா. அத்தனை வருட இடைவெளிக்குப் பிறகு தனக்கிருந்த ஒரேயொரு தாய் வயிற்று உறவைச் சாம்பலாகக் கையிலேந்தும் நிலையை யாரால்தான் சகித்துக்கொள்ள முடியும்?

முப்பது வருடங்களுக்கு முன் தனது அக்காவைக் கடைசியாகக் கண்டபோது மனதில் பதிந்த அவளது அழகிய வதனமே விமலாவின் நெஞ்சில் நிறைந்திருந்தது. அவளோடு தொலைபேசியில் உரையாடிய மனதிற்கினிய பொழுதுகளே நினைவில் நின்றன. அவள் இறந்துபோக முன் ஒருமுறையேனும் அவளைப் பார்க்கக் கிடைக்கவில்லையே என்ற ஏக்கமே அவளை வாட்டிவதைத்தது. இனியொரு தடவை அவளைக் காணவோ, அவளோடு பேசவோ முடியாதென்ற யதார்த்தமே விமலாவை கதறியழவைத்தது.

அங்கே ஒரு 'மினி' இழவே நடந்தது என்று சொல்லுமளவிற்கு உறவின் வெளிப்பாடுகள் யாவும் உணர்வுப்பூர்வமானதாய் அமைந்தன. ஒரு வருடத்திற்கு முன்னால், டொரொண்டோவில் நடந்த கௌரியின் மரணச்சடங்கில் தான் செய்யாததை, டொரொண்டோவில் தன்னால் செய்ய முடியாதுபோனதை இங்கே திருகோணமலையில் செய்தான் ஷிவா.

தனது சிறியதாயுடன் சேர்ந்து தானும் அழுதுதீர்த்தான். இழப்பின் வலியைத் தனது அழுகையால் ஆற்றிவிட முனைந்தான். தனது மனதிலிருந்த வேதனைகள், கவலைகளெல்லாம் வற்றித் தீரும்வரை புலம்பினான். அது அவனுக்கு மிகவும் தேவையாக இருந்தது. அவன் மனதில் தேங்கிக்கிடந்த ஆற்றாமைக்கெல்லாம் வடிகாலாய்த் திகழ்ந்தது.

தனது சித்தியுடன் சேர்ந்து துயரங்கொண்டாடிய சிறு பொழுதே ஷிவாவின் மனதிலிருந்த கவலைகளில் பெரும்பாலானதை போக்கிவிடப் போதுமானதாக அமைந்தது. சித்தியினருகில் தான் கழித்த ஒவ்வொரு வினாடியும் தனது தாயின் அண்மையை உணர்ந்தான். விமலாவும் அவனைத் தனது வயிற்றில் பிறக்காத முதல் மகனாகவே கொண்டாடினாள். கௌரியின் சாம்பலடங்கிய பேழையை ஹாலின் ஒரு மூலையில் சுத்தம்பத்தமாக வைத்து அருகில் விளக்கும் ஏற்றிவைத்தார்கள். வெள்ளிக் கிண்ணமொன்றில் நீரும் வைத்தார்கள். மாலைக் கருக்கலில் படையல் வைப்பதாகவும் உத்தேசித்திருந்தார்கள். இதையெல்லாம் பார்த்துத் திருப்தியடைந்தான் ஷிவா. கட்டாயம்

அம்மாவுக்கும் இது பிடித்திருக்கும். தனது தங்கையின் கைகள் பட்டு அவள் அமைதியடைவாளென்றே அவனுக்குத் தோன்றியது.

அந்த வீட்டில் சின்னஞ்சிறிய பூங்குருவிபோலக் கலகலவென அங்குமிங்கும் பறந்துதிரிந்தாள் 'யுஹா'. நான்கு வயதே நிரம்பிய குகனின் ஒரே மகள். விஷ்ணுவைவிட நான்கு வருடங்கள் இளையவள்.

ஷோபி அவளுக்காக எடுத்துவைத்திருந்த 'டோய்ஸ்' உடன், தான் வாங்கிவைத்திருந்த சாக்லேட் பெட்டியையும் அவளுக்குக் கொடுத்தான் ஷிவா. அதுவரையில் தனது அம்மாவுக்குப் பின்னால் ஒளிந்து, மறைந்து போக்குக் காட்டிக்கொண்டிருந்தவள், ஷிவாவுடன் ஒட்டிக்கொண்டாள்.

'பெர்ர்யப்பா' என்று அழுத்தந்திருத்தமான உச்சரிப்புடன் ஷிவாவை அழைத்தாள். தனக்குத் தெரிந்த ஆங்கிலத்தில் 'ரைம்ஸ்' சொல்லிக்காட்டினாள். யுஹாவின் துறுதுறுப்பே அப்போதைய சூழ்நிலையில் நிகழுலகின் துன்பத்தை மறக்கடித்து மீளும் வழியை அவர்களுக்குக் காட்டியது.

யுஹாவைப்போலவே, வீட்டிலிருந்த மற்றவர்களுக்காகவும் ஷோபியால் எடுத்துவைக்கப்பட்டிருந்த பரிசுப்பொருட்களை அவரவருக்குக் கொடுத்தான் ஷிவா. அம்மாவின் ஞாபகமாக அவள் டொரொண்டோவில் பாவித்த ஒருசில பொருட்களை விமலாவிற்காகக் கொண்டுவந்திருந்தான்.

எல்லோரும் மகிழ்ச்சியில் திளைத்தார்கள்.

ஷிவா கொடுத்த விஸ்கி போத்தலை "நைட்டுக்கு செட்டாகுவோம் அண்ணா" என்ற குசுகுசுப்புடன் பெற்றுக்கொண்டான் குகன். அதை எடுத்துப்போய் எங்கோ ஒளித்தும் வைத்தான்.

"இவரோட செட்டாகிறது கவனம்" என்று குகனின் மனைவி ஷிவாவை நகைச்சுவையாக எச்சரித்தபடி, கண்ணாடிக் குவளையொன்றில் இளநீர் கொண்டுவந்து தந்தாள். இளநீரும் தோடம்பழச்சாறும் கலந்து, அளவான சீனியும் இட்டுச் சில்லென்றிருந்த அந்தப் பானம் திருகோணமலை வெய்யிலைத் தாங்குவதற்குத் தேவையான புத்துணர்ச்சியை ஷிவாவிற்கு வழங்கியது.

அன்று மதியம், குகனின் மனைவியின் 'ஸ்பெசல் சிறிலங்கன் ஸ்டைல் சமையல்' ஷிவாவிற்கு மிகவும் பிடித்திருந்தது. வீட்டுச் சாப்பாட்டை

ரசித்து ருசித்துச் சாப்பிட்டான். சாப்பிட்டு முடித்ததும், அவர்கள் எல்லோரும் கூடியிருந்து திருகோணமலைப் புதினங்களும், கனடா புதினங்களும் கதைத்தார்கள். மாலையில், ஷோபியும், விஷ்ணுவும் வைபரில் தொலைபேசினார்கள். வீடியோ அழைப்பில் எல்லாரோடும் கதைத்தார்கள். அண்ணா அண்ணாவென்று யுஹாவும் கதைத்தாள்.

குகன் சொன்னதைப்போலவே அன்று இரவு அவனும், ஷிவாவும் ‘செற்’ ஆகினார்கள். அவர்கள் இருவர் மட்டுமே ‘செற்’ ஆகியபோதும், மற்றவர்களும் அவர்களோடு சுற்றியமர்ந்திருந்தார்கள்.

குகனின் மனைவி முந்திரிய வறுவல் செய்து தந்தாள். ஷிவாவிற்கோ தனது வாழ்க்கையில் ‘செற்’ ஆவது இதுவே முதல் தடவை. அது உற்சாகம் மிகுந்த பொழுதாகவே அமைந்தது. மறக்கமுடியாத பொழுதாயும் அது கழிந்தது.

மகிழ்ச்சியான தருணங்கள், கவலையான கணங்கள், இன்பம் சூழ்ந்த பொழுதுகள், குதூகலமான உணர்வுகள் எனக் கலவையான மனவெளிப்பாடுகளால் ஆக்கிரமிக்கப்பட்டான் ஷிவா.

இந்த உறவுகளும் அவர்கள்தம் நெருக்கமும் மனநிறைவையே தந்தன. தனது மனைவியையும், மகனையும் தன்னோடு அழைத்து வராததையிட்டு மனம் வருந்தினான். பிறிதொரு சந்தர்ப்பத்தில் அவர்களையும் அழைத்துவரவேண்டியதன் கட்டாயத்தைப் புரிந்துகொண்டான். தான் அங்கே தங்கப்போகும் சில நாட்களும் மறக்கமுடியாத நினைவுகளையே தனக்குத் தரப்போகின்றன என்பதில் ஷிவாவிற்கு மாற்றுக்கருத்துகள் ஏதுமில்லை.

43

மறுநாள் காலைப்பொழுது மிகுந்த எதிர்பார்ப்புடன் விடிந்தது. காலையில் புத்துணர்ச்சியுடன் எழுந்தான் ஷிவா. காலைச்சாப்பாடு குண்டுத்தோசையும் அரைத்த சம்பலும். காலை உணவை ஒரு பிடி பிடித்த கையோடு, எல்லோருமாகத் தென்னமரவடி நோக்கிப் புறப்பட்டார்கள். நேற்று ஷிவாவை கட்டுநாயக்காவிலிருந்து ஏற்றிவந்த அதே டொயோட்டா ஹையேஸ் வானில், விமலா, குகன், யுஹா மற்றும் குகனின் மனைவியோடு, அதுவொரு சிலிர்ப்பூட்டும் பயணமாகவே ஷிவாவிற்கு அமைந்தது.

தான் பிறந்து, வளர்ந்து, ஓடியாடித் திரிந்த தனது பூர்வீகக் கிராமத்தை மீண்டும் ஒரு தடவை பார்க்கப்போகிறேன் என்ற எண்ணம் அவன் மனதில் என்றுமில்லாத ஆர்வத்தையும் உருவாக்கியிருந்தது. அது அவன் மனதில் கிளர்ச்சியூட்டுவதாய் அமைந்தது. ஷிவாவைப் பொறுத்தவரையிலும் தென்னமரவடியை நோக்கிய அந்தப் பயணம் அவனது வாழ்வில் மிக முக்கியமானதொரு நிகழ்வு.

அது அவனுடைய பொறுப்பு அல்லது கடமை என்றுகூறி வெறுமனே அதையொரு செயற்பாடாகச் செய்வதற்கு அப்பாற்பட்டு, அச்செயலை அவனது மனதிற்கு இயைந்த கைங்கரியமாகச் செய்வதென்பது உள்ளார்ந்த திருப்தியை அவனுக்கு வழங்கியது. அந்தப் பயணம் தன் மனதிற்கு அமைதியைத் தேடித்தருமென்று நம்பினான். அந்தப் பயணத்தின்மூலம் தான் பெற்றுக்கொள்ளும் அனுபவத்தைத் தனது தாய்க்கு மானசீகமாக அர்ப்பணிக்க எண்ணியிருந்தான்.

ஒரு நல்ல மகனாகத் தனது தாய்க்குச் செய்யக்கூடிய உன்னதமான செயல் இதுவென்று அவனுக்குத் தோன்றியது.

தான் தென்னமரவடிக்குச் சென்று என்ன செய்ய வேண்டும் என்பதைத் தனது மனதில் பல தடவைகள் ஒத்திகை பார்த்திருந்தான் ஷிவா. அங்கே, எங்கெல்லாம் செல்ல வேண்டும், எதையெல்லாம் பார்க்க வேண்டும் என்று முன்னமே யோசித்துவைத்திருந்தான். அம்மாவின் கடைசி ஆசையை எப்படி நிறைவேற்றிவைப்பதென்ற எண்ணமும் அவன் மனதில் உருவாகியிருந்தது.

இன்று அம்மாவும் அவனோடு கூட இருந்திருந்தால் இதுவொரு உணர்ச்சிப்பூர்வமான பயணமாகவே அமைந்திருக்கும் என்பதில் அவனுக்கு எள்ளளவும் சந்தேகமில்லை. அவனுங்கூட இந்தப் பயணத்தை இதைவிடவும் அதிகமாகக் கொண்டாடியிருப்பான். இங்கேயுள்ள மற்றவர்களுங்கூட மகிழ்ச்சியில் திளைத்திருப்பார்கள். விமலா சித்தியைக் கையில் பிடித்திருக்கவே முடிந்திருக்காது. ஒவ்வொரு கணமும் இன்பம் துய்ப்பதாகவே அமைந்திருக்கும்.

ஆனால், அம்மா உயிருடனில்லை.

அம்மா உயிருடன் இல்லாத காரணத்தால் அவன் எண்ணியதொன்றும் நடக்காமற்போனாலும்கூட, அவளது ஆசையை அவன் நிறைவேற்ற வேண்டியிருந்தது. தான் செய்யவேண்டிய அந்தக் கடமையைத் தோளில் சுமந்தபடி, தென்னைமரவடியை நோக்கிச் சென்றுகொண்டிருந்தான் ஷிவா. அவனிடமிருந்த செரமிக் பேழையில் சாம்பலாய் கனத்தாள் அம்மா. அம்மா பூர்வீகமாகக் குடியிருந்த தென்னமரவடியில், தனது வீட்டின் வளவினுள்ளேபொருத்தமானதொரு இடத்தில், அம்மாவின் அஸ்தியை விதைப்பதற்கு எண்ணியிருந்தான் ஷிவா.

அதைச் செய்வதன் மூலம் தனது தாயின் ஆத்மா சாந்தி அடையும் என்று மிகவும் நம்பினான். இதையே விமலாவிடமும் கூறியபோது, அவளிற்கும் இந்த யோசனை பிடித்திருந்தது.

“நிரந்தரமாகத் துயில்வதற்கு இதைவிடப் பிடித்த வேறொரு இடம் கௌரியக்காச்சிக்கு இருக்காது” என்று ஆமோதித்தாள் விமலா.

44

திருகோணமலையில் ஆரம்பித்த பயணம், மடத்தடிச் சுற்றுவட்டத்தில் வலது புறமாகத் திரும்பி, உப்புவெளியூடாக நிலாவெளி, இறக்கக்கண்டி, கும்புறுப்பிட்டி, சலப்பையாறு, குச்சவெளி, புடவைக்கட்டு, திரியாய், புல்மோட்டை, அமரிவயல் போன்ற பழமைவாய்ந்த கிராமங்களைக் கடந்து தென்னமரவடி நோக்கி நீண்டது.

பயணத்தின்பொழுது தான் கண்ட எந்தவொரு இடத்தையும் அவனுடைய பழைய நினைவுகளுடன் ஒப்பிட்டுப் பார்க்க ஷிவாவால் முடியவில்லை. இடங்கள், பாதைகள், காட்சிகள் என்று எல்லாமே மாறியிருந்தன. பார்த்தவை எவற்றிலும் மாற்றங்களையே கண்டான்.

இவை இன்னதுதான் என்று அவனால் அனுமானித்துப் பிரித்தறியமுடியாத மாற்றங்கள் அவை. ஆங்காங்கே வாகனத்தை நிறுத்தி முக்கியமான பல இடங்களை ஷிவாவுக்கு நினைவுபடுத்த முற்பட்டாள் விமலா. ஆனால் அவளுடைய முயற்சிகள் யாவும் “ஓ அப்படியா? ‘ஐயாம் ரியலி சொறி’ எனக்கு ஞாபகமில்லை” என்பதாகவே முடிந்தது.

போகும் வழியெங்கும் பல்வேறுவிதமான சூழற்பாங்குகள் அழகுகாட்டின. அழகிய கடற்கரையோரங்கள் சுற்றுலாப் பயணிகளைக் கவரும்பொருட்டு உருமாறியிருந்தன அல்லது உரு-

மெருகூட்டப்பட்டிருந்தன. அதேவேளை, மிகவும் வறுமையில் முடங்கியிருந்த மக்கள்கூட்டமும் ஆங்காங்கே தமது வாழ்விடங்களை அமைத்திருந்தார்கள். திருகோணமலை நகரிலிருந்து வடக்கே செல்லச் செல்லச் சமூக வாழ்க்கைப் படிநிலையின் தராதரத்தில் ஏற்ற இறக்கம் வெளிப்படையாகவே தெரிந்தது.

காலை நேரத்துக் கிழக்குக் கடலும், கடல் சார்ந்த பூமியும் வழி நெடுகிலும் மனதுக்கு உவகையை அள்ளித்தந்த காட்சிகள். இருந்தும், வழிநெடுகிலும் அமைந்திருந்த கிராமங்கள் தோறும் உள்ளோடிப்போயிருந்த வேதனையின் வடுக்களும் வெளித் தெரியாமலில்லை.

கடந்த காலத்தின் விரும்பத் தகாத அனுபவங்களைத் தாங்கிய ஞாபகச் சின்னங்களையும் ஆங்காங்கே காணக்கூடியதாய் இருந்தது.

வெறுமனே இடங்களை மட்டும் சுற்றிப்பார்த்து ரசித்துவிட்டுச் செல்வதற்கு வந்தவர்கள் கண்களுக்கு இவையெல்லாம் புலப்படுவதற்குச் சாத்தியமில்லை. தம்மைக் காட்டிக்கொள்ளாமல் ஒளிந்திருக்கும் வலியும், ரணங்களும், வடுக்களும் அவற்றைப் பழகிய கண்களுக்கு மட்டுமே சட்டென்று தம்மை வெளிக்காட்டும். இறுதியாக, இப்பொழுது ஷிவாவின் மனதில் இருந்ததெல்லாம் ஒருசில விடை தெரியாக் கேள்விகளே.

‘தென்னமரவடியும் இதுபோல அடையாளம் தெரியாமல் மாறியிருக்குமா?’

‘அப்படி மாறிப்போயிருந்தால், எனது கிராமத்தை எவ்வாறு என்னால் அடையாளம்காண முடியும்?’

‘அந்த மாற்றங்களை என்னால் எப்படி ஜீரணிக்க முடியும்?’

இந்தக் கேள்விகளுக்கான விடைகளை அங்கே போய்த்தான் காணவேண்டி இருந்தது. அது அவன் மனதில் மாபெரும் எதிர்பார்ப்பை ஏற்படுத்தியிருந்தது. தென்னமரவடியை அவன் வந்தடைந்தபோது, அவனுடைய எதிர்பார்ப்புப் பொய்க்கவில்லை. தென்னமரவடிக் கிராமமும் மாறித்தான் போயிருந்தது. அடையாளமே தெரியாத அளவிற்கு மாறியிருந்தது. அவன் எதிர்பார்த்தேயிராத மாற்றத்தை அங்கே கண்டான் ஷிவா.

45

பின்புலத் தகவல்கள் – தென்னமரவடி 2

தென்னமரவடி, இயற்கையழகு செழித்துக் கொழிக்கும் சூழலைக் கொண்ட வளமிக்கதொரு கிராமம். தமிழர் நிலத்திணைகள் ஐந்தில், வயலும் வயல் சார்ந்த நிலமுமான மருதம், காடும் காடு சார்ந்த நிலமுமான முல்லை, கடலும் கடல் சார்ந்த நிலமுமான நெய்தல் போன்ற மூவகையினைத் தன்னகத்தில் கொண்டது. தென்னமரவடி தன்நிறைவானதொரு பழந்தமிழ் கிராமம்.

அங்கே வாழ்ந்தவர்களுக்குத் தேவையானவை பெரும்பாலும் அங்கேயே கிடைத்தன. தங்களிடம் இல்லாதவற்றை அயற்கிராமங்களிலிருந்து பெற்றுக்கொண்டார்கள்.

1984இல் தென்னமரவடியிலிருந்து முற்று முழுதாக இடம்பெயர்ந்து பல்வேறு திசைகளிலும் சென்றவர்கள் எவருக்கும், தொடர்ந்து வந்த காலங்களில், தமது பூர்வீகக் கிராமத்திற்குத் திரும்பிவந்து வாழ்வதற்கான நற்சந்தர்ப்பம் கிடைக்கவில்லை. இடம்பெயர்ந்தவர்கள் மீளவும் தமது கிராமத்திற்குச் சென்று குடியேறுவதற்காக எடுத்துக்கொண்ட முயற்சிகள் யாவுமே பலனற்றதாயின.

இடப்பெயர்விற்குப் பின்னர் அவர்கள் யாருமே மீளக் குடியேறுவதற்கு அனுமதிக்கப்படவில்லை. ஆட்கள் இல்லாதிருந்த இடங்களிலெல்லாம் காடுகளும் பற்றைகளும் மூடிவளர்ந்தன.

அதே வேளை தென்னமரவடிக் கிராமத்தைச் சுற்றித் திட்டமிடப்பட்ட சிங்களக் குடியேற்றங்களும் செறிவாக்கப்பட்டன. அங்கே வந்து குடியேறியவர்களால் அங்கிருந்த நிலபுலங்களும், வளங்களும் சூறையாடப்பட்டன. அத்துமீறிச் சுவீகரிக்கப்பட்டன.

2009ஆம் ஆண்டில் சிறிலங்காவை ஆட்கொண்டிருந்த உள்நாட்டு யுத்தம் முடிவுக்குக் கொண்டுவரப்பட்டது. போர் முடிந்தபிறகு சுமுகமான நல்வாழ்வை எதிர்பார்த்து தென்னமரவடியிலிருந்து இடம்பெயர்ந்த மக்கள் 2011ஆம் ஆண்டளவில் தமது வாழ்விடத்தைத் தேடிச் சிறிது சிறிதாக வந்து மீளக் குடியேற ஆரம்பித்தார்கள்.

மீளக் குடியேறியவர்களுக்கு அதிர்ச்சியே காத்திருந்தது.

இருபத்தேழு வருடங்களுக்கு முன்னர் அவர்கள் விட்டுப் போனது எதுவும் அங்கே இருக்கவில்லை. அடிப்படை வசதிகளெதுவும் இல்லாத நிலையில், வாழ்வாதாரம் அற்றவர்களாக, புறக்கணிக்கப் பட்டவர்களாகவே தமது வாழ்க்கையை அவர்கள் அங்கே மீளவாரம்பித்தனர். இன்றுவரையிலும் இந்நிலைமையே தொடர்கிறது.

தென்னமரவடியில் மீளக் குடியேறியவர்களை, மீளவும் இடம்பெயர வைப்பதற்கான முயற்சிகளே அங்கே நடைபெற்றுவருகின்றன.

வாழ்வாதாரத் தேவைகள் எதுவுமே நிவர்த்திக்கப்படாத இடத்தில், பிறந்த மண் என்ற உணர்வு மட்டுமே எஞ்சியுள்ள நிலையிலிருக்கும் கிராமத்தவரிடமிருந்து, அந்த உணர்வுகளையும் அழித்தொழிப்பதன் மூலம் அவர்களிடம் மீதமாயுள்ள நிலங்களையும் பிடுங்கி ஆக்கிரமிக்கும் உத்தியே இது.

சிறிலங்காவில் மூன்று தசாப்தகாலமாக நடைபெற்ற யுத்தம் முடிவுக்கு வந்தபிறகும், அதன் காரணமாக நாட்டில் சுமுகநிலை ஏற்பட்ட பிறகும், இப்படியான பெருந்துயர்களுக்கு முகங்கொடுக்கவேண்டிய பரிதாபகரமான நிலையில் நின்றது தென்னமரவடிக் கிராமம்.

46

குட்டிக்கதை: மறுபக்கம்

முதியன்சலாகே துசித்த பண்டாரவின் வாழ்க்கையில் திடீரென்று அப்படியொரு மாற்றம் ஏற்படுவதற்கு வாய்ப்பேயில்லை. தற்செயலாக, எந்தக் காரணமும் இல்லாமல் நேர்ந்தது, ஒருவகையில் அவனுக்கு அடித்த அதிர்ஷ்டம்தான். வேறு என்னத்தை சொல்வது? நிச்சயமாகக் கடவுள் அவனுக்கு உதவியிருப்பார் என்பதை அவனே நம்பவில்லை.

ஒருவேளை வேறு யாருக்கோ தரவேண்டிய அருளைத் தவறிப்போய் இவனுக்கு மாறிக் கொடுத்துவிட்டாரோ என்னவோ? அப்படியொரு சந்தர்ப்பத்தில், ‘பெட்டர் லக் நெக்ஸ்ட் டைம் கடவுளே’ என்று சொல்வதைத் தவிர செய்வதற்கு வேறொன்றுமில்லை.

எது எப்படியிருந்தாலும் தனக்குக் கிடைத்த வாய்ப்பை நழுவவிடுவதற்கு அவனொன்றும் ‘மோடையன்’ அல்ல. மிகத் தெளிவாக, எவ்வித முன் பின் யோசனையுமின்றி “ஹரி மாத்தையா நான் வாரேன். தயவுசெய்து என்னையும் சேருங்கோ” என்று கூறினான்.

“யக்கோ, சும்மா சொல்லக் கூடாது. நல்லா யோசிச்சு சொல்லவேணும். இது ஒண்டும் சாதாரண விசயமில்ல. இதில பெரிய பெரிய

ஐயாமாரெல்லாம் சம்பந்தப்பட்டிருக்கிறாங்க. இப்ப எனக்கு 'சரி ஐயா' என்று சொல்லிட்டு பிறகு என்னால ஏலாது என்று மாத்திச் சொன்னால், உன்னை வெறுங்கையாலயே அடிச்சுச் சாக்காட்டிப்போடுவன்'' என்று முகத்தில் கடுமை தெறிக்கக் கூறினார் சீருடையணிந்த அந்த அதிகாரி.

அவருடைய கூர்ந்த பார்வை துசித்தவின் கண்களை ஊடறுத்து உள்ளேயிருந்த மனதைப் படிப்பதுபோலிருந்தது.

''நான் நல்லா யோசிச்சுத்தான் சொல்லுறன் மாத்தையா. நான் உங்களுக்குத் தந்த வார்த்தையிலிருந்து கடைசிவரைக்கும் மாறமாட்டன். இது 'மும்மணிகள்' மேல ஆணை'' என்று தனது முடிவில் உறுதியாக இருப்பதை அந்த அதிகாரிக்கு வெளிப்படுத்த முயன்றான் துசித்த.

அவன் சொன்னதைக் கேட்ட மாத்திரத்தில் அதிகாரிக்குச் சிரிப்பு வந்தது. தனக்கு வந்த சிரிப்பை அடக்குவதற்கு அவர் கொஞ்சங்கூட எத்தனிக்கவில்லை. கரகரவென்று சிரித்தார். அவர் சிரித்த சிரிப்பில், அவரது வாயிலிருந்து எச்சில் தெறித்தது. துசித்தவின் முகத்திலும் பட்டது. முட்டிக்கொண்டு வந்த கோபத்தைக் கஸ்டப்பட்டு அடக்கினான். படு கேவலமான வார்த்தைகளால் அந்த அதிகாரியை மனதுள் திட்டித் தீர்த்தான். வேறு எதுவும் அவனால் செய்ய முடியாது.

தனது முகத்தில்கூடக் கோபத்தைக் காட்டமுடியாதவனாக, முகத்தில் பட்ட எச்சில் துளிகளை இடது கையால் துடைத்தபடி ''ஏன் மாத்தையா சிரிக்கிறீங்க?'' என்று கேட்டான்.

''மும்மணிகளை போற்றுகின்றவனா நீ? கள்ளப்பயலே! மும்மணிகளைப் பற்றிக் கதைப்பதற்கு நீ ஒழுங்கான ஆளா யக்கோ? களவெடுத்துப் பிடிபட்டு மறியல் வீட்டுக்க இருக்கிற நீ, மும்மணிகளிலா சத்தியம் செய்கிறாய்? உன் மனசுக்குள்ள நீயொரு நியாயவான் எண்டு நினைப்பா?'' என்று எகத்தாளமாகக் கேட்டார். கேட்டுவிட்டு மீண்டும் கரகரவென்று சிரித்தார். மீண்டும் எச்சில் பறந்தது. இம்முறை சிறிது பின்னால் தள்ளி நின்றதால், அவன் முகத்தில் எச்சில் படவில்லை.

'அப்போ நீ மட்டும் என்ன, பெரிய நீதிமானா? நான் கள்ளனெண்டால், நீ கழிசடை' என்று அந்த அதிகாரியின் முகத்தைப் பார்த்துக் கேட்க வேண்டும்போல் இருந்தாலும், அவன் கேட்கவில்லை. கழுதைப்புலி போன்ற அவருடைய சிரிப்பையும், அதிலிருந்த கேலியையும், அவர் கேள்விகளிலிருந்த நையாண்டியையும் பொருட்படுத்தும் நிலையில்

அவன் இருக்கவில்லை. வெறுமனே அவர் முன்னால் தலையைக் குனிந்து, அவர் சொல்வதையெல்லாம் கேட்டபடி நின்றான். 'நாய் வேசம் போட்டால் குலைக்கத்தானே வேண்டும்' என்று தன்னைத்தானே ஆறுதல்படுத்தினான்.

பொதுவான கண்ணோட்டத்தில் பார்த்தால் அவர் சொன்னதில் பிழையேதும் இருப்பதாய் தோன்றாது. அவர் கரகரவென்று எச்சில் பறக்கச் சிரித்ததுகூடச் சரிதான். இது அவனுக்கும் தெரியும்.

'ஒவ்வொருவருக்கும் ஏதோவொரு குறைபாடு இருக்கத்தானே செய்கிறது. எந்தக் குறைபாடும் இல்லாத மனிதனென்று யாராகிலும் இருக்கமுடியுமா என்ன? எல்லோரும் யோக்கியமாக வாழ்கிறார்களா? எல்லோரிடத்திலும் நேர்மை இருக்கிறதா? சரி அவ்வாறு வாழக்கூடியவர்கள் வாழ்ந்துவிட்டுப் போகட்டும். என் வாழ்க்கை இப்படியே போகட்டும். எல்லோருடைய வாழ்க்கையும் அவரவர் நினைத்தது போல அமைந்துவிடுகிறதா? இல்லையே. கல்வி, தொழில், குடும்பம் என்று தமக்குக் கிடைத்த நல்ல வாய்ப்புகளோடு சிலர் நல்ல வாழ்க்கை வாழும்பொழுது அந்த வாய்ப்புகள் எதுவுமே கிடைக்காத என்னைப் போன்ற பாவிகள் களவெடுத்துத்தானே பிழைப்பு நடத்தவேண்டியுள்ளது.' தனது நிலையை எண்ணிப் புலம்புவதில் எந்தப் பயனும் இல்லையென்பது துசித்தவுக்கு தெளிவாகத் தெரிந்திருந்தது.

'யார் வேண்டுமானாலும் எதையாவது சொல்லிவிட்டுப் போகட்டும். அதனால் தனக்கு எந்தக் கெடுதியும் இல்லையென்று இருந்துவிடுவதே அவனுடைய பழக்கம். அதுபோலத்தான் இதையும் கடந்துவிட எண்ணியிருந்தாலும் நியாயம் என்று ஒன்று இருக்கல்லாவா? யாரைப் பார்த்து யார் குறை கூறுவது என்ற அடிப்படை நியாயம் வேண்டாமா? தான் ஏதோ புத்தபிரானின் சீடன் மாதிரி, என்னை நையாண்டி செய்து சிரிப்பது எந்த விதத்தில் நியாயம்? நியாயத் தராசில் ரெண்டு பேரும் செய்த பாவங்களையும் போட்டு நிறுத்தால் அப்போ தெரியும் யாரு நல்லவன் யாரு கெட்டவன் என்று.' இவ்வாறெல்லாம் மனதில் பலவிதமான எண்ணங்களுடன் அந்த அதிகாரியின் முன்னால் தலைகுனிந்தவனாக நின்றான் துசித்த.

அவனொரு கள்ளன். களவெடுப்பதில் கைதேர்ந்தவன். பல காலமாகவே களவை தொழிலாகச் செய்பவன். கள்ளனாக இருந்தாலும் களவைத்தவிர, குடு, கஞ்சா, கள்ளச்சாராயம் என்று வேறு எந்தத்

தீய தொழில்களிலும் ஈடுபடவில்லை. ஆனால் களவெடுப்பதென்று முடிவெடுத்துவிட்டால் எந்த நியாயமும் பார்ப்பதில்லை.

வீட்டின் முன்னால் விளையாடிக்கொண்டிருந்த நான்கு வயது சிறுமியின் கழுத்திலிருந்த சங்கிலியை அறுத்தெடுத்துக்கொண்டு ஓடும்போது வீதியில் கிடந்த கல் தடக்கி விழுந்ததால் பிடிபட்டான் துசித்த. சங்கிலியை இழுத்தறுத்தபோது சிறுமியின் கழுத்தில் பாரதூரமான வெட்டுக்காயம் ஏற்பட்டு இரத்தப்பெருக்கானது. ஆத்திரமடைந்த ஊரவர் அவனைப் பிடித்துக் கட்டிவைத்து நையப்புடைத்தனர். தாங்கள் அடித்துக் களைத்த பிறகு அவனைப் போலீசில் ஒப்படைத்தார்கள்.

தங்கள் கணக்கிற்கு போலீசாரும் அவனை வெளுத்துக் கட்டினார்கள். அடி தாங்கமுடியாமல் அன்றுவரையிலும் தான் செய்த, செய்யாத களவுகளையெல்லாம் போலீசில் ஒப்புக்கொண்டான் துசித்த. போலீசாரும் இதுதான் சாக்கென்று தங்களால் முடிக்கப்படாமல் கிடப்பில் போடப்பட்டிருந்த திருட்டு வழக்குகளையெல்லாம் தூக்கி அவன் தலையில் போட்டார்கள். அவனை ஒரேயடியாக நீதிமன்றத்திலும் கொண்டுபோய் நிறுத்தினார்கள்.

அவனது வழக்கு விசாரணைக்கு எடுக்கப்பட்டபோது அந்தச் சிறுமி வைத்தியசாலையின் அவசரப் பிரிவில் உயிருக்குப் போராடிக்கொண்டிருந்தாள் எனும் செய்தியும், அவன் மேலே போடப்பட்டிருந்த வழக்குகளையெல்லாம் விசாரித்த நீதவான் அந்தச் சிறுமிக்கு உறவு என்பதும் துசித்தவிற்கு வழங்கப்பட்ட தண்டனையில் ஏதும் தாக்கத்தை ஏற்படுத்தியதா? என்பது வேறொரு கதை.

அவனுக்கு வழங்கப்பட்ட தண்டனைப்படி அனுராதபுரம் சிறைச்சாலையில் ஆயுளுக்கும் அடைக்கப்பட்டான். கடந்த சில வருடங்களாகவே சிறை வாழ்க்கை அவனைக் காய்ச்சியிருந்தது. இந்த நரகத்தில் இன்னும் எத்தனை வருடங்களோ? என்று ஏக்கத்துடன் காத்திருந்து சாவதை வெறுத்தான். நல்லவனாக இருந்திருக்கலாமோ என்ற எண்ணமும் அவன் மனதில் தோன்றாமலில்லை. அப்பொழுதுதான் அவனுக்கு அந்த அதிஸ்டம் அடித்தது. அரிய சந்தர்ப்பம் ஒன்று அவனது பாதையில் எதிர்பாராதவொரு கதவைத் திறந்துவிட்டது. சிறையிலிருந்து பொறுக்கியெடுக்கப்பட்ட சிலருக்கே அந்தச் சந்தர்ப்பம் வழங்கப்பட்டது. யார் செய்த புண்ணியமோ? யார் போட்ட பூவோ? அவனுக்கும் அந்த வாய்ப்பு வழங்கப்பட்டது.

சிறைக்குள் இருந்த புத்தர் சிலைக்குத் தானும் ஒரு பூ வைத்து வணங்கினான் துசித்த. அதுவொரு குடியேற்ற நிகழ்ச்சித்திட்டம்.

நீர்ப்பாசனத்தின் மூலம் மக்களுக்கு நன்மையைப் பெற்றுக்கொடுக்கும் நோக்கோடு ஆறுகளுக்கு அண்மையாக ஏற்படுத்தப்படும் குடியேற்றத்திட்டத்தில், வீடு கட்டி வாழ்வதற்கு வழியில்லாத வறிய சிங்கள மக்களுக்கு நாட்டின் வெவ்வேறு பகுதிகளிலும் நிலம் வழங்கும் திட்டம். விவசாயத்தையும், பயிர்ச்செய்கையினையும் ஊக்கப்படுத்தும் திட்டம். அப்பாவிச் சிங்கள மக்களுக்கு வேண்டிய அடிப்படை வசதிகளை ஏற்படுத்திக் கொடுக்கும் திட்டம்.

சிறிலங்காவின் வளர்ந்துவரும் சனத்தொகையால் ஏற்படக்கூடிய சவால்களை எதிர்கொள்ளவெனத் தீட்டப்பட்ட திட்டம். சிறிலங்காவின் பல மூத்த அரசியல்வாதிகளின் சிந்தனையில் உதித்துச் செயற்படுத்தப்படும் திட்டமிட்ட வகையிலான குடியேற்றத் திட்டம்.

அந்தச் செயற்றிட்டத்திற்காகச் சிறைச்சாலையிலிருந்து தெரிவுசெய்யப் பட்ட நூறு பயனாளிகளில் துசித்தவும் ஒருவன். அவனால் இதை நம்பவே முடியவில்லை. அதுமட்டுமில்லாது இந்தத் திட்டத்தின்போது வேறும் சில நம்பவே முடியாத வசதிகளும் பயனாளிகளான அவர்களுக்கு வழங்கப்பட்டன.

அவர்கள் குடியிருப்பதற்குக் காணிகள் பகிர்ந்தளிக்கப்பட்டன. வழங்கப்பட்ட காணியில் அவர்கள் வாழ்வதற்கு வீடொன்றைக் கட்டுவதற்கு வேண்டிய உதவிகளும் வழங்கப்பட்டன. தோட்டந்துரவு செய்வதற்கு ஊக்கமளிக்கப்பட்டது. மாதாந்தம் அவர்கள் செலவுக்குக் கொடுப்பனவும் தாராளமாக வழங்கப்பட்டது. விரும்பியவர்கள் தங்கள் மனைவி பிள்ளைகளையும் அழைத்து வந்து குடும்பங்குட்டியாக வாழ்வதற்கு அனுமதியும் வழங்கப்பட்டது.

அந்தச் செயற்றிட்டத்தின் மூலம் அவர்கள் பெறவிருக்கும் நன்மைகளைச் சீர்தூக்கி பார்த்த வேளையில், இப்படிக்கூட நடக்குமா என்று வியப்பதைத் தவிர அவன் மனதில் வேறெதுவும் தோன்றவில்லை.

மல்காந்தியை ஒரு தடவை மனதில் நினைத்துக்கொண்டான். அவளைத் தவிர அவனுக்கென்று வேறு யாருமில்லை. பெற்றவர்களோ, சகோதரங்களோ இல்லை. அவனுக்கிருந்த நண்பர்களெல்லாம் மறியல் வீட்டில்தான் இருந்தார்கள்.

அவனொரு தனியன்.

அவனுடைய வாழ்வில் எதிர்பாராமல்தான் மல்காந்தியைக் கண்டான். விட்ட குறை தொட்ட குறையாக, இருவரும் ஒருவரையொருவர் விரும்பினார்கள். மணமுடித்துக் குடும்பமாக வாழ்ந்துபார்க்கலாமென்ற எண்ணமும் அவர்களிடத்தில் இருந்தது.

மல்காந்தியின் பெற்றோருக்கு இந்த இணைப்பில் இஷ்டமில்லை. ஆனால் காதல் பாரபட்சமற்றது என்பதை துசித்த – மல்காந்தி வாழ்விலும் உண்மையாக்கியது. தனது பெற்றோரை எதிர்த்து அவனுக்காக வெளியேறினாள் மல்காந்தி.

காலம் எப்பொழுதும் தனக்கென்றொரு பிரத்தியேகமான நிகழ்ச்சிநிரலை வைத்துக்கொண்டுதான் எவரையும் எதிர்கொள்கிறது. துசித்த-மல்காந்தி ஜோடியையும் அது 'காலகஸ்டமாக' எதிர்கொண்டது.

'இதுதான் கடைசி. இனி நான் திருடப்போவதில்லை' என்று மல்காந்திக்கு வாக்குக் கொடுத்துவிட்டுத் தனது கடைசித் திருட்டுக்குப் போனவனை, மீளவும் வீட்டிற்குச் செல்லவிடாமல் விதிதான் சதி செய்து நேரே மறியல் வீட்டிற்கு அனுப்பிவைத்தது.

தனது சின்னம்மாவின் வீட்டில் தற்காலிகமாகக் காலத்தைக் கடத்திய மல்காந்தியின் மனதில் துசித்தவோடு சேர்ந்து வாழும் நம்பிக்கை மட்டும் இன்னும் அணைந்துவிடாமலிருந்தது.

அவளும் வேண்டாத கடவுளில்லை. ஒருவேளை துசித்தவுக்கு வழங்கப்பட்டிருக்கும் வாய்ப்பானது மல்காந்தியின் வேண்டுதலுக்காகக் கடவுளால் கொடுக்கப்பட்டதோ தெரியாது. 'யார் கண்டது? அப்படிக்கூட இருக்கலாம். அவளுடைய வேண்டுதலுக்குத்தான் கடவுள் பதில்சொல்லியிருப்பார்' என்று நினைத்தான் துசித்த.

தனக்குக் கிடைத்த இந்த வாய்ப்பைப்பற்றியும், தமக்குக் கிடைக்கவிருக்கும் நன்மைகளைப் பற்றியும் விரிவாக ஒரு கடிதத்தில் மல்காந்திக்குத் தெரிவித்தான். தாங்களிருவரும் தமக்கென்றொரு வீட்டில் சந்தோசமாக வாழப்போவதையும் அந்தக் கடிதத்தில் அவளுக்குத் தெரிவித்தான். எங்கே? எப்படி? என்பதையும் விலாவரியாக எழுதினான். ஆனால், ஒருசில விடையங்களை மட்டும் அந்தக் கடிதத்தில் குறிப்பிடாமல் விட்டுவிட்டான்.

மல்காந்திக்கு எதையும் மறைக்கக்கூடாதென்றே விரும்பினாலும், ஒருசில விபரங்களை அவளிடமிருந்து மறைத்தே ஆகவேண்டியிருந்தது. ‘அவள் பயந்த சுபாவமுடையவள். அவசரப்பட்டு எல்லாவற்றையும் முதலிலேயே சொல்லிவிடக் கூடாது. பயந்துபோய்விடுவாள். முதலில் நல்ல விசயங்களைச் சொல்லலாம். பிறகு நேரே சந்திக்கும்போது மிச்சத்தை ஆறஅமர விளக்கமாகச் சொல்லலாம்’ என்று தன் மனதைச் சமாதானப்படுத்தினான்.

மல்காந்திக்கு மறைக்கப்படவேண்டிய விடையங்கள் தொடர்பாக அவனுக்கே தெளிவில்லாமலிருந்தது. இருந்தாலும், அவ்விடையங்களை செயற்திறனோடு எதிர்கொள்ளவென்று குடியேற்றத் திட்டத்தின் பயனாளிகளுக்கு விசேட வசதிவகைகளும் செய்துகொடுக்கப்பட்டிருந்தன.

அதாவது, துரதிஸ்டவசமாக இந்தக் குடியேற்றம் சிங்களவர் வாழும் பகுதியில் இடம்பெறவில்லை. மாறாக இது தமிழர் வாழ்கின்ற பிரதேசங்களுக்கு இடையிலே அல்லது நடுவிலே உள்ளது. இதனால் எதிர்காலத்தில் ஏதேனும் பிரச்சனைகள் உருவாகுமா என்ற தேவையற்ற கேள்விகள் உருவாகினாலும், ‘நாமெல்லோரும் இலங்கையர்கள். இலங்கையில் எங்கு வேண்டுமானாலும் வாழ்வதற்கு உரிமையுள்ளவர்கள்’ எனும் எண்ணம் வலிந்து விதைக்கப்பட்டதன் காரணமாக, அவன் மனதில் எழுந்த கேள்விகளுக்கான பதிலைத் தேடி மினக்கெடவில்லை.

அடுத்ததாக, இந்தக் குடியேற்றம் நகரப்பகுதிகளிலன்றிக் காட்டுப் பிரதேசங்களிலேயே நடைபெறுகிறது. இதனால், காட்டு விலங்குகளால் அவர்களுக்கு ஆபத்து விளையலாம். இருந்தும், காட்டு விலங்குகளிடமிருந்து தம்மைப் பாதுகாத்துக் கொள்ளவோ அல்லது அதே காட்டு விலங்குகளை வேட்டையாடவோ அவர்களுக்கு அனுமதி வழங்கப்பட்டிருந்தது. அத்தோடு ஆளுக்கொரு துப்பாக்கியும், தோட்டாக்களும் வழங்கப்பட்டது.

அதுமட்டுமின்றி, குடியேற்றப் பிரதேசத்தில் ராணுவத்தினரின் முகாம் ஒன்றும் அமைந்திருந்தது. ‘குடிமக்களுக்கு ஒன்றென்றால் ராணுவ வீரர்கள் சும்மாவிருப்பார்களா என்ன? உயிரைக் குடுத்தாவது தம் மக்களைக் காப்பாற்றுவார்கள். அப்படியிருக்கும்பொழுது காட்டு விலங்குகள் பற்றிக் கவலையெதற்கு?’ என்றெண்ணினான் துசித்த.

'போதாக்குறைக்கு ஊர்காவல் படையினரும் காவலுக்கு இருக்கிறார்கள்தானே? அவர்களும் சனங்களைப் பாதுகாப்பார்கள்' என்பது மேலதிக அமைதியைத் தந்தது.

துசித்தவின் படிப்பறிவு அடிமட்டம். இரண்டாம் அல்லது மூன்றாம் வகுப்புடன் அது முற்றுப்பெற்றுவிட்டது. எந்த வகுப்புவரை படித்தான் என்பதே அவனுக்கு நினைவில் இல்லை. அப்படிக்கொந்த அவனிடம் "இந்தா பிடி, இதைப் படித்துப் பார்த்துவிட்டுச் சம்மதமென்றால் அடியில் ஒரு கையெழுத்துப் போடு" என்று சொல்லி ஏதேதோ எழுதப்பட்டிருந்த காகிதக் கட்டினைக் கொடுத்தால் அவனால் என்ன செய்ய முடியும்?

"எனக்குப் படிக்க வராதே மாத்தையா" என்று கூறி அந்த அதிகாரியின் முகத்தை அப்பாவியாகப் பார்த்தான் துசித்த.

"இதையெல்லாம் உனக்குப் படித்துக் காட்டுவதற்கு எனக்கு நேரமில்லை. விருப்பமெண்டால் அடியில் ஒரு கையெழுத்துப் போடு" என்று திமிராகக் கூறினார் அதிகாரி.

அவர் ஒரு ராணுவ அதிகாரி. 'உயர் பதவியில்தான் இருப்பார்போல. கனக்கப் பட்டிகள், நட்சத்திரங்கள், வெள்ளிப் பொத்தான்கள் அவருடைய உடுப்பில் மின்னின. ஊத்தையெண்டு எதுவும் அவர் அணிந்திருந்த உடுப்பில் ஒரு பொட்டுக்கூட இல்லாமல் மினுங்கியது. இவர் சண்டைக்குப் போகவில்லைபோல' என்று மனதில் எண்ணிக்கொண்டான்.

'சண்டைக்குப் போறதுக்கும், சுடுபட்டுச் சாகிறதுக்குந்தான் நம்மளப்போல ஆக்கள் இருக்கிறாங்க. அவங்களுக்குத்தான் எல்லா ஊத்தையும் படும். ஊத்தை மட்டுமா? குண்டடிபடும், கண்ணிவெடி படும், ரெத்தக்காயமும் படும். இவங்களை மாதிரி அதிகாரிகள் பின்னுக்கு நிண்டு சாகச் சாகச் சண்டைக்கு எங்களை அனுப்பிக்கொண்டே இருப்பாங்க.' இவ்வாறாக அவனது எண்ணம் விரிந்துகொண்டே போனது. தனது எண்ணவலைகளை தற்காலிகமாக நிறுத்திவிட்டு அந்த ஆவணத்தைத் தன்பக்கம் எடுத்து அதன் அடியில் இருந்த கோட்டில் தனக்குத் தெரிந்த சிங்கள எழுத்தில் 'மு.து.பண்டார' என்று கையெழுத்திட்டான்.

அந்த ஆவணத்தைத் தன் கையிலெடுத்து அவனது கையெழுத்தைச்

சரிபார்த்த அதிகாரியின் முகத்தில் நையாண்டிச் சாயலுடன் மீண்டும் கரகர என்று சிரித்தார். இம்முறை அவர் ஏன் சிரிக்கிறார் என்பதை அவன் கேட்கவேண்டிய அவசியமிருக்கவில்லை.

“படிக்கத் தெரியாத ‘ஹொரா’ உனக்குக் கையெழுத்துப் போடத் தெரிஞ்சிருக்குது” என்று அவரே துசித்தவை ஏறிட்டுக் கொக்கரித்தார்.

‘ஹொரா... ஹொரா... கள்ளா... கள்ளா... திருடா... திருடா...’ என்று சொல்லுமாப்போல் அவரது சிரிப்பு அந்த அறை முழுக்க எதிரொலித்தது. அதைச் சகித்துக்கொண்டான் துசித்த. ‘இனி எனக்கு இந்த வாழ்க்கை சரிவராது. கடவுளாப் பார்த்து எனக்கு இப்படியொரு வாய்ப்பைத் தந்திருக்கிறார். அதை நான் கவனமாகப் பயன்படுத்த வேணும் மல்காந்தியோட ஒரு நல்ல வாழ்க்கையை நான் ஆரம்பிக்க வேணும். என் குடும்பத்துக்காக உழைச்சு வாழவேணும். பிழை விடுகிறவன் திருந்திறது சகஜந்தானே? நானும் திருந்தி வாழுவன். சமூகத்தில் நல்ல மனுசன் எண்டு பெயரெடுப்பன். அது கஸ்டமான வேலைதான். எண்டாலும், நான் முயற்சிப்பன். அப்போ யாராவது என்னைப்பார்த்து ஹொரா எண்டோ கள்ளன் எண்டோ சொல்லிப் பார்க்கட்டும்’ என்று பலவாறு எண்ணினான் துசித்த.

சாதாரணமாக மாறப்போகிறேன், திருந்தப்போகிறேன் என்று துசித்த எண்ணியிருப்பானாகில் அதை நினைத்து அவனே விழுந்து விழுந்து சிரித்தே செத்துப்போயிருப்பான். ஏனென்றால், அவனால் மாறவே முடியாது. திருந்தி வாழவே முடியாது. அப்படியொரு எண்ணம் அவனுக்கு இருந்திருந்தாலும் அந்தச் சந்தர்ப்பத்தை, சமூகம் அவனுக்கு வழங்கியிருக்காது. சமூகம் என்ன? அரசாங்கம் அவனை வெளியே விட்டிருக்காது. அத்தனை வழக்குகள் அவன்மேல் போடப்பட்டிருந்தன. அவனை ஒரு பரம்பரைத் திருடனாகவே முத்திரை குத்தியிருந்தார்கள்.

ஆனால், திருந்தி வாழப்போகிறேன் என்று அவன் முடிவெடுத்ததற்குக் காரணமிருந்தது. வகுப்பறையில் கணக்கு வாத்தியார் கணக்குப் பாடம் எடுத்தபிறகு கரும்பலகை முழுவதும் வெள்ளை சோக்’ கட்டியால் எழுதிக் குவித்திருந்ததை ஈரத்துணியால் அப்படியே சுத்தமாகத் துடைத்து அழிப்பதுபோல, அவனுடைய பழைய வாழ்க்கையையும் சுத்தமாகத் துடைத்தழித்துவிட்டுப் புதிதாக ஒரு வாழ்க்கையை ஆரம்பிப்பதற்கு வழியமைத்துக் கொடுத்திருந்தது அவனுக்குக் கிடைத்திருந்த வாய்ப்பு.

ஆம்! அவன் அந்தக் குடியேற்றத் திட்டத்தில் பங்கேற்பதற்கான மிக முக்கியமான காரணமும் அதுவாயிருந்தது. அவன் இதுவரையிலும் செய்த குற்றங்கள் அத்தனையும் சிறிலங்கா நீதித்துறையால் மன்னிக்கப்படும் என்ற கொடுப்பனவு. அதை அவனால் தட்டவே முடியவில்லை. அது அவனுக்குக் கிடைத்த நற்பேறன்றி வேறெதுவும் இல்லை. இந்த ஒரு காரணத்திற்காகவே காடுகளில் என்ன, தமிழர்களில் பிரதேசங்களில் என்ன, சிறிலங்காவில் எந்த அந்தத்திற்கும் போய்க் குடியேறுவதற்கு ஆயத்தமாயிருந்தான்.

அவனைப் பொறுத்தவரையிலும் அவனுக்குத் தேவையானது மல்காந்தியுடனான வாழ்க்கை. அதுவும் பழையதெல்லாம் கழிந்த புதிய வாழ்க்கை. நேர்மையான வாழ்க்கை. அதை நோக்கித்தான் அவனுடைய சகல புலன்களும் சுழன்றுகொண்டிருந்தன.

அதற்குப் பிறகு வந்த நாட்களில், குடியேற்றத்தில் பங்குபெறுவதற்காக மறியல் வீட்டிலிருந்து பொறுக்கியெடுக்கப்பட்ட நூறு பேருக்கும் பற்பல கூட்டங்கள் நடாத்தப்பட்டன. ராணுவ அதிகாரிகள், வேறுபல அரச அதிகாரிகள், முக்கியஸ்தர்களெல்லாம் வந்து ஏதோவெல்லாம் கதைத்துவிட்டுப் போனார்கள்.

தன்னோடு தெரிவுசெய்யப்பட்ட தொன்னூற்று ஒன்பது பேரையும் யார் யாரென்று அறிந்துகொண்டதன் பிறகு துசித்தவின் மனதில் இனந்தெரியாத நடுக்கம் ஏற்பட்டதைத் தவிர்க்க முடியவில்லை.

அவனைப் போன்ற ஒரு சிலரைத் தவிர மற்ற அத்தனைப்பேரும் வன்புணர்வு, கொலை, போதைப்பொருள் பாவனை, அது இதுவென்று பாரதூரமான குற்றங்களைப் புரிந்தவர்கள். பொதுவான தராதரப்படி ஒரு சமூகத்தினுள் சேர்க்கமுடியாத பேர்வழிகள். குடு, கஞ்சா என்று கலாச்சாரத்தைச் சீரழிக்கும் போதைக்கு அடிமையானவர்கள். இவர்களைக்கொண்டு உருவாக்கப்படுகின்ற குடியேற்றச் சமூகம் எப்படியிருக்குமோ? என்று எண்ணியபோது துசித்தவால் ஒரு தெளிவான முடிவுக்கு வரமுடியவில்லை.

‘இவர்கள் மத்தியில் எப்படியொரு நல்ல வாழ்க்கையை ஆரம்பிக்க முடியும்? இவர்களை நம்பி இரவில் தூங்கவே முடியாதே? பெற்ற தாயைக்கூட நாசமாக்கக்கூடிய மனங்கொண்ட கொடியவர்களல்லவா இவர்கள்? இவர்கள் இருக்குமிடத்தில் மல்காந்தியை எப்படிப்

பாதுகாப்பது?' என்றெல்லாம் அவனது சிந்தனை விரிந்தது. இருந்தாலும் அவன் இப்படியும் சிந்தித்தான். 'அவர்களைச் சீர்தூக்கிப் பார்த்து முடிவெடுக்க எனக்கென்ன தகுதி இருக்கிறது? நானும் ஒரு திருடன் தானே? எனக்குக் கிடைத்த நற்சந்தர்ப்பம்போலத்தானே அவர்களுக்கும் கிடைத்திருக்கிறது. என்னைப்போலவே அவர்களும் ஒருவேளை திருந்தி வாழ்வதற்கு எண்ணியிருக்கலாமோ என்னவோ?'

அனுராதபுரத்திலிருந்து வடகிழக்காகச் சுமார் தொண்ணூறு சொச்சம் கிலாமீற்றர்கள் தூரத்தில், திருகோணமலைக்கு வடக்காக, வடக்குக் கிழக்கு மாகாணங்களின் எல்லைப்பகுதியில் அமைந்திருந்த ஒரு காட்டுப்பிரதேசத்தில், ராணுவ முகாமிற்கு அருகிலே இருந்த இடத்தில் துசித்த உட்பட்ட மற்றவர்களையும் பலத்த ராணுவ பாதுகாப்புடன் கொண்டுவந்து இறக்கினார்கள்.

மறியல் வீட்டிலிருந்து கொண்டுவரப்பட முன்னாள் கைதிகள் என்ற காரணத்தினால், அவர்கள் யாவரும் பாதுகாப்புப் படையினரின் காவலிலும் கண்காணிப்பிலுமே வைக்கப்பட்டார்கள். அதை, அவன் ஒரு பொருட்டாகவே கருதவில்லை. அது நியாயமாகவே தோன்றியது.

அந்தப் பிரதேசத்தில் காட்டைத் துப்பரவு செய்து அதை வாழிடமாக்குவது ஒன்றும் சாதாரண காரியமில்லை. அதற்காக நிறையவே உழைக்கவேண்டியிருந்தது. காட்டு மரங்கள், பற்றைகளை வெட்டித் துப்புரவு செய்து அவரவருக்கென்று பிரித்துக் கொடுக்கப்பட்ட இடங்களில் மரங்கள், செங்கற்களைக் கொண்டு சிறிய வீடுகளை அமைத்து, அந்த இடத்துக்குப் பாதுகாப்பு வேலியிட்டு, வாழக்கூடிய இடங்களாக அவற்றை மாற்றியெடுப்பதற்கு ஓரிரு நாட்கள் போதுமாயிருக்கவில்லை.

மல்காந்தியை அங்கே வரவழைத்துத் தன்னோடு வாழத்தொடங்குவதற்கு இரண்டு வருடங்களுக்கு மேலாகியது. அந்த இரண்டுக்கு மேற்பட்ட வருடங்களில் ஏதோவெல்லாம் நடந்துமுடிந்தன. பெரும்பாலும் அவன் எதிர்பார்த்திராத நிகழ்வுகளே அங்கு நடந்தேறின. அந்த நிகழ்வுகளில் பெரும்பாலானவை விரும்பத்தகாதவையாகவே நேர்ந்தன.

அவனைத் தவிர வேறு யாருமே மாறவில்லை. திருந்தவுமில்லை. அவர்களில் பலருக்கும் முகாமிலிருந்த ராணுவத்தினருக்கும் இடையில் ஒருவித சூசகமான உறவு இருந்தது. போதைப் பொருட்களும்,

மதுபானங்களும் அவர்களிடையே அளவின்றிப் புழங்கின. அரசல்புரசலாக ஏதோவெல்லாம் கேள்விப்பட்டான் துசித்த. ஆனால் நல்வாழ்வில் அவனுக்கிருந்த நம்பிக்கை மட்டும் குறையவேயில்லை.

மல்காந்தியைப் போலவே அங்கிருந்த மற்றவர்களின் மனைவி, குழந்தைகளும் அங்கே வந்துசேர்ந்தனர். அங்கிருந்தவர்களில் பெரும்பாலானவர்கள் குடும்பமாகக் குடியேறி வாழத் தொடங்கினார்கள்.

அந்தக் குடியேற்றம் மட்டுமில்லாமல் இது போன்ற வேறும் பல குடியேற்றத் திட்டங்களும் அருகருகே ஏற்படுத்தப்பட்டிருந்தன. ஒவ்வொரு குடியேற்றமும் ஒரு கிராம அலகாக உருவாக்கப்பட்டது. ஒவ்வொரு கிராமத்திற்கும் ஒரு பெயர். அப்பெயர்கள் யாவும் சுத்த சிங்களப் பெயர்கள். அல்லது சிங்களர் எனும் உணர்வை மனதில் ஏற்படுத்துகின்ற பெயர்கள். அந்தப் பகுதிக்குப் பழைமையான தமிழ்ப் பெயரொன்று ஏற்கனவே இருக்கும் பட்சத்தில், ஆகக்குறைந்தது அந்தத் தமிழ்ப் பெயரைச் சிங்களப்படுத்தி புது சிங்களப் பெயராகச் சூட்டப்பட்டது.

அந்தப் பிரதேசங்களிலிருந்த வெவ்வேறு குடியேற்றங்களிலெல்லாம் வந்து குடியேறியவர்கள் எல்லாருமே வெவ்வேறு மறியல் வீடுகளிலிருந்து கொண்டுவரப்பட்டவர்களல்ல. மாறாக, சிறிலங்காவின் தென்பகுதிக் கிராமங்களிலிருந்தும் கொண்டுவரப்பட்ட சாதாரண மக்களும் அவர்களுள் அடங்கியிருந்தார்கள்.

புதிது புதிதாகப் புத்த விகாரைகளும் அந்தப் பிரதேசங்களில் தோன்றின. அதைச் சுற்றி வாழ்வாதார வசதி வகைகளும் குடியேறியவர்களுக்குச் செய்துகொடுக்கப்பட்டன. இன்னும் சில வருடங்களில் அந்தக் குடியேற்றங்கள் யாவும் தன்நிறைவு பெற்ற கிராமங்களாக மாறுமென்பதில் யாருக்கும் ஐயமில்லை.

குடியேறியவர்கள் யாவரும் அரசைப் போற்றினார்கள். அரச தலைவர்களைப் போற்றினார்கள். தம் நாட்டு மக்கள் தேவையறிந்து பேணுவதில் அரசியல் தலைவர்களை மிஞ்ச வேறு யாரும் இல்லை. இதுவே மக்கள் சேவையென்றும் போற்றினார்கள். துசித்தவுக்கு அரசியல் தெரியாமலில்லை மாறாக அதில் எந்தவித ஈடுபாடும் அவனுக்கில்லை. அவ்வளவுதான் கதை! அவனது அரசியல் சார்ந்த பார்வை மிக எளிமையானது. அது, ‘எல்லாளன் ஆண்டாலென்ன துட்ட

கெமுனு ஆண்டாலென்ன' வகையினது. இது 'ராமன் ஆண்டாலென்ன ராவணன் ஆண்டாலென்ன' என்பதன் சிங்கள பதிப்பு.

துசித்தவின் வீட்டிற்குப் பக்கத்தில் 'லொக்கு மாமா'வின் வீடு. அங்கே இருந்தவர்களில் வயதில் மூத்தவர் லொக்கு மாமாதான். அவருக்கு அவனைப் பிடிக்கும். அவனுக்கும்தான். தன்னுடைய எண்ணங்களை அவரிடம் வெளிப்படையாகவே சொல்லுவான். அவரும் அவனுக்குப் புத்தி சொல்லுவார். அவனும் அவர் சொல்வதைக் கேட்டு நடப்பான். அவன் எதைச் சொன்னாலும் சிரித்தபடி "ஐயோ பாவம்டா நீ, புத்தா" என்று அவனைப் பார்த்துக் கூறுவார். அவனை 'புத்தே' என்று அழைப்பது மட்டுமில்லாமல், ஒரு மகனைப்போலவே பாவித்தார்.

"முட்டை சனத் உன்னை எங்காவது வரச்சொல்லிக் கூப்பிட்டால் தப்பித்தவறியும் போகாதே!" என்று அவர்தான் அறிவுரை சொன்னார். அவர் எதை மனதில் வைத்துக்கொண்டு அப்படிச் சொன்னாரென்று முதலில் புரியாவிட்டாலும், போகப்போக அங்கே நடப்பவையும், அதற்கான காரணங்களும் துசித்தவிற்குப் புரியவாரம்பித்தன.

சனத் என்று ஆரம்பத்தில் அழைக்கப்பட்ட ரௌடியின் பெயர் 'முட்டை சனத்'ஆக மாறியதொன்றும் சுவாரசியமான கதையில்லை. அது வெறும் உப்புச் சப்பில்லாத விசயந்தான். ஒரு தடவை முட்டை களவெடுத்ததற்காகப் பொலீசில் பிடிபட்டு அடிவாங்கியதால், அவனுடைய இயற்பெயருடன் 'முட்டை' எனும் விருதுப்பெயரும் சேர்ந்துகொண்டது.

முட்டை சனத் பாதாளக் குழுவொன்றின் தலைவன். ஆட்சியிலிருந்த செல்வாக்கு மிகுந்த அரசியல்வாதி ஒருவரின் செல்லப்பிள்ளை. அவருடைய நிழலிலிருந்து சட்டத்திற்குப் புறம்பான பல காரியங்களைச் செய்துவந்தான். அந்த அரசியல்வாதியும் முட்டை சனத்தைக்கொண்டே பல நிழல் வேலைகளைத் திரைமறைவில் செய்துவந்தார்.

முட்டை சனத்தின் கஸ்டகாலம், எட்டு வயது சிறுமியை வன்புணர்ந்து குற்றுயிராக்கிய குற்றத்திற்காகப் பிடிக்கப்பட்டான்.

குற்றத்தின் பாரதூரம் காரணமாக, அரசியல்வாதியும் அடக்கிவாசித்த காரணத்தால் அவன் சிறையில் அடைக்கப்பட்டான். ஆனாலும், சிறைக்குள்ளே இருந்து செய்வதற்கு அவனுக்கு நிறையவே இருந்தது. வெளியிலிருந்து செய்வதைவிடவும் அது பாதுகாப்பாக

இருந்தது. அந்த அரசியல்வாதிக்கும் அது மிகவும் பயனுள்ளதாக இருந்தது. அரசியல்வாதியின் பின்னணி காரணமாகச் சிறையில் அவனுக்குப் பெரும் மரியாதை. அதிகாரிகள்கூட அவனைச் சனத் ஐயா என்றுதான் அழைத்தார்கள். இந்தக் குடியேற்றத் திட்டத்திற்காகத் தேர்ந்தெடுக்கப்பட்ட நூறுபேரில் முட்டை சனத்தின் பெயர்தான் முதலாவதாகப் பதியப்பட்டிருந்தது.

அந்தப் பட்டியலில் அவன் பெயர் சனத்குமார என்றிருந்தது.

குடியேற்றத்தில் அவனுடைய பழைய கூட்டத்தினரோடு, புதிதாகக் கூட்டு வைத்துக்கொண்டவர்களுமாக ஒரு புதுக்குழுவை தன் தேவைகளுக்காக வைத்திருந்தான். பக்கத்திலிருக்கும் ராணுவ முகாமில் தமது நேரத்தைச் செலவிடுவதும், குடித்து வெறிப்பதும், போதைப்பொருள் பாவிப்பதும் அவர்களுடைய வழமையாக இருந்தது.

திடீர் திடீரென்று ராணுவ ட்றக் வாகனத்தில் ஏறிக்கொண்டு கிளம்பிப்போவார்கள். வேட்டைக்குக் கிளம்பும் ஓநாய்க் கூட்டம்போல வெறிக்கூச்சலிட்டுக்கொண்டே கிளம்புவார்கள் அல்லது வந்து சேர்வார்கள். அவர்கள் வந்துசேர்ந்த பிறகு, எங்கே? என்ன? எப்படி? நடந்ததென்று பெருமையடிப்பார்கள். தண்ணியடித்தும் கொண்டாடுவார்கள். அந்த இடத்தில் துசித்தவை காணக்கிடைக்காது.

“யாரோ முகம் தெரியாத ஒருசிலரின் குருட்டுப் போக்கான வழிநடத்தல் இது. ஆனால் இது மிகவும் வினைத்திறமானது. சிந்திக்கத் தெரியாதவனை எப்படி வேண்டுமோ, அப்படி மாற்றுவது. எந்தத் திசையில் வேண்டுமோ அத்திசையில் நெறிப்படுத்துவது.

ஒரு இனத்தின் பெரும்பான்மையைத் தக்கவைப்பதை அடிப்படையாகக்கொண்ட மூலோபாயம். அதுதான் அவர்களின் சாணக்கியம். பெரும்பான்மைப் பலமென்பது ஒரு இனத்திற்குச் சாமானியமானதல்ல. அது வரலாற்றை உருவாக்குவது. ஆனால் இது, தன்னுடைய சமூகம் மட்டும் நலமாக வாழ்ந்தால் போதுமென்ற தனிப்பட்ட நோக்கத்தை முன்னிலைப்படுத்தியது. மற்றவர்கள் எவருமே தம்முடைய பாதங்களுக்குக் கீழேதான் என்ற எதேச்சதிகாரப்போக்குடையது. இருப்பினும் இது வெளிப்படையாகச் செய்யப்படுகின்ற காரியமல்ல. மற்றவர்களுக்கு என்ன நேர்ந்தாலும் கவலையில்லை. அவர்கள் எப்படியாவது பிழைத்துப்போவார்கள்

அவர்கள் போற இடமெல்லாம் அவர்களுக்கு நாடுதான். ஆனால் எமக்கு இருப்பதோ ஒரு நாடு. அதுவும்கூட ஒரு சிறு தீவு என்ற எமது மனப்பாங்கு மாறும்வரைக்கும் விடிவில்லை.

இதற்கெல்லாம் அப்பாற்பட்டு, அவர்களும் மனிதர்கள்தான், அவர்களும் இந்நாட்டு மைந்தர்கள்தான் எனும் எம்மைப்போன்றவர்களின் எண்ணமும் குரலும் என்றுமே எடுபடாது.''

இவ்வாறு கூறினார் லொக்கு மாமா.

அவர் சொன்னதையெல்லாம் கொஞ்சங்கொஞ்சமாகப் புரிந்துகொண்ட போது, தான் மாட்டியிருப்பது சாதாரணமான பொறியிலல்ல என்பதை துசித்தவால் விளங்கிக்கொள்ள முடிந்தது. இருந்தாலும், தனது எதிர்காலத்தில் அவனுக்கு நம்பிக்கையிருந்தது. நல்வாழ்வு அமையும், சமத்துவம் ஏற்படும் என்று கனவு காணாவிட்டாலும் இனங்களுக்கு இடையில் நல்லுறவு மலருமென்ற எதிர்பார்ப்பு இருந்தது.

‘‘உனக்கு ஏனிந்தத் தேவையில்லாத எதிர்பார்ப்பு?'' என்று லொக்கு மாமா ஒரு தடவை அவனிடம் கேட்டார்.

‘‘ஏன் மாமா? எதிர்பார்ப்பு இருக்கக்கூடாதா? அது நல்ல விசயந்தானே? ஏன் உங்களுக்கு அது பிடிக்காதா?'' என்று மாறிக்கேட்டான் துசித்த.

‘‘யார் சொன்னாங்க எனக்குப் பிடிக்காதெண்டு? நான் சிறைக்கு வர முன்னம் எனக்கு எத்தனை தமிழ் நண்பர்கள் இருந்தார்கள் தெரியுமா? முஸ்லீம் நண்பர்களும்தான்'' என்றார் லொக்கு மாமா.

‘‘அப்போ சிறைக்கு வந்தபிறகு இல்லாமல்போச்சா?'' என்று விதண்டாவாதமாகக் கேட்டான் துசித்த.

‘‘அதெல்லாம் போச்சு. ஆனால் சிறைக்குள்ள இருந்த தமிழ் முஸ்லீம் கைதிகளெல்லாம் அனேகமா என்னோட நல்ல நண்பர்களா இருந்தாங்க. சரி என்னை விடு, நீ இளந்தாரி. எதிர்காலத்தில் சுமுகமா எல்லோரோடும் நடந்துகொள். அது நல்லதுதான். ஆனால் என்ன, நம்மட சில மோட்டுப் பயல்களுக்கு அது விளங்காது. தமிழரை வெட்டிக் குடுத்தாப் பந்தி போட்டுச் சாப்பிடுவாங்க. அந்த அளவுக்கு அவங்களுடைய புத்தியில விசத்தைக் கலந்து வச்சிருக்கிறாங்க அந்தப் பெரிய மனுசங்க'' என்று கூறிய லொக்கு மாமாவின் மனதில் கவலையிருந்தது.

“அது சரிதான். இவங்களிடம் போய் நேர்மை, நியாயம் கதைச்சால் அவங்களை வெட்ட முதல் என்னைத்தான் வெட்டுவார்கள். ஏதோ நடக்கிறது நடக்கட்டும். ஆனால், யாராவது என்னிடம் வந்து ‘என்ன யக்கோ தமிழ் பண்டிகளோட உனக்கு நல்லுறவு வேணுமாமே?’ என்று கேட்டால் நான் என்ன பதில் சொல்லுவன் தெரியுமா லொக்கு மாமா?” என்று கேட்டவனை ‘என்ன சொல்லுவாய்?’ என்ற கேள்வியோடு பார்த்தார் லொக்கு மாமா.

“அடே மோடையோ! தமிழ் பண்டிகளோட நல்லுறவா இருந்தால்தானேடா நான் அவங்க வீட்டிலும் போய்க் களவெடுக்கலாம்! எல்லாம் ஒருவிதமான தொழில் விஸ்தரிப்பு முயற்சிதான்” என்று கூறிச் சிரித்தான் துசித்த. லொக்கு மாமாவும் அவனோடு சேர்ந்து சிரித்தார்.

ஆனால் இவற்றிற்கெல்லாம் மேலாக அவர்கள் மனதில் வேறொரு பிரச்சனை விஸ்வரூபம் எடுத்திருந்தது.

அது தமிழ் புலிகள் தம்மைத் தாக்குவார்களோ என்ற பயம். புலிப் படையினரைப் பற்றிப் பற்பல பயங்கரமான கதைகள் ராணுவத்தாலும் அவர்களைச் சார்ந்த மற்றவர்களாலும் சொல்லப்பட்டு வந்தது. அவர்கள் சாதாரணமானவர்கள் இல்லையாம். கோரமான குணம்கொண்ட ராட்சதர்களாம். சிங்கள இனத்தையே வேரோடு அழித்துவிட்டுத்தான் மறுவேலை என்பதே அவர்களுடைய முழுமுதல் நோக்கமாம். அவர்களுடைய இழி நடத்தைகள், எதிரிகளுக்குச் செய்யும் கொடுமைகள், சித்திரவதைகள், கொலைகள், கொள்ளைகள் பற்றியும் பற்பல கதைகள் சொல்லப்பட்டன.

ஆனால் அந்தக் கதைகளையெல்லாம் துசித்தவால் அப்படியே நம்பமுடியவில்லை. அவற்றில் மிகைப்படுத்தலே அதிகமிருப்பதாக எண்ணினான். முட்டை சனத்கூட அவ்வளவு கொடுமைக்காரனாக இருப்பானோ என்பது சந்தேகந்தான். இவர்கள் இட்டுக்கூறுவதைப் போல அவர்கள் பயங்கரமானவர்களாக இருப்பதற்குச் சாத்தியம் இல்லாவிட்டாலும், அவர்கள் எப்படியானவர்கள்? எந்த அளவிற்கு நியாயமானவர்கள்? அவர்களுடைய நோக்கம் என்ன? போன்ற கேள்விகளுக்குப் பதில் தெரியாத காரணத்தால், அவற்றைத் தெரிந்துகொள்ளும் வரையிலாவது அவதானமாயிருப்பதே புத்திசாலித்தனமெனத் தோன்றியது.

அதேவேளை, தமிழர்களுக்கு நம்மவர் செய்யும் பாதகங்களைக் கண்டு அவர்கள் நம்மில் கோபப்படக்கூடும் என்ற புரிதலும் துசித்தவிடம் இருந்தது.

தன் ஒருவனால் எந்த மாற்றமும் ஏற்படப்போவதில்லை என்றே எண்ணினான் துசித்த. எது எப்படியாவது இருந்துவிட்டுப் போனாலும், தன் வீட்டுவாசல்வரை எந்தப் பயங்கரவாதமும் வந்துவிடாது என்ற நம்பிக்கையும்அவனிடம் இருந்தது.

ஆனால்...... ஒரு நாள்..... அது வந்தேவிட்டது.

அன்று, காட்டுக்குள் மரம் வெட்டச்சென்றிருந்தான் துசித்த. வீட்டில் மல்காந்தி ஆசுவாசமாக அமர்வதற்கு நாற்காலியொன்று செய்யவேண்டியிருந்தது. 'இப்போதெல்லாம் அவளால் வழமைபோல வேலை செய்யக் கடினமாயிருந்தது. ஆனால் இந்த நேரத்தில்தான் அலுப்பைப் பாராமல் நன்றாகக் குனிந்து நிமிர்ந்து வேலைகளைச் செய்ய வேண்டும். அப்போதுதான் பிரவசத்தின்போது கஸ்டமிருக்காது.

நல்ல கணவனாக இருப்பதென்பது இது போன்ற காலங்களில் மனைவிக்கு ஆதரவாக இருப்பதுதானே? என்னால் இயன்ற வரையில் அவளது வலிகளையும் வேதனைகளையும் குறைப்பதற்கு முயலத்தானே வேண்டும்' என்றெல்லாம் மனதில் நினைத்தபடி, தேவையான மரங்களை வெட்டிக்கொண்டிருந்தான்.

திடீரென்று கேட்ட துப்பாக்கி வேட்டுச் சத்தங்களால் அதுவரை அமைதியாகத் தூங்கிக்கொண்டிருந்த சூழல் அதிரவாரம்பித்தது. குடியிருப்பிற்கு அருகில் ராணுவ முகாம் இருந்த பக்கமாக வேட்டுச் சத்தங்கள் கேட்டன. முகாமிலிருந்து கேட்ட சிங்களக் குரல்களோடு, மறுபக்கத்தில் தமிழ்க் குரல்களும் கேட்டன. துசித்தவின் மனதில் பயமும் பதட்டமும் பற்றிக்கொண்டன. தான் அவதானமாகச் செயற்படவேண்டியதன் அவசியத்தை உணர்ந்திருந்தான். எப்படியாவது தனது வீட்டை அடைந்துவிடவேண்டுமென்று விரும்பினான்.

தனியாக வீட்டிலிருக்கும் மல்காந்தியை எந்தக் கெடுதலும் இல்லாமல் அங்கிருந்து மீட்டுவிடவேண்டுமென்று பதைபதைத்தான். அவனது குடியிருப்பை நெருங்கிச் சென்றபோது அங்கிருந்தும் அலறல் குரல்கள் கேட்டன. அதற்குமேல் பொறுமையற்றவனாகக் கையில் ஏந்திய கோடாலியோடு தனது வீடு இருந்த பக்கம் நோக்கித் தலை தெறிக்க

ஓடினான் துசித்த. திடீரென்று துசித்தவின் குடியிருப்புப் பகுதியிலிருந்து ராணுவ முகாமிற்கு அருகேயிருந்த காட்டுப் பகுதியை நோக்கி ஒற்றை வேட்டுக்கள் தீர்க்கப்பட்ட சத்தமும் அவனுக்குக் கேட்டது. அந்த வேட்டுச் சத்தத்தைத் துசித்தவால் இலகுவில் அடையாளம் காணமுடிந்தது.

குடியிருப்பிலிருந்தவர்களுக்குப் பாதுகாப்பிற்காக வழங்கப்பட்ட துப்பாக்கி இயங்கிய சத்தம் அது.

என்ன நடக்கிறது என்பதைப் புரிந்துகொள்வதற்கு நேரமெடுக்கவில்லை.

அவனது குடியிருப்பிலிருந்து முட்டை சனத்தும் அவனது கூட்டாளிகளும் துப்பாக்கிகளை இயக்கியவாறு செல்வதைக் கண்டான் துசித்த.

“அடேய் மோட்டுச் சிங்களவா உனக்கேன் இந்தத் தேவையில்லாத வேலை?” என்ற கேள்வி அவனது உதடு வழி வெளிவந்த ஒரு சில கண இடைவெளியில், ராணுவ முகாமை நோக்கித் தீர்க்கப்பட்டுக்கொண்டிருந்த வேட்டுச்சத்தங்கள் திசை மாறிக் குடியிருப்புப் பகுதியை நோக்கித் திரும்பின.

‘ரட்டட்டட்டட்டட்’ என்று ஒலித்தன இயந்திரத் துப்பாக்கிகள்.

தூரத்திலே காட்டுப்பகுதியிலிருந்து ‘மல்காந்தீஈஈ’ என்று கத்திக்கொண்டு ஓடிவந்த துசித்தவின் குரல் அந்தக் களேபரத்தில் எடுபடவேயில்லை.

47

கௌரியின் நாளேட்டிலிருந்து

பயப்படுதல் சாதாரணமானது.

பயந்து சாதல் அசாதாரணமானது.

அனுபவம் நமக்குத் தருகின்ற தைரியமே நம்மை ஆட்கொள்ளும் பயத்தை விஞ்சி, வெற்றிகொள்வதற்கான ஒரே வழியாகும்.

மனித வாழ்வை வழிநடத்திச் செல்கின்ற மூலமும் அதுவேதான்.

சிறியவர், பெரியவர், ஆண், பெண் என்ற பேதமின்றி, வாழ்க்கையின் ஏதோவொரு சந்தர்ப்பத்தில், ஏதோவொரு வகையில், எதற்காகவோ, நாமெல்லாரும் பயந்தேயாகவேண்டியுள்ளது. இதுவே வாழ்வின் நாசூக்கான நியதி.

பொதுவாகப் பயம் எனும் உணர்வானது எந்தவொரு உயிர்வாழ்க்கைக்கும் அவசியமானதாக இருந்தாலும், மனிதருக்கோ அது அத்தியாவசியமானது.

ஏனென்றால், அதுவே நம்மை இயங்க வைக்கிறது.

அதன் காரணமாகத்தான் நமது வாழ்வின் ஒவ்வொரு படிநிலைகளிலும் புத்திசாலித்தனமான அல்லது படுமுட்டாள்தனமான முடிவுகளை நாம் எடுக்கக்கூடியதாகவுள்ளது.

48

வாழும் சாட்சிகள்

சாட்சியம் ஒன்று

“தென்னமரவடி எண்டொரு கிராமத்தைப் பற்றி நாட்டில அனேகமான ஆக்களுக்குத் தெரியாது. ஆனால் நாம் எல்லாரும் செல்வஞ் செழிக்க வாழ்ந்த கிராமம் இது. நாடுபூரா நடந்த ராணுவ நடவடிக்கைகள், இனக்கலவரமெல்லாம் ஓரளவுக்கு எங்களுக்கும் தெரிஞ்சிருந்தது. அது இந்தளவுக்கு முத்திப் புயலா வீசுமெண்டு நாம் எதிர்பாக்கவேயில்ல.”

“அண்டைக்குச் சிங்களவர் எங்கட ஊருக்குள்ள பூந்து பண்ணின அட்டகாசம் கொஞ்ச நஞ்சமில்லை. கைக்குக் கிடைச்சதையும், நிலபுல ஆவணங்களையும் மட்டும் எடுத்துக் கொண்டு ஊரைவிட்டு ஓடிப்போய்ப் பறையனாத்துக் காட்டுக்குள்ள ஒளிஞ்சிட்டோம். அங்கயிருந்த காட்டு மரங்களில ஏறி எங்கட வளமான ஊர் பத்தியெரிஞ்சு புகைமண்டலமாக் கிடந்ததைப் பார்த்தோம். வீடுகள், கடைகள், வாகனங்கள், வயல் எல்லாமே கொழுந்துவிட்டு எரிஞ்சுது. திரும்பி இங்காலப் பக்கம் வரவே கூடாது எண்டு சொல்லுற மாதிரி எல்லாத்தையும் ஒண்டுவிடாமல் எரிச்சுப்போட்டாங்க. அப்பிடியொரு கொடுமையான நிலமை யாருக்கும் வரவேணாம்.”

“ஒண்டும் சரிவாற மாதிரி இல்ல. மூண்டு நாள் இரவு காட்டுக்குள்ளதான் ஒளிஞ்சிருந்தோம். இந்தக் காட்டுக்குள்ளதான் ஒளிஞ்சிருக்கிறோமெண்டு அவங்களுக்குத் தெரியும். காட்டுக் கரையெல்லாம் வந்து சுட்டாங்கள். ஆனால் உள்ளுக்க வரயில்ல. அந்தக் காட்டுக்குள்ள எத்தின நாள்தான் எங்களால ஒளிஞ்சிருக்க ஏலும்? அப்பிடியே அங்கயிருந்து கொக்கிளாய் ஆத்தைக் கடந்து, கொக்குத்தொடுவாய் பக்கம் போனோம். கொக்குத்தொடுவாய் பள்ளிக்கூடத்தில இருபத்திரெண்டு நாள் அகதிகளாகத் தங்கியிருந்தோம். அந்த ஊர்ச்சனம் எங்களை நல்லாத்தான் கவனிச்சாங்கள். பிறகு அங்கயிருந்து முல்லைத்தீவு, முள்ளியவளை, புதுக்குடியிருப்பு, செம்மலை எண்டு இடம்பெயர்ந்து போன போக்குத்தான்.”

சாட்சியம் இரண்டு

“ஊரைவிட்டு ஓடிவரேக்க போட்டது போட்டபடி எல்லாத்தையும் விட்டுப்போட்டுத்தானே வந்தனாங்க. கட்டிப்போட்டிருந்த மாடுகளைக்கூட அவிழ்த்துவிடோணும் எண்டு எங்களுக்குத் தோணவேயில்ல. வாயில்லாப் பிராணிகள். அதுகளும் பாவந்தானே எண்டு, எவ்வளவு சொல்லியுங் கேளாமல், மாடுகளை அவிழ்த்துப்போட்டு வாரோமெண்டு வெளிக்கிட்ட எங்கட இளம்பெடியள் சிலபேர் போனவங்க போனதுதான் திரும்பி வரவேயில்ல. ஒருத்தனச் சுட்டுச் சாக்காட்டிப்போட்டு மற்றவையள ஆமிக்காரன் பிடிச்சுக்கொண்டு போயிட்டானாம். இதை நாங்க பிறகுதான் கேள்விப்பட்டோம். அந்தப் பிள்ளைகளைப் பெத்தவங்களால சும்மா இருக்க ஏலுமே? பிள்ளைகளைத் தேடிப்போன தாயையும் தகப்பனையும் ஆமிக்காம்புக்கு முன்னாலேயே வெட்டிப்போட்டாங்கள். அவங்களோட போன வேற ரெண்டு, மூணுபேர் காது, கையெல்லாம் அறுபட்டுத் தப்பியோடி வந்து சேர்ந்தினம்.”

“எங்களுக்கு நடந்த அநியாயத்தைக் கேக்க யாரு இருக்கு? என்னவும் ஏதுமெண்டால் விநாயகரும், கந்தசாமியாருந்தான் எங்களுக்குத் துணை. ஆனால், வரசித்திவிநாயகர் கோவிலையே உடைச்சுத் தரமட்டமாக்கினாங்க. சாமிக்கே பாதுகாப்பு இல்லாமல் போச்சு. பிறகு நாங்கள் எம்மாத்திரம்?”

“பள்ளிக்கூடத்தையாவது விட்டுவச்சாங்களா? பாடசாலைக் கட்டடத்தையும் அடிச்சு உடைச்சாங்கள். படிப்பறிவு

உள்ளவனுக்குத்தானே அதுட அருமையும் தெரிஞ்சிருக்கும். படிப்புக்கும் மதிப்பு இல்லாமல் போச்சு. அட உயிருக்கே ஒரு சதத்துக்கு மதிப்பில்லையாம் பிறகென்ன? ஒரு முடிவோடதான் வந்து நாசமாக்கினாங்க. உடமைகளும், உயிர்களும் போச்சு. அதுக்குப் பிறகு அங்க எங்களால இருக்க ஏலுமே? பயந்துதானே ஓடினோம்.''

சாட்சியம் மூன்று

''2009இல நாட்டுப் பிரச்சனயெல்லாம் முடிஞ்சுபோச்சுதெண்டு அரசாங்கம் சொல்லிச்சு. எங்க முடிஞ்சது? அப்பிடிச் சொன்னது சும்மா பெயருக்குத்தான். 'சோ' காட்டுறதுக்கு, முக்கியமான ஒருசில இடங்களில மட்டும் ரோட்டுப் போட்டுப் பெயின்ற் அடிச்சு சிலை வச்சா சரியே? வெளிநாடுகளுக்குக் காட்டுறதுக்கோ என்னவோ எல்லா அபிவிருத்திகளையும் கொண்டுபோய் ஒண்டு ரெண்டு இடத்தில கொட்டினாங்க.'

''சரி போர் முடிஞ்சுதாக்கும் எண்டு நாமளும் மீளக்குடியேறுவோமெண்டு வெளிக்கிட்டோம். விட்டாங்களா? இல்லையே! எல்லா இடங்களிலும் மீள்குடியேற்றம் நடந்திச்சு. எங்கள மட்டும் மீளக்குடியேற விடவேயில்ல. ஏனெண்டு கேட்டால் அங்கே எங்களுக்குப் பாதுகாப்பு இல்லையாம். எங்களையும் விடுவாங்க, விடுவாங்க எண்டு பார்த்துப் பார்த்திருந்து பூத்துப்போனதுதான் மிச்சம். அப்போதான் அரசாங்கத்தை நம்பி இனி பயனில்லை எண்டது எங்களுக்குப் புரிஞ்சுது. 'அடப்போங்கடா நீங்களும் உங்கட அனுமதியும் எண்டு, நாமளாத்தான், எங்கள்ட முயற்சியில கொஞ்சங் கொஞ்சமா தென்னமரவடியில வந்து மீளக்குடியேறினோம்.''

''எண்ணூறு பேருக்கு மேலயிருந்த கிராமத்தில, 2011இல மொத்தமா 150 பேர்தான் வந்து குடியேறியிருந்தோம். நாமளா மீளக் குடிவந்ததால, எங்களத் திருப்பியும் ஓடப்பண்ணுற எண்ணத்தோடதான் வேலைகள நடத்தினாங்க. அரசாங்கத்திடமிருந்து எங்களுக்குப் புறக்கணிப்புத்தான் பதிலாக் கிடைச்சுது. இங்க வந்து குடியேறினதில அரைவாசிப் பேருக்கு ஆறு மாசத்துக்கான உலருணவு தந்தாங்க. மிச்சப்பேருக்கு அதுவும் கிடைக்கயில்ல. நிறுவனங்கள் ஒண்டு, ரெண்டு தற்காலிகமாக் கொட்டில், கூடாரம் போட்டுத் தந்ததால இருக்கறதுக்கு எங்களுக்கு இடங்கிடைச்சுது. வடக்கில மீளக் குடியேறின ஆக்களுக்கெல்லாம் காசு குடுத்தாங்களாம். எங்களுக்கு அதுவும் தரயில்ல.''

சாட்சியம் நான்கு

“1984இல ஊரைவிட்டுப் போய், 2011இல திரும்பி வந்தோம். இருபத்தேழு வருசத்துக்குப் பிறகு இங்க வந்து பார்த்தால், எங்கடதெண்டு சொல்லுறதுக்கு ஒண்டுமே இல்லை. எல்லாத்தையும் அவங்கள் எடுத்திட்டாங்கள். எங்கட வயலுகள், குளங்கள் எல்லாத்தையும் அரசாங்கம் அவங்களுக்குத் தாரைவார்த்துக் குடுத்திட்டுது. எங்கட வயல் முழுக்கத்தையும் அபகரிச்சுத் தங்கட பூமிமாதிரி அத்துமீறி வெள்ளாமை செய்யிறானுகள். அதுவும் இண்டைக்கு நேற்றிருந்தா செய்யிறாங்கள்? நாம இல்லாக் காலம் அவ்வளவும் செய்யிறாங்கள்.”

“எங்கட வாழ்க்கைய நிலைப்படுத்தவேண்டிய தேவை எங்களுக்கு இருக்கெண்டு மிச்சமிருக்கிற நிலங்களிலாவது ஏதும் செய்யவேண்டிய கட்டாயம் எங்களுக்கு இருந்திச்சு. சரி போனாப் போகுது, நம்மட பூமியில நமக்குத் தெரிஞ்சதச் செய்வோமெண்டு வெளிக்கிட்டால், அதையும் விட்டாங்களா பாவிகள்? அதுக்கும் பல முட்டுக்கட்டைகள் போட்டாங்கள்.

நாம விதைச்ச வயலுக்குத் தண்ணி தரமாட்டாங்க. விளைஞ்ச வயல் வரப்பில அவங்கட மாடுகளைக் கொண்டுவந்து கட்டுவாங்க. இதையெல்லாம் யாரிட்ட போய் நாம முறையிடுறது? எங்களுக்கு எந்த நாதியும் இல்லை.”

“மீளக்குடியேற வந்ததெல்லாம் கிழடுகட்டைகள்தான். இளம்பிள்ளைகள் யாரும் வரயில்ல. எப்பிடி வருவாங்கள்? இங்க ஒண்டும் இல்லையெண்டது அவங்களுக்குத் தெரிஞ்சதுதானே? பிறகெப்படி அவங்க வருவாங்க? நாமதான் வயசுபோனனாங்க எங்கட பாரம்பரிய நிலத்த விட்டுக்குடுக்க ஏலாம இங்க வந்து கிடக்கிறோம். இங்கேயே செத்துப்போனாலும் போவோம். அதுவும் எங்களுக்குச் சந்தோசந்தான்!”

சாட்சியம் ஐந்து

“ஒரு காலத்தில இது எவ்வளவு அழகான கிராமமெண்டு தெரியுமா?

இப்ப எல்லா இடமும் காடுபத்திப்போய் இருக்குது. பாம்புப் பூச்சிகள் அளவுக்கு மிஞ்சி விளைஞ்சு கிடக்குது. யானைத் தொல்லையைப் பற்றிக் கேக்கவே வேணாம். மாலை சாஞ்சிட்டாப் போதும் ஊருக்குள்ள எல்லாம் யானைக் கூட்டந்தான் ஆட்சி செய்யும். மனுசர்

வெளிய வரவேமுடியாது. ஏதும் அவசரமெண்டாலும் பதினெட்டு கிலோ மீற்றருக்கு அங்கால புல்மோட்டைக்குத்தான் போகோணும். வைத்தியசாலையும் அங்கதான் இருக்குது. ஒழுங்கான போக்குவரத்து வசதியும் இல்ல. மின்சார வசதியுமில்லை. இருக்கிறது எல்லாம் பேருக்குத்தான். இங்க வந்து குடியேறின நாள் முதல் ஏழெட்டுத் தரம் வெள்ளம் வந்து எங்களை ஒரு கை பார்த்திச்சு. எங்களுக்கு எந்தவித நிவாரணமும் கிடைக்கயில்ல. இயற்கையும் எங்களுக்கு எதிராத்தான் நிக்குதுபோல. எங்களால என்னத்தப் புடுங்க முடியும்?"

49

வந்தடைதல்

ஷிவா தென்னமரவடியை வந்தடைந்தான். அவனுடைய ஞாபகத்திலிருந்த எதுவுமே அந்தக் கிராமத்தில் இல்லை. ஷிவாவின் இளம்பிராயத்தில் அவனுக்குப் பழகிய கிராமத்தை அங்கே காணக் கிடைக்கவில்லை. பழைய கிராமத்தை இல்லாமலாக்கிவிட்டு, அது இருந்த இடத்தில் அதற்குப் பதிலாகப் புதிதாக வேறு எதையோ வைத்து 'இதுதான் அது' என்று காட்டுமாப்போல் அன்றைய தென்னமரவடிக் கிராமம் இருந்தது.

முன்பொரு காலத்தில் செழித்துக் கொழித்திருந்த அந்தக் கிராமம், இன்று தாய்நிலத்தைச் சீரழித்த போரின் அவலத்தைக் கட்டியங்கூறி நின்றது. அழிவின் பேரவலமே அங்கு அப்பட்டமாகத் தெரிந்தது.

எந்தவொரு பலமான கட்டடமோ, நிரந்தர வீடுகளோ அங்கே காணப்படவில்லை. இருந்தவையெல்லாம் கூடாரங்களும், தற்காலிகத் தகரக்கொட்டில்களுமே. அதைவிட மிச்சமாக இருந்ததெல்லாம் முன்பொரு காலத்தில் அங்கே இருந்த கட்டடங்களின் சிதிலங்களும் அவற்றின் சிதறல்களும் மட்டுமே. ஒரு காலத்திலே பல நூறு குடும்பங்கள் ஒன்றாக வாழ்ந்த கிராமம் அது. ஆனால் இப்பொழுதோ, நூற்றுக்கும் குறைவான குடும்பங்களே அங்கு இருந்தன. அவர்களும் அங்கொன்றும் இங்கொன்றுமாகச் சிதறிக் கிடந்தனர்.

பரம்பரை பரம்பரையாகக் கமம் செய்து செழித்து விழைந்த பூமியெல்லாம் யாரோவால் சுவீகரிக்கப்பட்டு ஆழப்பட்டுக்கொண்டிருந்தன. ஆட்களே இல்லாத இடங்களுக்கு யானைகள் கூட்டங்கூட்டமாக வந்து போயின. எவ்விதமான அடிப்படை வசதிகளும் இல்லாமல், அங்கே குடியிருந்தவர்களெல்லாம் தமது சொந்தக் கிராமத்திலேயே அகதிகளைப் போல ஓட்டாண்டி வாழ்க்கை வாழ்ந்தார்கள் என்றால் அது மிகைப்படுத்திய கூற்றல்ல.

ஷிவாவை ஏற்றிவந்த வாகனம் கிராமத்தின் செம்மண் வீதி வழியாகச் சென்று, கிராமத்தின் மத்தியில் ஓரிடத்தில் நிறுத்தப்பட்டது. தான் வந்துசேரவேண்டிய இடத்திற்கு வந்துவிட்டேன் என்பதைப் புரிந்துகொள்வதில் ஷிவாவுக்கு ஒன்றும் சிரமமிருக்கவில்லை. எதிர்பார்ப்பு விஞ்சிய நெஞ்சோடு வாகனத்தை விட்டு கீழே இறங்கினான் ஷிவா.

புதர் மண்டிப்போய்க்கிடந்த அவ்விடத்தை, அவனால் உடனடியாக அடையாளம் கண்டுகொள்ள முடியவில்லை. முப்பத்துச் சொச்சம் வருடங்களுக்கு முன், அவ்விடத்தில் விட்டுப்போன அவனது தூரத்து நினைவுகளையெல்லாம் காலம் சிதைத்துப் போட்டிருந்தது. ஒரு மூலையில் உடைந்துகிடந்த சுவரின் மீதங்களும், அதனருகிலே நின்ற வேப்பமரமுமே அங்கு மிச்சமாய்க் கிடந்தன. அவனது வீடு இருந்த இடத்தில் கட்டடச் சிதிலங்களாகச் சில கற்கள் மட்டுமே சிதறிக் குவியலாகக் காணப்பட்டன. அடையாளப்படுத்தக்கூடிய வகையில் வேறெதையும் அங்கே காணக்கிடைக்கவில்லை. வீட்டின் பின்புறத்தில் கிளைத்துப் பெருத்து நின்ற புளியமரத்தையும் காணவில்லை.

முன்பொரு காலத்தில் அதுவே அவனது வீடாக இருந்தது. அங்கேதான் அவன் பிறந்தான். அந்த இடத்தில்தான் அவன் வளர்ந்தான். ஆனால் இப்பொழுதோ, அதுவொரு கற்குவியலாகக் கிடந்தது. அந்த உருமாற்றத்தை அவனால் ஏற்றுக்கொள்ள முடியவில்லை. தோற்றத்தில் விரிந்த அந்தக் காட்சியை அவனால் ஜீரணிக்க முடியவில்லை.

மனதில் சோகம் முட்டிக்கொண்டு வந்தாலும் இப்படியொரு சந்தர்ப்பத்தில் அதை எப்படி வெளிப்படுத்துவது என்பது அவனுக்குத் தெரியாது. அவனுக்கு அழுகை வருமாப்போல இருந்தது. ஆனால் அவன் அழவில்லை. அவனது மனதோ ‘அம்மா...! அப்பா...!’ எனக் கேவியது.

தனது தாயின் சாம்பலடைக்கப்பட்ட பேழையைக் கவனமாகக் கையில் ஏந்திக்கொண்டு, ஒரு காலத்தில் அவனது வீடு நிமிர்ந்து நின்ற அந்தப் பூமியில் காலடியெடுத்து வைத்தான் ஷிவா. மூலையில் நின்ற வேப்பையை தவிர, அவனை வரவேற்பதற்கு அங்கே எதுவுமில்லை. அந்த வேப்பை மரத்திற்கு அருகிலே சென்றான்.

முன்பொரு காலத்தில் கிளைத்துப் பரந்து, பிரம்மாண்டமாகக் காணப்பட்ட அந்த வேப்பை, மெலிந்து, நலிந்து, இலைகள் உதிர்ந்து, நோஞ்சானாய், வயோதிகத்தோடு காணப்பட்டது. தனது பிரம்மாண்டத்தை அது இழந்துவிட்டிருந்தது. ஆவல் மேலிட அந்த வேப்பமரத்தின் கிளையை ஏறிட்டுப் பார்த்தான் ஷிவா. வேப்பமரக் கிளையில் கட்டப்பட்டிருந்த ஊஞ்சலை அங்கே காணவில்லை, ஆனால் அது கட்டப்பட்டிருந்த கிளையில், கயிற்றின் தடம் மிச்சமிருந்தது. அது அழிவிலும் அனுபவத்தைத் தாங்கி நிலைத்திருக்கும் தோற்றம்.

வேப்பையின் கீழிருந்த கல்லொன்றில் சென்றமர்ந்தான். அவ்விடத்தில் வைரவர் சூலமொன்று ஊன்றப்பட்டிருந்ததாக அவனுக்கு நினைவிருந்தது. ஆனால் அந்தச் சூலத்தை அங்கே காணவில்லை. அது ஊன்றப்பட்டிருந்த தடம் மட்டும் காணப்பட்டது. இப்போது அதுவொரு வெறுங்கல்லாகவே இருந்தது. அந்தக் கல்லைப்போலவே அவனது மனதிலும் வெறுமை குடியேறியிருந்தது.

‘நல்ல வேளையாக இதையெல்லாம் காண்பதற்கு அம்மா உயிரோடில்லை’ என்ற நினைப்பும் அவனது மனதில் எழுந்தது. அந்த நினைப்பு அவனுக்கு ஆறுதலைத்தான் தந்தது. அவன் எதிர்பார்த்து வந்த எதுவும் அங்கேயில்லை. இப்பொழுது என்ன செய்வது என்றுகூட அவனுக்குத் தெரியவில்லை. வந்தாச்சு, பார்த்தாச்சு, போயாச்சு என்று அவனது பயணம் முடிவடையப்போவதை அவனால் ஏற்றுக்கொள்ள முடியவில்லை.

வீதியில் நின்ற வாகனத்திற்கு அருகில் ஊரவர்கள் சிலர், சிறிய கூட்டமாகக் கூடியிருந்தார்கள். கூடியிருந்தவர்களோடு குகனும், விமலாவும், மற்றவர்களும் பேசிக்கொண்டிருந்தார்கள். அவர்களுக்கு இவர்களைத் தெரிந்திருந்தது. அவர்கள் எல்லோரும் மிகச் சகஜமாகச் சிரித்துப்பேசி அளவளாவிக்கொண்டிருந்தார்கள்.

இடையிடையே அவர்கள் ஷிவாவையும் சுட்டிக்காட்டிப் பேசினார்கள். இவர்கள் தலையைத் தலையை ஆட்டினார்கள். அவர்கள்

ஆச்சரியப்பட்டார்கள்.

“ஆ... அப்பிடியா? சங்கரலிங்கத்திட மகனே அது?”

“சின்னப் பெடியனாப் பார்த்தது.”

“நல்லா வளர்ந்திட்டான் என்ன?”

“சங்கரலிங்கத்தை இளமையில பார்த்தமாதிரித்தான் இருக்குது?” போன்ற பேச்சுக்களை ஷிவாவால் இங்கிருந்து கேட்கக்கூடியதாயிருந்தது. அங்கே கூடியிருந்தவர்களில் யாரையாகிலும் ஷிவாவுக்கும் தெரிந்திருக்கக்கூடும். அவ்விடத்திற்குச் சென்று தனக்குத் தெரிந்த மற்றும் தெரியாத ஊராரைச் சந்தித்து அளவளாவுவதற்கு அவனும் விரும்பினான். ஆனால், அதற்கு முன், அவன் செய்துமுடிக்கவேண்டிய வேலையொன்று மிச்சமிருந்தது. தான் கையோடு கொண்டுவந்த தனது தாயின் சாம்பலை, அவள் வாழ்ந்த பூமியில் விதைப்பதே அந்த வேலை. அதுவே அவனது அம்மாவுக்கு அவன் செய்யவிருந்த இறுதிக் கடமை.

அதற்குப் பொருத்தமான, நல்லதொரு இடத்தை அங்கே தேடினான் ஷிவா. அவனைப் பொறுத்தவரையில், அந்த வேப்பமரத்தடிதான் அவனது வீடு அமைந்திருந்த இடத்தில் அவனால் அடையாளப்படுத்தக்கூடிய இடமாகக் காணப்பட்டது. தான் அமர்ந்திருந்த கல்லிலிருந்து மெல்ல எழுந்தான். அந்த மரத்தைச் சுற்றிப் பார்த்தான். மரத்திற்கு அருகாமையில் ஒரு பொருத்தமான இடத்தில் தனது தாயின் அஸ்தியை விதைப்பதற்கு எண்ணினான்.

அந்த வேலையை அவனால் தனியாகச் செய்ய முடியாது. அவனோடு வந்தவர்களின் உதவி அவனுக்கு தேவைப்பட்டது. முக்கியமாக விமலா சித்தி அவ்விடம் வரும்வரை அவன் காத்திருக்க வேண்டும். வாகனத்தினுள் இருந்து மண்வெட்டியை எடுத்துவர வேண்டும்.

இவ்வாறெல்லாம் எண்ணிக்கொண்டிருந்தபொழுதுதான் அது நடந்தது. அவனது பாதங்களில் குறுகுறுவென்றிருந்தது. அந்த உணர்வினால் உந்தப்பட்டுக் கீழே குனிந்து தனது பாதங்களைப் பார்த்தான் ஷிவா. அப்பொழுதுதான், வாகனத்திலிருந்து இறங்கும்பொழுது தனது காலணிகளைக் களற்றிவிட்டு, அவசரத்தில் தான் வெறுங்கால்களுடன் கீழே இறங்கி வந்திருப்பது அவனுக்கு உறைத்தது. அப்படி அவன் என்றுமே நடந்துகொண்டதில்லை. அது அவனுக்கே வினோதமாயிருந்தது. வியப்பாகவுமிருந்தது. உடனே சென்று தனது

காலணிகளை அணிந்துகொள்ளவும் அவனுக்குத் தோன்றியது.

இருந்தும், அவனது வெறுங்கால்களில் ஏற்பட்ட அந்தக் குறுகுறுப்பு... அது...

அவனுக்குப் புதினமாயிருந்தது.

அது...

அவனுக்கு இதமாகவுமிருந்தது.

அது...

பழையது எதையோ அவனுக்கு ஞாபகப்படுத்தியது.

அது...

அவனது கால்களுக்கு, என்றோ பழகிய விருவிருப்பு.

அது...

நீண்ட காலத்துக்குப் பின் பழைய நண்பனொருவனைக் கண்டதான உணர்வு.

அது...

அவனுக்குப் பிடித்திருந்தது.

அந்த மண், முப்பது சொச்சம் வருடங்களிற்குப் பின், அவனுடனான தனது தொடர்பாடலின் முதலாவது கேள்வியை அவனிடம் கேட்டது.

★★★

அடிக்குறிப்பு:

வாசகரின் ரசனை கருதி உண்மையும், கற்பனையும் வெவ்வேறு அளவுகளில் கலக்கப்பட்டுள்ளது. கதைக்குரிய காலத்தைக் கருத்தில்கொண்டு கதையைச் சிலாகித்தல் நன்று. 2014ஆம் ஆண்டுக்குப் பின்னர் நடைபெற்ற எதுவும் கதையில் தேடினாலும் கிடைக்காது.

சண்முகலிங்கம் ராஜீஷன்

இலங்கையில் திருகோணமலையில் பிறந்தவர். மட்டக்களப்பில் தனது மனைவி மற்றும் மகனோடு வசிக்கிறார். விஞ்ஞானமும் முகாமைத்துவமும் கற்றவர். தனியார் பல்கலைக் கல்லூரியில் விரிவுரையாளராகப் பணிபுரிகிறார்.

இவரது சிறுகதைகள் *கணையாழி*, *உயிரெழுத்து*, *வீரகேசரி* மற்றும் *உயிரோசை*, காற்றுவெளி போன்ற சஞ்சிகைகளில் பிரசுரமாகின. உலகளாவிய போட்டிகளில் பரிசுகளை வென்று, தொகுப்புகளிலும் இடம்பிடித்துள்ளன.

திக்கற்றுத் தீர்ந்த கதை எனும் சிறுகதைத் தொகுப்பு இலங்கை அரசின் தேசிய கையெழுத்துப் பிரதிக்கான முதற் பரிசை வென்றது. இவருடைய சிறுகதையொன்று குறுந்திரைப்படமாக்கப்பெற்று தேசிய மட்டத்தில் பரிசும் வென்றது.

பாத்தியதை இவருடைய முதலாவது நாவல்.

www.ingramcontent.com/pod-product-compliance
Ingram Content Group UK Ltd.
Pitfield, Milton Keynes, MK11 3LW, UK
UKHW042133021026
15589UKWH00003B/809

9 789395 511995